நான் ஏன் தேவனே?

DR. MRS. ஆனி டேவிட்

இந்தப் புத்தகத்தின் அனைத்துப் பக்கங்களையும் முதலாவதாக சகலத்தையும் படைத்த தேவாதி தேவனுக்கும், என் அன்பின் பெற்றோருக்கும், என் உடன்பிறப்புகள் மற்றும் என் அன்பிற்கும் பாசத்திற்குமுரிய கணவர் திரு. டேவிட் லூக்காஸ் அவர்களுக்கும் என்னுடன் இந்த புத்தகப் பணியில் துணைநின்ற என் மூன்று அன்புப் பிள்ளைகள் ஏஞ்சலினா, ஆட்லின், ஜாஷ்வா இம்மானுவேல் அவர்களுக்கும் சமர்ப்பிக்கிறேன். இப்புத்தகத்தினை அலசி ஆராய்ந்து குறை நிறைகளை கவனத்தில் கொண்டு வந்து உதவிய முனைவர் திருமதி லூமா சுவாமிதாஸ், திருமதி ராணி S. மார்ட்டின் அவர்களுக்கும், மேலும் இப்புத்தகத்தினை வடிவமைக்கும் பணியில் மவுண்ட் சீனாய் பள்ளியின் ஆசிரியைகள் சிலரும் தங்களின் ஓய்வு நேரங்களை இப்புத்தக பணியில் ஈடுபடுத்தி கொண்டனர். அவர்களுடைய இப்பணிக்காக நான் பெருமிதம் கொள்கிறேன். தொடர்ந்து அவர்கள் பணி சிறக்கவும் வாழ்த்துகிறேன்.

பொருளடக்கம்

பொருளடக்கம்

பொருளடக்கம்

பொருளடக்கம்

குறிக்கோள் குறிப்பு

நான் ஏன் தேவனே?

நான் ஏன் தேவனே?
என் கண்கள் உம்மைக் காண தவறிய போதும் நான் மலையையும் மடுவை-
யும் கடந்த வேளையிலும் என் கண்ணீரிலும் பெருமூச்சிலும் துயர வேளை-
யிலும் என்னை உம் மாறாத கிருபை சூழ்ந்து கொண்டதே.

நான் ஏன் தேவனே?
என்னை நீர் எப்போதும் கண்ணோக்கி பார்க்கவும் என் எல்லாக்
காலங்களிலும், சென்ற இடங்களிலும் என் வாழ்வில் உம் காலடி
தடங்களிலும் என்னில் விதைத்த விதைகள் இன்றும் பூத்துக்
குலுங்குகின்றதே.

நான் ஏன் தேவனே?
சில வேளைகளில் நான் புரிய இயலாது தடுமாறுகிறேனே என் வாழ்வு இம்
மண்ணில் மறையும் போது நான் உம் கரத்தை பற்றிக் கொண்டிருப்பேனே
— என்ன விந்தை! அப்புதிய, புனித நாட்டில் நான் சேர்வேனே.

நான் ஏன் தேவனே?
என்னை நீர் அறிவீர், எப்போதும் காண்கிறீர் நான் மேலும் உம்மிடம் கேட்க
வேண்டியதில்லையே நான் வெகு சீக்கிரமாக உம்மிடம் வருகிறேன் நான்
என்றென்றும் உம்முடன் இருப்பேனே.

Adlien Rickenbach

வாழ்த்துரை

"நான் உன்னைப் பெரிய ஜாதியாக்கி உன்னை ஆசீர்வதித்து உன் பேரை பெருமைபடுத்துவேன், நீ ஆசீர்வாதமாயிருப்பாய்"என்ற வாக்குத்தத்தத்தை தன்னுடைய வாழ்க்கையில் சுதந்தரித்துக் கொண்டு இந்நாள் அளவும கர்த்தருக்காய் வைராக்கியமாய் ஓடிக்கொண்டிருக்கும் அன்பு அக்கா திருமதி ஆனி டேவிட் அவர்கள், என் ஓய்வுநாள் பள்ளி ஆசிரியையாகவும், என் உடன்பிறவா மூத்த சகோதரியாகவும், என் இளமைப் பருவத்தில் பல்வேறு திறமைகளை வளர்ப்பதில் சிறந்த வழிகாட்டியாகவும் அமைந்து என் வாழ்க்கையில் நல்லதொரு நேர்மறை தாக்கத்தை ஏற்படுத்தியவர்கள்.

வாழ்க்கையின் ஒவ்வொரு படிநிலைகளிலும் தேவன் அவரை அற்புதமாய் வழிநடத்தி வந்திருக்கிறார். கர்த்தரின் கரம் பிடித்துக் கடந்து வந்த பாதைகள் பல. பாதைகள் கல்லும் முள்ளும் நிறைந்திருந்தாலும் அவற்றை மலர்களாய் மாற்றிய மகத்துவமான தேவனின் அதிசயங்கள் அனைத்தையும் இந்தப்புத்தகம் எடுத்து கூறுகிறது. தன் வாழ்க்கையின் அனுபவங்களைப் பகிர்ந்து கொடுக்கும் இந்த புத்தகம் பலருடைய வாழ்க்கையில் விசுவாசத்தையும், இதர ஆவியின் கனிகளையும் உருவாக்க ஒரு தூண்டுகோலாக அமையும்.

மருத்துவருக்குப் பிறந்தாலும் தாயின் ஆசிரியை பணியை அவர் விரும்பித் தேர்ந்தெடுத்தார். அபுதாபியில் குறைவற்ற வாழ்க்கை இருந்தும், கர்த்தரின் பரிபூரண சித்தத்தை நிறைவேற்ற விருப்பம் கொண்டு 20 ஆண்டுகள் கல்வியினூடே கர்த்தரின் அன்பை இறச்சகுளம் கிராம மாணவ மாணவிகளுக்குப் பகிர்ந்தளித்துள்ளார். அவருடைய அனுபவங்கள் விசேஷமாக மாணவியாக, தோழியாக, மனைவியாக, தாயாக, ஆசிரியையாக சவாலை சந்திப்பதினால் ஏற்படும் இழப்புகளை ஏற்றுக்கொள்ளும் மனப் பக்குவத்தை தேவன் ஒருவருக்குக் கொடுத்து தம்முடைய சித்தத்துக்கு நேராக உருவாக்குகிறார் என்பதை மிகவும் அழகாக சித்தரிக்கிறது.

தேவன் மட்டுமே செய்து முடிக்கக்கூடிய அசாதாரணமான காரியங்களைப் பெற்றுக்கொள்ள அற்புதமான ஜெபத்தின் மூலம், அவரிடத்தில் கேட்கும் தைரியமும், மனஉறுதியும், தொடர்ந்து விசுவாசமும் வேண்டும் என்ற உண்மையை இவருடைய ஜெப அனுபவம் நமக்குக் கற்றுக்கொடுக்கிறது.

பெண்கள் வீட்டிலும், சமுதாயத்திலும், சபைகளிலும் குறைவாக மதிப்பிடப்படுகிறார்கள் அல்லது நடத்தப்படுகிறார்கள் என நாம் மனம் வருந்தலாம். உண்மையிலேயே நாம் நம் தேவன் பார்வையில் விசேஷித்த ஆசீர்வாதத்தைச் சுதந்தரிக்க அழைக்கப்பட்டவர்கள் என இவர்களுடைய அனுபவம் நமக்கு வெளிப்படுத்துகிறது. இப்படி சகோதரி திருமதி ஆனி அவர்களுடைய பல்வேறு அனுபவங்கள் அவர்களுடைய எழுத்துக்கு உயிரோட்டம்

அளித்துள்ளது. கர்த்தர் விரும்புகின்ற அன்பு,சகிப்பு, பொறுமை, தாழ்மை, விசுவாசம் இவை எப்படி வாழ்க்கையின் மேடு பள்ளங்களினூடே செழித்து வளருகின்றன என்பதை இப்புத்தகம் நமக்குத் தெளிவாகக் காட்டி, தேவ வார்த்தையை விசுவாசித்து வாழ்க்கையின் அர்த்தத்தைப் புரிந்து கொண்டு வாழ அநேகருக்கு ஆசிர்வாதமாக அமைவதாக.

தேசத்தின் எழுப்புதலில் பங்குபெற இந்தப் புத்தகத்தின் மூலம் நம் அனைவருக்கும் தேவன் அருள்செய்வாராக!

Dr. JANE KATHERIN RUSKIN, M.Sc, M.Ed, Ph.D.,
Principal Belfield Matric. Hr. Sec. School ஆசாரிப்பள்ளம்
Asaripallam — 629 201
26.03.2022 Mail ID :belfieldschool@gmail.com

அறிமுகம்

நாம் ஒவ்வொருவரும் வாழ்வின் முன்னிலையை அடைய வேண்டும் என விரும்புவது இயல்புதானே? நம் சிருஷ்டி கர்த்தரும் கூட நம் வாழ்வில் அதைத்தான் எதிர்பார்க்கிறார்.

கலைநிபுணர் தன் ஓவியத்தை தனது விலையேறிய பொக்கிஷமாகக் கருது-வது போல், ஒரு கைவினைஞர் தான் உருவாக்கிய ஒரு வயலின் அல்லது பிடிலின் தரத்தை உயர்வாக எண்ணுவது போல, நம்மை உருவாக்கிய தேவாதி தேவன் நம் வாழ்வின் திட்டம் அல்லது இலக்கு, மகிழ்ச்சி, நிரந்தர ஆனந்தம் இவற்றை நாம் அனுபவித்து நிறைவடைய வேண்டுமென அதிக-மாக விரும்புகிறார்.

கிறிஸ்துவினுடையவர்களாக ஜீவிக்க தேவனுக்கு பிரியமானவைகளையே செய்ய விளைகின்ற நாம் நம் தீர்மானங்கள், நாம் வைக்கும் எல்லைகள், நாம் அளக்கின்ற அளவுகோல் யாவும் நாம் முன்னேறும் பாதையை நிர்-ணயிக்கிறதாயிருக்கிறது. இத்தகையதான மனநிலை முற்றிலும் தேவையற்றது. நாம் அளக்க வேண்டிய அளவுகோல் முற்றிலும் வேறுபட்டது. நாம் மீண்டும் மீண்டும் நம்மையே கேட்டுத் தெரிந்துகொள்ள வேண்டிய பதில் நான் இயே-சுவைப் போல் இருக்கிறேனா? அவரைப் போல செயல்படுகிறேனா? என்பது மட்டுமே. நம் முற்போக்கான மனநிலை இயேசு போல் பேசுகிறேனா? தீர்மா-னிக்கிறேனா? என்பதே. நித்தியம் என்பதை ஒரு கடிகாரம் எனக் கொண்-டால் நமது இப்போதைய நேரம், ஒரு நடுஇரவை அடையும் வேளையை நெருங்கிறது. அக்கிரமம் நம்மைச் சுற்றி மிகவும் பெருகிவிட்டது. நம் கண்-களை நாம் திறந்து தெளிவாகப் பார்க்க மிகத் தாமதமாகவே இருக்கிறோம். கண்களை திறந்து பார்க்கும் தருணத்தில் கண்டிப்பாகவே இருளின் கிரியை-களையும், வெளிச்சத்தின் கிரியைகளையும் வித்தியாசப்படுத்த இயலும். இழி-வான ஒழுக்கக்கேடு என்பதினை உயர்வான ஒரு நடப்பு வழக்கு அல்லது fashion (பேஷன்) என எண்ணுகிறோம் பூமியில் நியாயம் என்பது எடு-பட்டுப்போய், பேராசை, பண ஆசை என்னும் தீமை நிரம்பி, செயல்பட்டு வருகிறது.

மனவருத்தம் கொண்டு நீண்ட நாட்களால் தன்னை வருத்திக் கொண்டி-ருக்கும் நபர்களின் முடிவுதான் என்ன? மிகவும் கொடிய பாவங்களினால் தங்களைக் கறைப்படுத்தியவர்களின் நிலையென்ன? அர்த்தமற்ற திருமண இணைப்புகளில் இணைந்தவர்களின் துயரநிலை என்ன? இவ்வித துயரக் கண்ணிகளில் அகப்பட்டவர்களின் நிலைமை என்னவாகும்? இவர்கள் தங்-களை மனநிறைவு பெற சமாதானம் எவ்விதம் பெற்றுக் கொள்ள இயலும்? நாம் எல்லோரும் பொதுவாக மனக்கலக்கமும், மனவேதனைகளையும் அனு-பவிக்கிறவர்கள் தான். நம் யாவரையும் மனதில் கொண்டுதான் இயேசு

மரணத்தை ருசி பார்த்தார். எனவே அவருடைய கிருபை எல்லாச் சூழ-லையும் தாண்டிச்செல்ல பெலன் தருகிறது. தோல்விகளில் தேவபெலனைச் சார்ந்து கொள்பவர்கள் தான் வெற்றி பெற இயலும்.

உண்மையாய் இப்புத்தகத்தை வாசிக்கின்ற யாவரும் பல தருணங்களில் கடி-னமான பாதையைக் கடந்து வந்து கொண்டிருந்தாலும், மெய்யான ஊக்கம் பெறவேண்டும் என ஆசிக்கிறேன்.

தங்கள் தோல்விகளைப் பற்றிய எந்த ஒரு அறிவுமின்றி அதனை வெற்றி என எண்ணிக் கொள்கின்றவர்களினிடையே, தங்கள் வெற்றியைப் பற்றிய எந்த ஒரு அறிவுமின்றி அதைத் தோல்வி என நம்பிக் கொண்டிருக்கிற-வர்களும் உண்டு. நண்பர்களே, யாவருக்கும் பெரிய ஒரு நம்பிக்கையுண்டு. வாழ்வில் இயேசுவண்டை வரும் யாவருக்கும் நிச்சயமாக ஒரு பெரிய எதிர்-பார்ப்பும் நம்பிக்கையும் உண்டு. இரட்சிப்பு என்பது வாழ்வில் தவறுகளை-யும், வங்களையும் செய்கின்றவர்களுக்கும் கிடைக்கும் ஒரு பரிசு. நம் கடந்த காலங்களை எதிர்கொள்ள சங். 40 : 8-ன் இந்த வசனத்தை அறிக்கையி-டுவோம். 'தேவனே உமக்குப் பிரியமானதைச் செய்ய விரும்புகிறேன்.'

ஒரு தேவனுடைய பிள்ளையாக மேற்கூறிய அனுபவங்களை உணருகிறாயா? மேலும் இவ்வுலகத்தின் அனுதின வாழ்வின் சூழல்கள் உன் வாழ்வை கலங்-கப் பண்ணுகிறதாயும் பயமுட்டுகிறதாயும், இருக்கின்றனவா? உன் மனதில் இவ்வித எண்ணங்களினால் உந்தப்பட்டு வெற்றியுள்ள ஒரு கிறிஸ்தவ வாழ்-வில் செய்ய இயலுமா? என்ற கேள்வியுடன் ஜீவித்துக் கொண்டிருக்கிறாயா? தேவனுடைய வெற்றி வாழ்வுக்கான அழைப்புக்கு உன்னை இணைத்துக்-கொள்ள இயலுமா என சந்தேகப்படுகிறாயா? தேவன் இலவசமாய் தரவி-ழையும் இவ்வெற்றியின் வாழ்வில் முதிர்ச்சி அடைய விரும்புகிறாயா? திட்ட-மாய் அவரின் மாராத வாக்குத்தத்தங்களும் அழைப்பும் உன்னை ஒரு பெரும் விடுதலையின் வாழ்வுக்கு நேராக வழிவகுக்கிறது. இப்புத்தகத்தின் வாயிலாக என் நம்பிக்கையையும் விசுவாசத்தை யும் உங்களுடன் பகிர்ந்து கொள்ள விரும்புகிறேன். நம் வாழ்வின் முதிர்ச்சி அல்லது வளர்ச்சி இவற்றின் அளவு பொதுவாக கீழ் காணும் அனுபவங்களை முற்றிலும் சார்ந்ததே, காலம், வாழ்-வின் அழுத்தங்கள், துயரங்கள், மேலும் வேதவசனம், இயேசு கிறிஸ்துவில் நாம் யார்? என்னும் அறிவு பரிசுத்த ஆவியின் நிறைவு இவற்றுள் முதற்கூ-றிய 3 அனுபவங்களை நாம் யாவரும் உணர்ந்திருப்போம் தானே? ஆயினும் தேவனில் வளர முன்வர வேண்டும். இப்புத்தகம் உங்கள் ஒவ்வொருவரை-யும் மறுரூபப்படுத்துவதுமின்றி, உங்கள் இதயங்களையும் தேவனுக்கு நன்றி சொல்லுகிற நல்ல பக்குவநிலையில் கொண்டு வருமென நம்புகிறேன். எனவே அதிக எதிர்பார்ப்புடன் நீங்கள் வாசிக்கவும் நல்ல பயன்களைக் கண்டுகொள்-ளவும் வாஞ்சையாயிருக்கிறேன். நிச்சயமாய் பரிசுத்த ஆவியின் சத்தத்தை-யும், தொடுதலையும் உங்கள் இருதயத்தில் உணருவீர்கள். உங்கள் வாழ்வில் எல்லையற்ற வல்லமையும் தேவ ஆராதனையும் மலரட்டும். மகத்துவமான

தேவன் உங்களை ஆசீர்வதிப்பாராக!

முகவுரை

2001ன் போது நாங்கள் U.A.E.-யின் அதாவது ஐக்கிய அரபு நாடுகளில் ஒன்றான அபுதாபியிலிருந்து கிளம்பி இந்தியாவின் தென் கோடியிலுள்ள இந்தச் சின்ன (இறச்சகுளம்) கிராமத்தில் எங்கள் காலைப் பதித்தோம். எங்களுடைய நகர்வு கர்த்தருடைய சித்தத்தின் மூலமாகவும் அவரின் மகாபெரிய தயவினாலுமே சாத்தியமாயிறறு. இந்த எங்களுடைய நகர்வு எல்லா வசதிகளும் பாதுகாப்பும் நிறைந்து காணப்பட்ட ஒரு இடத்திலிருந்து அறிமுகமும், பழக்கமும் இல்லாத, நட்புறவு எதுவும் இல்லாத மக்களின் மத்தியில் ஏற்பட்டது. புதிய வாசல்கள் திறக்கும் என்ற நம்பிக்கையில் நாங்கள் வந்தமர்ந்தபோது கர்த்தரின் ஐக்கியத்தை நாங்கள் கொஞ்சம் கொஞுசமாக உணர ஆரம்பித்தோம்.

எனது கணவர் திரு. டேவிட் அபுதாபியிலுள்ள ஒரு எண்ணெய் கம்பெனியில் பணிபுரிந்து வந்தார். நானும் அபுதாபி இந்தியன் பள்ளியில் ஆசிரியையாகப் பணிபுரிந்து வந்தேன். அச்சமயத்தில் எனது இரு பெண்குழந்தைகளும் 14 மற்றும் 13 வயது நிறைந்தவர்களாகவும், எனது மகன் ஜாஷ்வா பத்து வயது நிறைந்தும் காணப்பட்டான். நான் பணிபுரிந்து வந்த அதே பள்ளியில் எனது மூன்று குழந்தைகளும் கல்வி பயின்று வந்தார்கள்.

எங்கள் பிள்ளைகளின் உயர்படிப்பிற்காகவும், ஒரு நல்ல எதிர்காலம் அமையவும் வேண்டி நாங்கள் கனடாவுக்கு குடிபெயர்வதைத் திட்டமிட்டு வந்தோம். ஆனால் வாழ்க்கைத் திசையில் நாங்கள் ஐவரும் குடும்பமாக தென்னிந்தியாவிற்கு வந்து சேரவும், இந்தச் சிறிய கிராமப்புறமான இறச்சகுளத்தில் ஒரு ஆரம்பப் பள்ளியை ஆரம்பிக்கவும் தேவனுடைய கரம் வழி நடத்தியது.

இந்தக் காலக்கட்டத்தில் 'அமைதி நேரம்' எனக்கு மிகவும் முக்கியமானதாக விளங்கியது. வலைத்தள வசதி இல்லாத அந்த நாட்களில் இதுவே எனக்கு வல்லமையாகவும் ஒரு இணைப்பாகவும் இருந்தது. கர்த்தரோடு சஞ்சரிக்கவும் கர்த்தரின் வார்த்தைகளைப் பற்றிப்பிடித்துக் கொள்ளவும், அவரின் கிருபையை மாத்திரம் சார்ந்து வாழவும் நான் வழிநடத்தப்பட்டேன். தெய்வீக உதவி எனும் இந்த ஆதாரம் தனிமை, கடினம் எனும் நிலைமைகளினூடே எங்களை எடுத்துச்சென்று, பழக்கமில்லாத, அறியப்படாத எதிர்காலத்துக்கு எங்களை வழிகாட்டியது. விசுவாசத்தோடும் நம்பிக்கையோடும் நமது கர்த்தரின் வாக்குத்தத்தங்களையும் ஆதாரங்களையும் சார்ந்து, எங்கள் வாழ்க்கையைக் கட்டியெழுப்ப நாங்கள் முனைந்தோம். அவ்வாறு நாங்கள் தற்போது வசிக்கும் இவ்விடத்திலுள்ள மக்களுக்கு சேவை செய்யும்போது நாங்கள் தொடர்ந்து வளர்ந்து வருவதையும் உணர்ந்தோம்.

இந்த எனது சுயசரிதையை எழுத வேண்டும் என்னும் உந்துதல், கர்த்த-ரோடு நான் தரித்திருக்கும் அமைதிநேரத் தொடர்ச்சியின் பலனாகவும், நான் பரிசுத்த ஆவியின் பெலன் பெற்றுக் கொள்ளும்படியாக நான் செய்த வேத-வசன தியானங்களின் மூலமாகவும் கிடைக்கப் பெற்றதாகும். இந்த இடத்தில் கடந்த 20 வருடங்களாக ஒவ்வொரு நாளும் தேவனின் அற்புத அதிசய நிகழ்வுகள் என்னை கர்த்தரோடு மிக நெருக்கமாக இணைத்துள்ளது.

பரிசுத்த ஆவியானவரின் வழிநடத்துதலும், நமது நல்ல மேய்ப்பரின் சாதுவான மேய்ப்பும் நம்மை எப்போதும் வழிநடத்தி, நீதியின் பாதைகளி-னூடே நம்மை எடுத்துச் செல்கிறது. எனது வாழ்வின் அனுபவங்களைப் பகிர்ந்து கொள்ள நான் மிக ஆவலாயிருக்கிறேன். இதை வாசிக்கிற ஒவ்-வொருவரும் இதன் மூலம் உற்சாகமடைந்து, உங்கள் ஒவ்வொருவரின் வாழ்-விலும் தேவனுடைய மகத்துவமான திட்டத்தை அறிந்து கொள்ள உதவும் என்று நான் நிச்சயமாய் நம்புகிறேன். வாழ்வின் குறுகலான பகுதிகளினூடே இயேசுநாதரின் கைகளைப் பிடித்து, அவரோடு இணைந்து நடக்கும்போது நீங்கள் மிகவும் அதிசயப்பட்டுப் போவீர்கள் என்று நான் உங்களுக்கு உறு-தியளிக்கிறேன். இந்நாட்களில் நாம் கர்த்தரின் மாறாத அன்பிற்கும் வல்ல-மைக்கும் சாட்சியாக நிற்கிறோம்.

1

என் குழந்தைப் பருவம்

பொதுவாக வாழ்வின் முதிர்ந்த நாட்களில் தங்கள் குழந்தைப் பருவத்தில் கண்ட கனவுகளை நினைவுகளை எத்தனை பேர் நினைவில் வைத்துள்ளார்கள் என்று நான் எண்ணிப் பார்ப்பதுண்டு. எனது இக்கனவு என் வாழ்வில் மிக முக்கியப் பங்கு வகித்தது. இவைகள் எப்போதும் என் நினைவில் தங்கி நிற்கின்றன, அவைகளை நான் மறக்கவே முடியவில்லை. நேற்றையத் தினமே நடந்தது போல நான் அவைகளை என் நினைவில் கொண்டுவர முடியும். கர்த்தர் எனக்காக வருங்காலத்தில் ஆயத்தப்படுத்தியுள்ள அந்தப் பெரிய கிருபைக்கு நேராக என்னை அழைத்துச் செல்லவே அவர் எனது கடிவாளத்தைப் பிடித்து இழுத்துச் செல்கிறார் என்று நான் புரிந்து உணர்ந்து கொள்கிறேன்.

இப்போது நான் சொல்லும் இந்த சம்பவம் நடந்தபோது நான் ஏறத்தாழ 4 வயதை எட்டியிருந்தேன் என எண்ணுகிறேன். எங்கள் குடும்பத்தார் என்னை மிகவும் பாசத்தோடு 'ஜாஜி' என்று அழைப்பார்கள். தென்னிந்தியாவிலுள்ள எங்களது சின்ன ஊர் பாலூர். எங்கள் வீட்டுவெளாகச் சுவரின் பின் வாசலில் ஒருநாள் மாலையில் நான் நின்று கொண்டிருந்தபோது, வீட்டிற்குத் தேவையான உணவுப் பொருட்கள், விளக்குக் கொளுத்த எண்ணெய் முதலான பொருட்கள் வாங்குவதற்காக ஊர் மக்கள் சந்தைக்குச் சென்று கொண்டிருப்பதைக் கண்டேன். அவர்களில் பலர் காய்கறி மற்றும் மீன் சந்தைக்குச் சென்று கொண்டிருந்தார்கள். தோள் பட்டையில் ஒரு துணிப்பையைத் தொங்கப் போட்டுக் கொண்டு, கை நிறைய சுவிசேஷப் பிரதிகளை சுமந்து சென்றுக் கொண்டிருந்த இளம் நற்செய்திப் பணியாளர் ஒருவர் என்னை நோக்கி வந்து கொண்டிருந்தார். மோட்சம், நரகம் என்பவைகளை சித்திரமாகப் பிரதிபலிக்கும் ஒரு சுவிசேஷப் பிரதியை அவர் என்னிடம் கொடுத்தார். நான் அதை வீட்டிற்கு எடுத்துச்சென்று எனது பாட்டி ஆனியிடம் (அவருடைய பெயரே எனக்கும் சூட்டப்பட்டுள்ளது) கொடுத்தேன். அவர்கள் என்னைத் தூக்கி தன் மடியில் வைத்துக் கொண்டு, அந்தப் படத்தில் காணப்பட்டதை எனக்கு விளக்கிச் சொன்னார்கள். அதில் தேவதூதன் ஒருவன் சந்தோஷமாக சுத்த இருதயத்தில் இருப்பதையும் அதை மலர்ந்த முகத்தோடு ஒருவர் நோக்கிக் கொண்டிருந்ததையும் காண முடிந்தது. அந்த இருதயத்தில் பிசாசுக்கு எந்த இடமும் இல்லை.

அதைப் போலவே, இன்னொரு படம் துக்கமான முகத்தோடு ஒருவர் பாம்பு, சிங்கம், மயில், தவளை, ஆமை, பன்றி, வெள்ளாடு முதலான மிருகங்கள், ஒவ்வொன்றும் பெருமை, கோபம், வன்முறை போன்ற மனிதரின் மோசமான குணங்களைப் பிரதிபலிப்பதாக அமைந்-திருந்தது. எனது பாட்டி என்னிடம் மோட்சம் என்பது மகிழ்ச்சி, சந்தோஷம், வெளிச்சம் போன்ற நற்குணங்கள் நிறைந்த ஒரு நல்ல இடம் என்பதை எடுத்துச் சொன்னார்கள். மேலும் நரகம் என்பது வேதனை, எரிகிற அக்கினி, புழுக்கள் முதலானவைகள் நிறைந்தது என்ப-தையும் குறித்துச் சொன்னார்கள். அந்த சுவிசேஷப் பிரதியின் பின் பக்கத்தில் இரண்டா-கப் பிரிந்து சென்ற ஒரு சாலை வரையப்பட்டிருந்தது. அதில் ஒன்று இருட்டான, துக்கம் நிறைந்த ஒரு இடத்திற்கு (நரகம்) எடுத்துச் சென்றது. நரகத்தை நோக்கிச் சென்றவர்கள் தங்கள் பின் முதுகில் 'பாவம்'என்று எழுதப்பட்டிருந்த ஒரு பாரமான சுமையை சுமந்து சென்று கொண்டிருந்தார்கள். அவர்கள் முகங்கள் வேதனை துக்கம் நிறைந்து காணப்பட்டது. மற்றப் பாதையானது தேவதூதர்களும் பிரகாசமான விளக்குகளும் நிறைந்திருந்த இடத்துக்கு எடுத்துச் சென்றது, அதன் வழியாகச் சென்று கொண்டிருந்தவர்கள் மகிழ்ச்சியாக இருந்-தார்கள். அந்தப் படத்தில் காணப்பட்டதை நான் யோசித்துக் கொண்டேயிருந்தேன். அதை நன்கு மனதில் புரிந்து கொள்ள சில காலம் ஆனது.

அன்று இரவு நான் படுக்கைக்குச் சென்றபோது அந்த சுவிசேஷப் பிரதியிலிருந்ததைப் பற்றிய நினைவுகளில் ஆழ்ந்து போனேன். அதே இரவில் கண்ட கனவு இதுவே, மக்கள் இருட்டான, சோகம் நிறைந்த, பயம் நிறைந்த நரகம் எனும் இடத்திற்கு தங்கள் முது-கில் பாவம் எனும் மூட்டையைச் சுமந்து அதிக துக்கத்துடன் சென்று கொண்டிருந்தார்கள். அதோடு வேறுபலர் மகிழ்ச்சியாக மோட்சம் எனும் இடத்தை நோக்கிச் சென்றதையும் பார்த்-தேன். அப்போது நான் இந்த இருவழிப்பாதை பிரிந்த இடத்தில் நின்று கொண்டு எதைத் தெரிந்து கொள்வது என்று யோசித்துக் கொண்டிருந்தேன். நான் இந்த இடத்தில் தனிமை-யாக நின்று கொண்டிருந்தபடியால், எனது தீர்மானம் என்னவாக இருக்க வேண்டும் என்று நான் முடிவு செய்ய இயலாத ஒரு பதட்ட நிலையிலிருந்தேன். மக்கள் பலர் மேல்நோக்கி உயரமான பாதையில் சென்று கொண்டிருந்ததையும், விவரிக்க இயலாத சந்தோஷத்தில் வெளிச்சம் நிறைந்த ஒரு இடத்திற்கு நன்றியுள்ள இருதயத்தோடும், எல்லையில்லா மகிழ்ச்சி-யோடும் சென்று கொண்டிருந்ததைக் கண்டேன். மேலும் பலர் கண்ணீரோடும், வருத்தத்தோ-டும், அழுக்கும், வேதனையும், கூக்குரலும் நிறைந்த இருட்டான ஒரு இடத்தை நோக்கிச் சென்றதையும் கண்டேன். நான் கண்டவைகளைப் பற்றி மிகவும் திகிலடைந்தேன். அப்போது நான் விழித்துக் கொண்டு, அந்த இருட்டான இரவில் அழத்தொடங்கினேன். அந்த இரவில் எங்கள் படுக்கை அறையில் ஒரு சின்ன விளக்கு மட்டுமே எரிந்து கொண்டிருந்தது. அந்த இரவின் அமைதியான நேரத்தில் நான் விழித்துக் கொண்டு எனது கனவைப் பற்றி எனது தாயாரிடம் கூறினேன். அப்போது நான் அவர்களிடம் ஒரே ஒரு கேள்வியைக் கேட்டேன் 'நான் எந்தப் பாதையைத் தெரிந்து கொள்ள வேண்டும்?' அதற்கு அவர்கள், 'நீ பரலோகத்-திற்குப் போகும் பாதையை தெரிந்துகொள்' என்று கூறிவிட்டுத் தூங்கச் சென்றுவிட்டார்கள். நான் நரகம் செல்ல விரும்பவில்லை என்று எனக்குத் தெரிந்திருக்க வேண்டும். அதேநேரம் பரலோகம் செல்லத் தகுதி இல்லை என்பதும் எனக்குத் தெரியும். எனது சின்ன அறிவில் இந்த உண்மை எனக்குப் புலப்பட்டதா என்பதுவும் எனக்குப் புரியாத புதிராக இருந்தது. சில

வருடங்களுக்குபின் நான் சிறுவயதில் கண்ட கனவுக்கு விடையாக மன்னிப்புப் பெற்றுக்-
கொள்ள வேண்டும் என்பதை நான் அறிந்து கொண்டேன். நான் அன்று கனவில் கண்ட
காரியங்கள் என் மனதில் மிக ஆழமாகப் பதிந்துவிட்டன. பல ஆண்டுகள் கடந்து சென்-
றபோதும் அவைகளை என் மனதிலிருந்து எடுத்துப் போட முடியவில்லை. பிற்காலங்களில்
இந்த சவாலை நான் எதிர்கொள்ள தேவன் என் வாழ்வில் ஒரு தருணம் தந்தார்.

2

எனது தாத்தாவும் பாட்டியும்

ஐசக் மற்றும் ஆனி எனது தந்தை வழி தாத்தா பாட்டிமார் ஆவர். தாத்தா தனது ஊழியத்தை ஒரு நற்செய்தியாளராக 1900-ல் ஆரம்பித்திருந்தார். அவர்களுக்கு ஆறு குழந்தைகள் இருந்தனர். அவர்களில் மூத்தவர் றசல், எனது தந்தை வில்சன் இளையவர் ஆவார். அவ்வாறு எனக்கு இரண்டு பெரியப்பாக்களும் மூன்று அத்தைமார்களும் உண்டு.

எனது தாய் வழி தாத்தாவும் பாட்டியும் டாக்டர் சுந்தரமணியும் திருமதி. பொன்னாபரணமும் ஆவர். எனது தாத்தா மூணார் என்ற எஸ்டேட்டில் 1920-களில் மருத்துவராகப் பணிபுரிந்து வந்தார். மூணார் என்பது தமிழிலும் மலையாளத்திலும் மூன்று ஆறுகள் என்று பொருள்படும். அந்தப் பதம் குறிக்கிறபடி அது மூன்று மலைப்பிரதேச ஆறுகள் இணைகிற இடமாகும். அங்கு வாழ்ந்து வந்த பெரும்பாலான மக்கள் தேயிலைத் தோட்டத் தொழிலாளர் ஆவர். மூன்று சகோதரர்கள் இரண்டு சகோதரிகளில் எனது தாயார் மூத்தவர் ஆவார். நான் ஆரம்பப் பள்ளியில் படித்துக் கொண்டிருந்தபோது ஆண்டு விடுமுறையின்போது எனது தாத்தா பாட்டியின் வீட்டிற்குச் சென்று சந்தோஷமாக விடுமுறையைக் கழித்த நாட்களை நான் மிகவும் பாசத்தோடு நினைவு கூருகிறேன். எனது பாட்டி தாத்தாவின் வீட்டில் நான் கழித்த நினைவுகள் இன்றும் எனது மனதில் பசுமையாகப் பதிந்துள்ளன. அங்கு காணப்பட்ட குளுமையானக் காலநிலை, அருமையான பச்சைப் புல்வெளிகள் மற்றும் எனது தாத்தாவின் குதிரைமேல் சவாரி இவைகளை இன்றும் எனது நினைவில் கொண்டு வரமுடிகிறது. எல்லாவற்றிற்கும் மேலாக அங்குள்ள தோட்டங்களில்மலர்ந்து ஒளிர்ந்த அழகிய ரோஜா மலர்களின் வாசனை, அந்த வெளிகளின் காட்டு மலர்ச்செடிகள் மற்றும் புல்வெளிகளில் மேய்ந்து திரிந்த கொழுத்தப் பசுக்கள் மற்றும் பக்கத்து வீடுகளிலிருந்து வரும் சுவையூட்டும் வாசனைகள் இவைகள் இன்றும் என் மனதில் கிளர்ச்சியூட்டுகின்றன. மூணாறின் ரெயில் பாதைகளில் மேலும் கீழும் வளைந்து திரும்பி ஓடிய நீராவி எஞ்சின் ரெயில்கள் அதன் புகை மூட்டம் மற்றும் பெருஞ்சத்தம் இவைகள் என்றும் மறக்க முடியாதவையாகும். இரயில் வண்டியிலிருந்து எழும் விசில் சத்தம் ஒரு எக்காள எச்சரிப்புத் தொனியாக இரயில் நிலையத்தில் பணிபுரியும் ஊழியர்களை எழுப்புவதற்காகக் ஒலிக்கப்படுவதாகும். இந்தக் காட்சி

களும் அதன் பழக்கங்களும் எவ்வளவு வலிமையான, என்றும் அழியாத நினைவுகளைக் கொண்டிருக்கின்றன என்று நினைக்கும் போதெல்லாம் அவைகள் எனக்கு அதிசயத்தை ஏற்படுத்துவதாக உள்ளன.

3

எனது தந்தை Dr. வில்சன்

அந்நாட்களில் எனது அப்பாவின் மூத்த சகோதரரான ரசல் மூணாறிலுள்ள ஒரு உயர்நி-லைப் பள்ளியில் தலைமை ஆசிரியராகப் பணி புரிந்து வந்தார். அவர் அந்தப் பள்ளியின் மூத்த கணித ஆசிரியருமாவார். எனது தாயாரும் அவர்களது சகோதர சகோதரிகளும் அந்-தப் பள்ளியில் படித்து வந்தார்கள். அவர்கள் மிகக் கண்டிப்பான தங்களது தலைமை ஆசி-ரியர் திரு. ரசல் என்பவரைப்பற்றிக் கூறி வந்தார்கள். எனது தாயார் ஹெலன் அவர்களது பள்ளி இறுதி ஆண்டில் அவர் வகுப்பில் கற்று வந்ததையும், அவர்கள் எப்போதும் வகுப்பில் முதன்மையாகத் திகழ்ந்ததையும் சொல்ல நான் கேட்டிருக்கிறேன். அந்த வருட இறுதியில் எனது பெரியப்பா, அவரது இளைய சகோதரன் வில்சனுக்கு தனது மாணவி நல்ல வாழ்க்-கைத் துணையாக அமைவார் என்று எண்ணி அவரைத் தனது தம்பிக்கு மனைவியாக முன்-மொழிந்தார். அதன்படி இரு குடும்பங்களிலுமுள்ள பெரியோர்கள் திருமணப் பேச்சுகளை ஆரம்பித்து, பெண் மாப்பிள்ளையைக் கண்டு திருமணம் உறுதி செய்யப்பட்டது. அதைத் தொடர்ந்து 1952-ல் சேனம்விளையில் எனது தாய்வழி தாத்தா பாட்டி வீட்டில் அவர்களது திருமணம் நடைபெற்றது. பின்னர் எனது பெற்றோர் பாலூரில் எனது தந்தையின் ஊரில் அவரது குடும்ப வீட்டில் பெற்றோரோடு வாழ்ந்து வந்தார்கள். நான் எனது பெற்றோருக்குக் குழந்தையாக, பாலூரில் உள்ள எங்கள் குடும்ப வீட்டில் வளர்ந்து வந்தேன்.

எனது தந்தை ஆண் செவிலியர் படிப்பை முடித்த பின்பு, சவுதி அரேபியாவின் ஆரெம்-கோவில் பணிபுரிந்து திரும்பி வந்து, இந்தியாவின் ஹைதராபாத்திலுள்ள உஸ்மானியா மருத்-துவக் கல்லூரியில் கற்று, தேர்ச்சி பெற்ற மருத்தவரானார். அவர் எங்கள் சொந்த ஊரான பாலூரில் மருத்துவராக தனியார் சேவையில் பணிபுரிந்து, எங்கள் குடும்ப வீட்டில் தாத்தா பாட்டியோடு வாழ்ந்து வந்தார்.

நாங்கள் குழந்தைகளாக வளர்ந்து வந்த நாட்களில் எங்கள் தந்தை அவரது மருந்த-கத்தை எங்கள் வீட்டின் முன் அறையில் அமைத்திருந்தார்கள். அவர் வெளி நோயாளிகள் சிகிச்சைக்காக வரும்போது அவர் அவர்களுக்கு மருத்துவ உதவியும் ஆலோசனையும் வழங்கி வந்தார்கள். நாங்கள் வீட்டின் முன் அறைக்கோ, கூடத்திற்கோ செல்வதற்கு எங்க-ளுக்கு அனுமதி அளிக்கப்படவில்லை. அங்கு இருந்த இரண்டு பெரிய மர அலமாரிகளிலும், ஒரு உயரமான ஷெல்பிலும் பல்வேறு மருந்து வகைகள் வைக்கப்பட்டிருந்தன. சிகிட்சைக்கு

வரும் நோயாளிகளும் அவர்களுக்குத் துணையாக வருபவர்களும் அங்கு வைக்கப்பட்டிருந்த மர பெஞ்சுகளில் அமர்ந்து கொள்ளுவார்கள். அப்போது எங்கள் தந்தை ஸ்டெதாஸ்கோப்-பில் அவர்களைப் பரிசோதித்து, அவர்களுடைய பிரச்சினை என்ன என்று கேட்டு விசாரிப்-பார். அவுன்ஸ் கப்பில் மருந்துகளை ஊற்றிக் கொடுப்பதோடு, அந்தத் திரவ மருந்துகளை காய்ச்சல், இருமல், ஃப்ளூ போன்ற வியாதிகளுக்குத் தேவையானபடி பாட்டில்களில் நிரப்பிக் கொடுப்பார்கள். சிரிஞ்ச் போன்ற உபகரணங்களை அவர் ஸ்பிரிட் விளக்கில் கிருமிகளின்றி சுத்தம் செய்வதையும் நான் கண்டிருக்கிறேன். சிகிட்சைக்கு வரும் குழந்தைகளின் அழு-கைக் குரல் எங்கள் காதுகளில் ஒலித்துக் கொண்டிருக்கும். இரவோ, பகலோ, யாராவது ஒருவர் எப்போதும் மருத்துவ சிகிட்சைக்காக அந்தச் சின்ன மருத்துவ மையத்துக்கு தினமும் வந்து கொண்டிருப்பார்கள். அந்நாட்களில் காணப்பட்ட வழக்கத்தின்படி மருத்துவ சிகிட்-சைக்கு வருபவர்களில் பெரும்பாலானோர் கோழிமுட்டை, கோழிக்குஞ்சுகள், வாழைப்பழம், பலாப்பழம், தேங்காய், முந்திரிப்பருப்பு, பயறுவகைகள் முதலானவைகளையே கொண்டு வரு-வார்கள். பணமாகக் கிடைப்பது மிகக் குறைவு. கடலோரப் பகுதிகளிலுள்ள மக்கள் மருத்து-வக் கட்டணம் மற்றும் மருந்துகளுக்கு மதிப்பாக நல்ல மீன்களைக் கொண்டு தருவார்கள்.

நள்ளிரவு வேளைகளில் யாராவது ஒருவர் எங்கள் வீட்டின் கதவைத் தட்டி மருத்துவ உதவி கேட்பது அடிக்கடி நேரிடும் சம்பவமாகும். எங்கள் ஊரிலும் பக்கத்து ஊர்களிலுமுள்ள மக்கள் பகலிலோ அல்லது இரவிலோ எதிர்பாராமல் ஏற்படும் பிரசவம் அல்லது வேறு ஏதாவது அவசர சுகவீனங்களுக்கான சிகிட்சைகளுக்காக அப்பாவிடம் வருவார்கள். சில சமயங்களில் இரண்டு பேர் மண்ணெண்ணெய் விளக்குகளையும், தீப்பந்தங்களையும் ஏந்திக்-கொண்டு வருவதையும் கண்டிருக்கிறேன். இரவு நேரங்களில் எனது தந்தையும் குழந்தைப் பிரசவத்திற்கோ. அல்லது விபத்து போன்ற அசம்பாவிதமான அல்லது பாம்பு மற்றும் நாய்க்-கடி, அல்லது மூச்சு விட முடியாத நிலைமை அல்லது பூச்சி மருந்துகளினால் நேரிட்ட விஷம் போன்ற அவசரங்களுக்காக கிராமத்திற்குச் செல்வது வழக்கமாயிருந்தது.

1950 மற்றும் 1960-களில் மின்சார வசதி கிடைக்கப்பெறாத அந்த நாட்களில் அநேகர் வந்து என் தந்தையை அவசர உதவிக்காக அழைத்துச் செல்வார்கள். நாங்கள் எங்கள் வீட்-டில் மண்ணெண்ணெய் விளக்கையே பயன்படுத்தி வந்தோம். அவரால் கவனிக்க முடியாத நோயாக இருந்தால் நோயாளிகளை உயர்சிகிட்சை பெற பட்டணத்திலுள்ள பிற மருத்துவர்-களுக்குப் பரிந்துரை செய்வார்.

எங்கள் ஊரிலுள்ள மக்கள் பலர் உடல் ஆரோக்கியம் மற்றும் அதற்கான மருத்துவ வசதிகள் பற்றிய அறிவின்மை, கல்வியின்மை, வேலை இல்லாத நிலை, வீடு வசதி இல்-லாமை, குற்றங்கள், வறுமை,வன்கொடுமை,மேலும் போதுமான வாழ்வாதாரங்கள் இல்லாமை போன்ற காரணங்களால் உடல் நலத்தில் மிகவும் பின்தங்கிய நிலையில் காணப்பட்டார்கள். அவர்கள் வாழ்வு நிலை தொடர்ந்து நீடிக்க, அவர்களுக்கு ஒழுங்கான உடல் பரிசோதனை, உடல்நிலை பற்றிய விழிப்புணர்வு போன்றவைகளை நன்கு வழங்க வேண்டியதாயிருந்தது.

நோய்களை கண்காணிக்கவும், தேவையில்லாதபடி நேரிடும் குறைபாடுகளையும், காலத்-திற்கு முன்னதாகவே ஏற்படும் மரணங்களைத் தவிர்க்கவும் சரியான முறையில் ஆரோக்கியக் கவனிப்பு வழங்குவது அவசியமாகும். இவ்வாறாக எனது ஆரம்ப காலங்களில் நான் கண்ட இந்தக் கஷ்டங்களும், துயரங்களும் எனக்கு படிப்பினையைத் தந்தபோது நானும் ஒரு மருத்-

துவராக வேண்டும் என்றும், சமூகத்திலுள்ள பெண்கள் மற்றும் குழந்தைகளுக்கு உதவி செய்ய வேண்டும் எனவும் தீர்மானித்துக் கொண்டேன்.

•8•

4

என் தாயார் பெல்லாஜி ஹெலன்

செகன்ட்ரி பள்ளி ஆசிரியர் தேர்ச்சி பெற்றிருந்த எனது தாயார் ஒரு அரசுப்பள்ளியில் பணி புரிந்து வந்தார்கள். அவர் ஒரு சிறப்புத் தகுதி பெற்றிருந்த ஆசிரியர் ஆவார். அவர் ஆசிரியையாகப் பணியிலிருந்த போது அவருக்கு அரசாங்கத்திலிருந்து ஒரு கேடயமும், ஒரு மெடலும், சிறப்பு சான்றிதழும் 1988-ம் வருடம் நல்லாசிரியர் விருதும் ஒரு தடவை வழங்கப்பட்டது. அவருடைய பணிக்காலத்தில் ஒரு தடவை அவருக்கு இந்திய அரசாங்கத்-தால் பணமுடிப்பும் வழங்கப்பட்டிருந்தது. எனது தாயார் ஒரு நல்ல ஆக்கபூர்வ ஆளுமை கொண்டவராவார். நான் அவருடைய திறமைகளைக் கண்டு வியந்து போயிருக்கிறேன். நான் வளர்ந்து வந்த போது எனது உடைகளை அவரே தைத்துக் கொடுப்பது வழக்கம். எனது உடுப்புகள், பிற உடைகள், எம்பிராய்டரி தொங்கல்கள் மற்றும் அலங்கார சாதனங்கள் போன்றவைகளையும் அவரே தைத்துக் கொடுப்பார். மேலும் ஆலயப்பணிகளிலும் அவர்-கள் அதிக ஈடுபாடு கொண்டதோடு, ஓய்வுநாள் பள்ளிச் செயல்பாடுகளிலும் அதிக ஆர்வம் காண்பித்து வந்தார்கள். திருச்சபையோடு சம்பந்தப்பட்ட பல பெண்களின் பணித்திட்டங்-ளுக்கு அவர்கள் பொறுப்பு வகித்து வந்தார்கள். அவர்கள் நல்ல தெளிவான எண்ணமும், புன்சிரிப்பு தவழும் முகமும் கொண்டு, எப்போதும் உற்சாகமாக வலம் வருவார்கள். அந்த நாட்களில் எங்கள் ஊரிலுள்ள பெண்கள் அநேகர் அவர்களுக்கிடையில் ஏற்படும் வழக்குக-ளைத் தீர்த்து வைக்க உதவி கோரி என் தாயாரிடம் வருவார்கள். அதனால் என் அம்மா-வுக்கு 'ஊர் நீதிபதி' என்ற பட்டப் பெயரும் இருந்தது.

அந்நாட்களின் வழக்கத்தின்படி பல ஆண்டுகளாக எங்கள் குடும்பங்களில் கூட்டுக் குடும்ப முறையே நடைபெற்று வந்தது. அதன்படி, தாத்தா - பாட்டி மற்றும் என் அப்பா முறையே அவர்களின் சகோதர சகோதரிகள் முதலானோர் ஒரே கூரையின் கீழ் வசித்து வந்தார்கள். வீட்டின் மருமகளே சமையல், வீட்டுப் பராமரிப்பு, வயதானவர்களைக் கவனித்-துக் கொள்வது போன்ற எல்லாப் பொறுப்புகளையும் சுமந்து வந்தார்கள். இவைகள் எல்லா-வற்றையும் அறிந்திருந்த எனது தாயாரும் அவரது திருமணத்திற்குப் பிறகு வீட்டின் எல்லாப் பொறுப்புகளையும் ஏற்றுக் கொண்டார்கள். எனது அத்தை மற்றும் சித்தப்பா ஒருவர் குடும்-

பமாக வீட்டிலிருந்து மாறிச்சென்றது வரையிலும் எனது தாயாரே தாத்தா, பாட்டி எல்லோ-ரையும் அவர்கள் காலம் முழுவதும் பராமரித்து வந்தார்கள். கர்த்தருக்கும், தனது குடும்பத்-திற்கும் தன்னால் இயன்றது வரை எல்லாவற்றையும் செய்து முடித்த எனது தாயார் 2002 வரை வாழ்ந்து, பின்னர் நித்தியத்திற்குள் பிரவேசித்தார்கள்

5

எனது பாட்டி ஆனியின் வாழ்வில் நடந்த ஒரு சம்பவம்

எனது பாட்டி மிக எளிமையான, உற்சாகமான நல்ல சுபாவம் கொண்டவர்கள். அவரது தந்தையார் அருகாமையிலுள்ள பள்ளி யாடி என்னும் ஒரு கிராமத்தில் மருத்துவப் பணி-புரிந்து வந்தார். அந்தக் கிராமத்தில் அவர் நல்ல வசதியோடும் செல்வாக்கோடும் வாழ்ந்து வந்தவர். அப்போதுதான் அவர்களது திருமணம் எனது தாத்தா ஐசக் என்பவரோடு நிச்ச-யிக்கப்பட்டது. இப்போது அவர் ஒரு நற்செய்திப் பணியாளரின் துணைவியானார். அவர், தான் மிக வசதியாக வாழ்ந்து வந்த முன்னாட்களின் நினைவுகளிலிருந்து வித்தியாசமா-னதொரு புதிய வாழ்க்கைக்கு அடங்கிப்போவது அவ்வளவு இலகுவான காரியமாயிருக்க-வில்லை. எனது தாத்தா பின்னாட்களில் தென்னிந்தியத் திருச்சபை (C.S.I) என அறியப்-படும் தென்னிந்திய ஐக்கியத் திருச்சபையின் (SIUC)யின் கீழ் பணிபுரிந்து வந்தார்.

எனது தாத்தா ஐசக் மிக அமைதியான சுபாவம் கொண்டவரும் சுருக்கமான வார்த்-தைகளையே பேசுகிறவருமானவர். வேதவசனத்தை அதிகம் தியானித்து, அதில் அதிகநேரம் செலவழித்து வந்தார். அந்தக் காலத்தில் ஆறாவது படிவம் படித்திருந்த அவர் ஒரு கல்வி பெற்ற மேதாவியாக மதிக்கப்பட்டிருந்தார். ஆறாவது படிவம் படித்திருந்த அவர் கல்லூரிப் படிப்பிற்குத் தகுதி பெற்றிருந்தார். அவர் தன்னைச் சுற்றியிருந்த பிரிட்டிஷாரோடு ஆங்கி-லத்தில் பேசும் திறமை பெற்றிருந்ததோடு நல்ல ஆங்கிலப் புலமையையும் பெற்று அறிவா-ளியாகத் திகழ்ந்தார். என் பாட்டியும் தமிழ் மற்றும் ஆங்கிலம் எழுதவும், படிக்கவும் அறிந்தி-ருந்தார். தண்ணீர் பஞ்சம் உண்டாயிருந்த அந்த நாட்களில் குளங்கள், ஆறுகள், ஊற்றுகள் போன்றவற்றில் குளித்து விட்டு, குடிப்பதற்கு தண்ணீர் எடுத்து வர அவர் 2 மைல்கள் நடந்து செல்ல வேண்டியதாயிருந்தது. எனது பாட்டி அயல்வீட்டிலுள்ள பெண்களோடு நடந்து செல்-வார். அவ்வாறு நடந்து செல்கையில் அந்தப் பெண்கள் தங்கள் அனுபவங்களையும், வீட்டு நிகழ்வு களையும் பரிமாறிக் கொள்வார்கள்.

அவ்வாறான ஒரு நாளில் எனது பாட்டிக்கு ஒரு சவால் ஏற்பட்டது. அவருடைய அந்த சிநேகிதிகளில் ஒருவர் தனது கணவனிடமிருந்து பணத்தைத் திருடி எடுத்துக் கொண்டேன் என்று கூறியுள்ளார்கள். அந்தக் காலத்தில் பெண்கள் பணம் சம்பாதிப்பதற்காக எப்போதும் வீட்டிற்கு வெளியில் சென்று வேலை செய்வதில்லை. பெண்கள் வீட்டிற்கு வெளியில் சென்று வேலை செய்வது பின்னாட்களில் ஆரம்பித்ததொரு காரியமாகும். எனது பாட்டி அயலகத்துப் பெண்கள் கூறியதைக் கேட்டபோது தானும் அந்த மாதிரியாகத் தனது கணவரிடம் திரு-டிப் பார்க்க வேண்டும் என நினைத்துக் கொண்டார்கள். அவ்வாறே தாத்தா தனது ஊழிய வேலைக்காக வெளியே போயிருந்த ஒரு நல்லநேரம் பார்த்திருந்து, அவரது ஒரே கோட்டி-லிருந்த சக்கரத்தை (ஒரு ரூபாய்க்கு இணையான ஒரு நாணயம்) திருடிக் கொண்டார்கள். தாத்தா பக்கத்து ஊர்களில் அடுத்த நற்செய்திக் கூடுகைக்குச் செல்லும் முன்னர் அவரது கோட்டைத் துவைத்து உலர வைக்க வேண்டும். அப்போதுதான் பாட்டி அந்த நாணயத்தை தாத்தாவின் மேலாடையிலிருந்து எடுத்துவைத்துக் கொண்டார்கள். மாலைநேரமான போது வழக்கம் போல தாத்தா ஜெபிக்கச் சென்றார். ஆனால் அவர் சென்று வெகு நேரமானதைக் கவனித்த பாட்டி, பாதி மூடியிருந்த கதவருகில் மெல்லச் சென்று கவனித்தார்கள். அப்போது தாத்தா தனது ஜெப அறையில் விம்மி விம்மி அழுததை அவர் கேட்டார். தனது குடும்-பச் செலவுக்காக மேலாடை பாக்கெட்டில் வைத்திருந்த ஒரு நாணயம் காணாமல் போனதை நினைத்து அவர் தேவனிடம் இரங்கி வேண்டிக் கொண்டிருந்தார். இதைக் கேட்டுக் கொண்-டிருந்த பாட்டி உணர்வடைந்து தனது தவறை நினைத்து மனதுருகி, அவரிடம் அந்த ஒரு சக்கரத்தைத் திரும்பிக் கொடுத்து, அவரிடம் மன்னிப்பு கேட்டுக் கொண்டார்.

6

பாட்டி மோட்சத்திற்குச் சென்றதைக் குறித்த நினைவுகள்

1919 ல் பாட்டியின் ஐந்து பிள்ளைகளுக்குப் பிறகு இளைய மகன் வில்சன் பிறந்த போது பாட்டி மூன்று மணிநேரம் உடலை விட்டுச்சென்று விட்டார்கள். அவரது சரீரம் குளிர்ந்து விட்டதாகவும் அவர் மூச்சுப் பேச்சில்லாமல் கிடந்ததாகவும் சொல்லப்பட்டது. இந்த அவரது சரீரம் அவரது படுக்கையிலேயே கிடந்தது. என்ன நடந்ததென்று ஒருவருக்கும் தெரியாமலிருந்த போது, சில மணிநேரம் கழித்து அவரது சரீரம் உயிர் இன்றி விடப்பட்டது. அதன் உயிர் அவரிடம் திரும்பி வந்தபோது அவர் தனது ஆழ்ந்த உறக்கத்தினின்று எழுந்து தனது பிறந்த குழந்தையைத் தேடினார். இப்போது அவர் உட்கார்ந்து கொண்டிருந்து தனக்கு நடந்த அந்த அனுபவத்தைத் தனது குடும்பத்தாரிடம் கூறினார். அங்கு கர்த்தராகிய இயேசு கிறிஸ்து பிரகாசமானதும் எண்ணிலடங்காத தூதர்கள் நிறைந்திருந்துமான ஒரு இடத்தில் தனது உயர்ந்த சிம்மாசனத்தில் வீற்றிருந்தார். அப்போது இயேசுவே அவருக்குத் தாம் தம்முடைய பிள்ளைகளுக்காக ஆயத்தம் செய்து கொண்டிருந்த இடத்தைச் சுற்றிக் காண்பித்தார். அவருடைய வீடு ஆயத்தமாகிக் கொண்டிருந்த இடத்தைக் கண்டு, பளிங்கு போன்று தெளிவான தண்ணீர்களும் வெவ்வேறு நிறங்களாலான வாசனை கொண்ட மலர்களும் நிறைந்த ஒரு அருமையான தோட்டத்தையும் அவருக்குக் காண்பித்தார். அதோடு வெவ்வேறு விதமான பழங்கள் நிறைந்து குலுங்கிய எண்ணிலடங்கா மரங்களையும் அவர் கண்டார். இந்தப் பொற்றளம் போட்ட வீதியில் அவர் நடந்து சென்றபோது எல்லா வயதினரையும் மிகுந்த மகிழ்ச்சியோடு அவரோடு கண்டு, எனது பாட்டி ஆனந்த மகிழ்ச்சி கொண்ட அனுபவத்தைப் பெற்றுக் கொண்டார்கள்.

அப்போது திடீரென்று இயேசுவிடம் ஒருவித மௌனம் காணப்பட்டது. என் பாட்டி இயேசுவின் முகத்தைக் கூர்ந்து பார்த்தபோது அவர் ஆனந்தக் கண்ணீர் வடித்ததைக் கண்டார். அடுத்த கணம் அவர் கீழே நோக்கியபோது உபத்திரவம் நிறைந்த காட்சிகள் நரக வாயி

லிலிருந்து வெளிப்பட்டதைக் கண்டார். ஆனால் அவர் இயேசுவின் மார்போடு சேர்த்த-ணைத்துக் கொள்ளப்பட்டு, இயேசு அவர்களிடம், 'நீ பூமிக்குத் திரும்பிச் சென்று, அங்குள்ள மக்களிடம் இந்த உபத்திரவம் நிறைந்த இடத்தைத் தெரிந்து கொள்ள வேண்டாம் என்றும், நான் அவர்களிடம் கொண்டுள்ள அன்பை ஏற்றுக்கொள்ள வேண்டும் என்றும் அவர்களிடம் சொல்லு' என்றார். அதற்கு பாட்டி 'சரி' எனக்கூறிவிட்டு, 'நான் அங்கு திரும்பிப் போக விரும்பவில்லை. என்னை இங்கேயே வைத்துக் கொள்ளும்' என்று வேண்டினார். அதற்கு இயேசு இணங்காமல் தமது முகத்தை இறுக்கமாக வைத்துக் கொண்டு, 'இனி, கீழே நோக்-கிப் பார்' என்றார். பாட்டி கீழே உற்றுப் பார்த்த போது அங்கு அவருடைய இளம் குழந்-தையின் பக்கத்தில் அவருடைய உயிரற்ற சரீரம் கிடந்ததைப் பார்த்தார். இயேசு அவளிடம், 'நீ உலகிற்குத் திரும்பிப் போய் உன் குழந்தையை வளர்த்து, அநேகரை எனது இரட்சிப்பின் கிருபைக்குள் கொண்டு வா' என்று கூறினார். அந்த நாளிலிருந்து அவர் என் தாத்தாவோடு இணைந்து சுவிசேஷப் பணியில் பங்கெடுத்துக் கொண்டு, மேலும் 44 ஆண்டுகள் உயி-ரோடு வாழ்ந்து, பின்னர் 1963-ம் வருடம், நான் பத்து வயதாயிருக்கும்போது அந்த மகிமை வீட்டிற்குள் பிரவேசித்தார்கள்.

7

எங்கள் ஊரில் தண்ணீர் பஞ்சம்

அந்நாட்களில் தண்ணீர் பற்றாக்குறை ஒரு பெரிய சவாலாகக் காணப்பட்டது. வீட்டிலுள்ள ஒவ்வொருவரும் ஒரு குடம் நீருக்காக நீர் நிலைகளையும், கிணறு குளங்களையும், நீரூற்-றுகளையும் தேடி சுமார் 4 கிலோ மீட்டர் தூரம் நடந்து செல்ல வேண்டியதாயிருந்தது. குடிப்பதற்கான நீரை நாங்கள் நிரப்பி, வீடுகளில் சேமித்து வைத்தோம். எங்களுக்குக் குடிநீர் ஊரிலுள்ள ஒரே ஒரு கிணற்றிலிருந்து கொண்டு வரப்பட்டது. அதுவும் கோடைகாலத்தில் ஒவ்வொரு வீட்டிற்கும் 2 முதல் 3 குடங்கள் மாத்திரமே கிடைத்தது. குடிநீர் மண்கலங்க-ளில் சேமித்து வைக்கப்பட்டது. அவ்வாறு மண்பானைகளில் நிரப்பி வைக்கப்படும் நீர் நல்ல குளுமையாக இருக்கும் என்றும்,கோடைக்காலத்தில் வெப்பத்தின் தாக்கத்திலிருந்து பாது-காப்பு தரும் என்றும் நான் பின்னர் அறிந்து கொண்டேன். அந்த நீரில் அடங்கியுள்ள கனி-மங்களும் உடல் ஆரோக்கியத்திற்கு உதவுவது மட்டுமல்லாமல் நமது உடலின் குளுகோஸ் அளவையும் பாதுகாத்துக் கொள்கிறது. இவ்வாறாக மண்கலங்களில் வைக்கப்படும் நீர் அமி-லத்தன்மை குறைந்து காரத்தன்மை கொண்டதாகையால் இந்தத் தண்ணீரைக் குடிப்பதினால் சரியான PH காரத்தன்மை நிலையைத் தக்க வைத்துக் கொள்ளவும், உடலின் வளர்சிதை மாற்றத்தை (metabolism) அதிகரிக்கவும் முடிகிறது.

குளிப்பதற்கும், துணிகளைத் துவைப்பதற்குமான நீரை நாங்கள் சுமார் மூன்று கிலோ மீட்டர் தூரம் நடந்து சென்று, குளத்திலிருந்தோ அல்லது நீரூற்றுகளிலிருந்தோ தண்ணீரை மொண்டு வருவோம். அந்நாட்களில் எனது பெரியப்பாவின் பிள்ளைகள் தங்கள் தாயாரோடு நடந்து சென்று, வீட்டிலுள்ள துணிகளைத் துவைத்து, அருகிலுள்ள சுத்தமான புல்வெளிக-ளில் உலர்த்துவார்கள். அவைகள் உலர்ந்த பின் வீட்டிற்கு எடுத்துச் செல்வார்கள். உலர்ந்த துணிகள் ஈரமான துணிகளை விட சுமந்து செல்வதற்கு இலகுவாயிருக்கும். எவ்வளவு நேரம் உலர விடுகிறோமோ அவ்வளவுக்கு அவைகள் இலகுவாகிவிடும். சாதாரணமாக இவ்வாறு வீட்டுத்துணிகளை சலவை செய்வது வாரத்திற்கு ஒருமுறை நடைபெறும். எனது பெரியம்மா ஈரமான துணிகளை புறக்கடையிலுள்ள கொடிகளில் உலர விடுவார்கள். அங்கு ஒரு வைக்-கோல் பந்தல் அமைந்திருந்தது. எங்கள் வீட்டில் மாடுகள் வளர்த்து வந்தோம். அதற்காக

மாட்டுக் கொட்டில் அமைக்கப்பட்டு. பசுவும் கன்றுகளும் அங்கு காணப்பட்டன. சமைய-லுக்கு எரிப்பதற்கான விறகும் அடுக்கி வைக்கப் பட்டிருக்கும். அதற்குப் பக்கத்தில் ஆட்-டுக்கொட்டிலும், கோழிக்கூடும் காணப்படும்.

8

ஹார்மோனிக்கா

எனக்கு நினைவு இருக்கிறபடி நான் பெற்றுக் கொண்ட மிகப்பெரிய விலை மதிப்பு கொண்ட ஒரு வெகுமதி ஹார்மோனிக்கா ஆகும். நான் சில மாதங்களிலேயே ஹார்மோனிக்காவில் பயிற்சி பெற்றுக் கொள்ள முடிந்தது. அதில் ஒரு ஓய்வுநாள் பள்ளிப் பாடலை பாடியி-ருக்கிறேன். எனது பெற்றோருக்கு இசைக்கருவிகளை பயன்படுத்திப் பழக்கமில்லை. நான் ஹார்மோனிக்காவில் இவ்வாறு இசை அமைத்து மீட்டுவதைக் கேட்கும் போது எனது பெற்-றோர் சில சமயம் மகிழ்ச்சியடைவார்கள். ஒருநாள் நான் எங்கள் வீட்டின் பின்புறமுள்ள கொய்யாமரத்தில் ஏறி உட்கார்ந்து கொண்டு வசதியாக ஹார்மோனிக்காவை மீட்டிக் கொண்-டிருந்தேன். அப்போது திடிரென்று மரத்தின் கீழ் எனது தந்தை கையில் பிரம்போடு நின்று கொண்டிருந்தது எனது நினைவில் நிற்கிறது. அவரது கோபமான முகத்தைப் பார்த்து நான் மரத்திலிருந்து இறங்கி வர முயன்ற போது, எனது பாவாடை கிழிந்து நான் மரத்தின் ஒரு கிளையில் தொங்கிக் கொண்டிருந்தேன். பயமும் வெட்கமும் என்னைச் சூழ்ந்து கொள்ள, எனது ஒன்றுவிட்ட சகோதர சகோதரிகள் சுற்றி நிற்க, நான் மிகவும் பரிதாப நிலைக்குள்-ளானேன். ஆனாலும் எனது தீவிரத் தன்மையின் விளைவால் அப்பாவின் கோபத்திலிருந்து எவராலும் காப்பாற்ற முடியவில்லை.

9

எனது உடன்பிறப்புகள்

எங்கள் வீட்டில் நாங்கள் ஐந்து பிள்ளைகள். நான் எல்லாரிலும் மூத்தவள். எனக்கு மூன்று இளைய சகோதரிகள் உண்டு. எனக்கு அடுத்த இளைய சகோதரி பொன்மலர் கிறிஸ்டபெல் (ஜிஜி), அவள் 12 வருடங்கள் மட்டுமே இவ்வுலகில் வாழ்ந்து, கர்த்தரோடு வாழச் சென்று விட்டாள். அவள் எங்களோடு வாழ்ந்த காலம் குறுகியது. ஆனால் அவளைப் பற்றிய இனி-மையான நினைவுகள் எப்போதும் எங்கள் நினைவில் தங்கி நிற்கின்றன.

அதற்கு அடுத்தவர் நிர்மலா கிரேஸ் (சுஜி). அவர் மிக அன்பான குணம் கொண்டவர். கடின உழைப்பும் நல்ல திடமனதும் கொண்ட அவர் இரண்டு குழந்தைகளைப் பெற்று வளர்த்தார். ஆனால் சில நாட்களில் தனது கணவரையும் தனது இரண்டு சின்னக் குழந்-தைகளையும் இவ்வுலகில் விட்டு விட்டு அந்த மகிமை நிறைந்த பரலோக வீட்டிற்குச் சென்-றுவிட்டாள். அந்த சமயத்தில் அந்தக் குழந்தைகள் 6 மற்றும் 10 வயதினராயிருந்தனர்.

இதற்கு அடுத்ததான வரிசையில் வருபவர் எனது இளைய சகோதரர் Dr. ஐசக் சுந்-தர்சென் இவர் சுரேஷ் என வீட்டில் அழைக்கப்படுவார். இவரின் கல்வித்தகுதி M.S. (Ortho), DNA (Ortho), MCH (Ortho) எலும்பு மாற்றி அமைத்தல் (ஜெர்மனி) ஆகும். அவர் மருத்துவப்படிப்பை மேற்கொண்டு, எலும்பு சிகிட்சையில் சிறப்புத் தேர்ச்சி பெற்றிருக்கிறார். அவருக்கு ஒரு மகளும் ஒரு மகனும் உள்ளனர். அவர்கள் இருவரும் மருத்துவப் படிப்பை மேற்கொண்டுள்ளனர். எனது சகோதரன் படித்து பெரிய மருத்துவராகி-யிருக்கிறதை காணும் போது உண்மையிலேயே நான் மிகவும் மகிழ்ச்சி அடைகிறேன். நான் எவ்வாறு மருத்துவக் கனவுகளோடு அதிக ஆவலாகக் காணப்பட்டு, நமது சமூகத்திற்கு சேவை செய்யவேண்டும் என்று நினைத்திருந்தேனோ அந்த வாய்ப்பு எனக்கு வழங்கப்பட-வில்லை. ஆனால் தேவன் என் சகோதரரைத் தெரிந்து கொண்டு, அவரை அநேகரைத் தொட்டுக் குணப்படுத்தும் கரங்களாக உருவாக்கினார். இந்தியா முழுவதிலுமுள்ள இளைஞர், முதியோர் பலர் மற்றும் துபாய், மஸ்கட், மாலத்தீவு போன்ற அயல்நாடுகளிலிருந்தும் பலர் அவர் வழங்கும் சிகிட்சை மற்றும் அறுவை சிகிட்சைக்காக அவரிடம் வருகிறார்கள். அவர் கடின உழைப்பு மேற்கொள்பவர். மிகுந்த அன்போடும் பரிவோடும் காயப்பட்ட நோயாளிக-ளைக் அவர் கவனிப்பதைக் காணும்போது அவரது தியாக உள்ளம் தெளிவாகத் தெரிகிறது.

எங்கள் எல்லோரிலும் இளையவர் ஜிஜி மலர் கிறிஸ்டபெல் தற்போது மாலத்தீவில் (Maldives) வேலை செய்கிறார் (ஜீனா). அவர் ஒரு ஆசிரியராவார். அவர் தாவரவியலில் PG முதுகலை பட்டம் பெற்று M.Ed.-ம் படித்துள்ளார். அவரது கணவர் திரு. சார்லஸ் அவர்களுக்கு இரண்டு ஆண் மகன்கள் உண்டு. அவர்கள் இருவரும் பொறியியல் கல்வி கற்கின்றனர்.

10

எனது விளையாட்டுப் பொருட்கள்

இந்த நாட்களில் நம்மிடம் பலவிதமான விளையாட்டுச் சாமான்களும், நூதனமான கருவிகளும் எலக்ட்ரானிக் சக்தியினால் வேலை செய்யும் உபகரணங்களும் கிடைக்கப் பெறுகின்றன. சில வருடங்களுக்கு முன்பு எனது பிள்ளைகளோடு அமர்ந்திருந்த போது, என் நினைவுகள் எனது குழந்தைப் பருவத்தை நோக்கிச் சென்றது. அந்நாட்களில் நாங்கள் வீட்டைச் சுற்றியுள்ள வளாகத்தில் தேங்காய் மூடி (சிரட்டை), கம்புகள், கூழாங்கற்கள், மணல், சகதி, பச்சை அல்லது கருகிய இலைகள், உலர்ந்த பூக்கள், தண்ணீர் இலை போன்றவைகளைக் கொண்டு விளையாடி வந்தோம். சமையல் செய்து விளையாடுவது, அல்லது ஒரு வகுப்பறையில் ஆசிரியராக பாவனை செய்து விளையாடுவது முதலான விளையாட்டுகள் மிகவும் வேடிக்கையாகவும் ஆர்வம் கொண்டதாகவும் காணப்பட்டன. இம்மாதிரியான விளையாட்டுகளை நான் எனது சகோதர சகோதரிகளோடு மற்றும் ஒன்று விட்ட சகோதர்களோடு விளையாடி மகிழ்வது வழக்கம். இந்தக் காலத்தில் இப்போது நாம் காண்கிறபடி எந்த விளையாட்டுச் சாமான்களும் எங்களிடம் இருந்ததில்லை. என்னோடுள்ள மற்றப் பிள்ளைகள் சைக்கிள் டயரை உருட்டி அதன் பின்னால் ஓடி விளையாடுவார்கள். அதோடு துணிகளைச் சுருட்டி உருட்டி பந்து வடிவத்தில் செய்து அதை வைத்து விளையாடுவார்கள்.

11

காணாமற்போன பொருள் திரும்பக் கிடைக்கப் பெற்றது இன்னும் எனக்கு ஒருவிந்தை தான்

நான் 14 வயதை எட்டிய போது எனது பெரியப்பா எனக்கு ஒரு தங்க மோதிரத்தைப் பரிசாக வழங்கினார்கள். நான் பள்ளியில் 9-வது வகுப்பு படித்துக் கொண்டிருந்த போது அது என் கையில் காணப்பட்டது. போர்டிங் பள்ளியில் ஒரு மூலையில் எனது படுக்கை அமைந்திருந்தது. ஒருநாள் இரவு நான் படுக்கைக்குச் செல்லும் முன்பாக எனது மோதிரத்தைக் கழற்றி எனது படுக்கையின் அருகில் வைத்து விட்டு, பின்னர் அதை மறந்து விட்டேன். அடுத்த நாள் எனது மோதிரத்தைத் தேடியபோது அது அங்கே இல்லை. நான் மிகவும் துக்கமடைந்து, எனது தந்தையார் போர்டிங் பார்வையாளர் கூடத்தில் என்னைக் காணவரும்போது என்ன சொல்வார்களோ என்று நான் பயந்து போயிருந்தேன். போர்டிங் பள்ளியின் விடுதியில் தங்கிப் படிப்பவர்களின் பெற்றோர் மற்றும் உறவினர் வார இறுதியில் பார்வையாளர் கூடத்தில் பலகாரம் மற்றும் வெகுமானங்களைக் கொண்டு வந்து தங்கள் பிள்ளைகளை மகிழ்விப்பார்கள். ஒருசில வாரங்கள் என் கையில் மோதிரம் இல்லாததை என் தந்தை கவனிக்கவில்லை. நானோ அந்தச் சின்ன வயதிலும் தினமும் மோதிரம் கிடைப்பதற்காக ஜெபித்து வந்தேன். கொஞ்சமும் நம்ப முடியாத அதிசயமாக 3 மாதங்களுக்குப் பிறகு, நான் மோதிரத்தை வைத்திருந்த அதே மூலையில் எனது மோதிரத்தைக் கண்டு கொண்டேன். அது இதுவரைக்கும் எனக்கு ஒரு புதிராகவே காணப்படுகிறது.

12

ஓய்வு நாள் ஆசரிப்பு

1960-ல் எங்கள் தாத்தா பாட்டியின் காலங்களிலிருந்தே ஓய்வு நாள் ஆசரிப்பு என்பது ஒரு வித்தியாசமான அனுபவமாகக் காணப்பட்டது. எங்களது ஞாயிறு உணவை பாட்டி முந்தின நாளே சமைத்து வைத்து விடுவார்கள். ஏனெனில் ஞாயிறன்று நாங்கள் எந்த வேலையும் செய்வதில்லை. சமையலறையில் விறகு எரிக்கப்படாதபடியால் சமையலறை புகைப்போக்கி-யிலிருந்து எந்தப் புகையும் எழும்புவதில்லை. அந்த நாட்களில் ஆலயங்களில் ஞாயிற்றுக் கிழமைகளில் காலையும் மாலையும் ஆராதனை நடத்தப்படும். ஓய்வுநாள் பள்ளி, இளை-யோர் கூடுகை, கிறிஸ்தவ பக்தி முயற்சி சங்கம், பெண்கள் ஐக்கிய சங்கம் முதலான நிகழ்-வுகள் எல்லா ஞாயிறுகளிலும் நடைபெறும். அதனால் பாட்டியும் தாத்தாவும் பெரும்பாலும் ஆலயத்திலேயே தரித்திருப்பார்கள். நாங்கள் வளர்ந்து வரும் பிள்ளைகளாதலால் வீட்டி-லேயே தரித்திருந்து பாட்டுப்பாடுதல், வேதவசனங்களை வாசித்தல், ஓய்வு எடுத்தல் மேலும் ஆவிக்குரிய காரியங்களில் மட்டும் ஈடுபட்டு வந்தோம். பாரம்பரியமான பள்ளிக் கடமை-கள் (தேர்வு, பரீட்சை போன்ற) செய்யவேண்டியது இருந்தாலும் நாங்கள் ஞாயிறு அட்-டவணையை வெகு கண்டிப்பாகக் கடைபிடித்து வந்தோம். இந்நாட்களிலும் கூட நாங்கள் எங்கள் வீடுகளில் சமையலை முந்தின நாளே செய்து முடித்து விட்டு, உணவுக்கான காரி-யங்களை ஆயத்தப்படுத்தி விடுவோம். இவ்வாறாக ஞாயிறு சமையலைத் தவிர்ப்பதும் வழக்-கமாயிற்று. நண்பர்களை சந்திப்பது அல்லது அவர்களை வீட்டிற்கு வரவழைப்பது, உறவி-னர்களோடு உறவாடுவது போன்ற காரியங்களும் கூட தவிர்க்கப்பட்டது.

ஓய்வுநாளைப் பற்றி தேவன் கூறுவது, ஏசாயா. 58: 13,14 வசனங்களில் நாம் இவ்வாறு காண்கிறோம். 'என் பரிசுத்த நாளாகிய ஓய்வு நாளிலே உனக்கு இஷ்டமானதைச் செய்யாத-படி உன் காலை விலக்கி, உன் வழிகளின்படி நடவாமலும், உனக்கு இஷ்டமானதைச் செய்-யாமலும், உன் சொந்தப்பேச்சைப் பேசாமலிருந்து, ஓய்வுநாளை மன மகிழ்ச்சியின் நாளென்-றும், கர்த்தருடைய பரிசுத்த நாளை மகிமையுள்ள நாளென்றும் சொல்லி அதை மகிமையாக எண்ணுவாயானால்,

அப்பொழுது கர்த்தரில் மன மகிழ்ச்சியாயிருப்பாய்; பூமியின் உயர்ந்த இடங்களில் உன்னை ஏறியிருக்கும்படி பண்ணி, உன் தகப்பனாகிய யாக்கோபுடைய சுதந்தரத்தால் உன்-னைப் போஷிப்பேன்; கர்த்தருடைய வாய் இதைச் சொல்லிற்று'.

13

வீட்டின் புறக்கடை

நான் ஆரம்பப் பள்ளியில் படித்துக் கொண்டிருந்த போது எங்களைக் கவனித்துக் கொள்-
ளவும் வீட்டு வேலைகளைச் செய்யவும் வேலைக்காரர் இருந்தார்கள். கோழிக்கூட்டிற்குப்
போகும் உதவியாளர்களோடு சேர்ந்து அடைகாத்து முட்டை பொரிக்கும் கோழியின் நடவ-
டிக்கைகளைக் கூர்ந்து கவனிப்பதில் எனக்கு ஆர்வம் இருந்ததால் நான் அதில் அதிச-
யித்துப் போவேன். அடைகாக்கும் கோழி, முட்டைகளின் மேல் நாள் முழுவதும் அமர்ந்து
கொண்டிருக்கும். அவைகள் பொரிப்பதற்காக அப்படியே விட்டு விடப்படும். முட்டைகள்
பொரிப்பதற்கு 21 நாட்கள் ஆகும். இந்த இடைவெளியின் இறுதியில் நல்ல கொழுமையான
முட்டைகள் பொரித்து, கோழிக் குஞ்சுகள் வெளிவரும். முட்டைகள் வளமானதாகக் காணப்-
படாத நிலையில் கோழி முட்டைகளின் மேல் நீண்ட நாட்கள் அமர்ந்திருந்தாலும் அந்த
முட்டைகள் பொரிப்பதில்லை. அடைகாக்கும் கோழிகளின் அறிகுறிகளாவன: அவைகள்
திடிரென ஒருவித தாய்ப்பாசத்தை வெளிவிடும் முட்டைகளின் மேல் அமர்ந்து கொண்டு
அவைகள் வெப்ப நிலையில் தொடர்ந்து காணப்பட, 21 நாட்கள் வரை அதை நன்கு பத்-
திரமாகப் பார்த்துக் கொள்வதில் கவனமாயிருக்கும். பெரும்பாலான விலங்கு வகைகளின்
தாயன்பு, நடத்தை சில சமயங்களில் தீவிரமாகக் காணப்படும். அடைகாக்கும் கோழிகள்
தங்கள் கூட்டை விட்டு உணவுக்காகவோ அல்லது தண்ணீர் குடிக்கவோ மிக அரிதாகவே
வெளியே வரும். கோழிகளுக்கு கோழிக்கூடு கட்டாயமாகத் தேவையில்லை. ஆனாலும்
இரவு நேரங்களில் அடங்கித் தரித்திருப்பதற்கு ஒரு பாதுகாப்பான இடம் தேவை. அவைகள்
மரங்களின் மேல் கூட அமர்ந்திருக்கவும், உறங்கவும் முடியும். ஆனால் அந்த சமயங்களில்
அவைகளுக்குப் பிற உயிர் இனங்களிலிருந்து ஆபத்து ஏற்பட வாய்ப்பு உண்டாகும்.

தொழில்நுட்பம், வாழ்க்கை நிலை போன்றவைகளில் அதிக மாறுதல் காணப்படாதிருந்த
அந்த நாட்களை இப்போது நான் நினைவு கூருகிறேன். அந்நாட்களில் எங்கள் வீட்டிற்கு
எந்த முன்னறிவிப்புமின்றி மதிய உணவு வேளைகளில் திடிரென விருந்தினர் வருவார்கள்.
எனது தாய் மாமா குடும்பத்தினர் சில வேளைகளில் அவ்வாறு வருகை தருவார்கள். கேர-
ளாவில் போத்தன்கோடு என்ற இடத்திலிருந்து அதிகாலையிலேயே புறப்பட்டு, இரண்டு
மூன்று பஸ் மாறி, நடந்து, 90 மைல் தூரத்திலுள்ள எங்கள் வீட்டிற்கு வருவார்கள். அச்சம-
யங்களில் மிக சுவாரஸ்யமான ஒரு காரியம் என்னவென்றால் அவர்களுக்கு உணவு தயாரிப்-

பதாகும். எங்கள் வீட்டில் கோழி வளர்ப்பதால் அவ்வாறு வரும் விருந்தினர்களுக்கு எங்கள் வீட்டில் கோழிக் கறியோடு உணவு வழங்கப்படும். அப்போது பெரிய சவால் என்னவென்றால் சமைக்க கோழியைப் பிடிப்பதாகும். அவைகள் சுதந்திரமாக வெளியே விடப்படுவதால் அவைகளில் ஒன்றைப் பிடிப்பதற்கு நாங்கள் யாவரும் இணைந்து வளைத்துப் பிடிப்போம். அப்போது அது அடுத்த வீட்டு வளாகத்திற்குப் பறந்து சென்றுவிடும். நாங்கள் அடுத்த வீட்டுப் பிள்ளைகளோடு சேர்ந்து அந்தக் கோழியைப் பிடித்து விடுவோம். அதை வீட்டிற்குக் கொண்டு வந்து வெட்டி சமைப்பதற்கான ஆயத்தங்கள் நடைபெறும். எங்கள் அயல் வீட்டிலுள்ளவர்களுக்கு எங்கள் வீட்டிற்கு விருந்தாளிகள் வந்துள்ளார்கள் என்பது நன்றாகவே தெரியவரும். பாடுபட்டு கோழியைப் பிடித்து சுத்தம் செய்து சமைத்த உணவை ஒன்றாக அமர்ந்து உண்ணுவது நாங்கள் எப்போதும் நினைவு கூரும் ஒரு குடும்ப நிகழ்வாகும்.

அந்த உணவை சமைப்பதில் மிக முக்கியமானது என்னவெனில் கறிக்கான மசாலாவைத் தயாரிப்பதாகும். அது ஒரு கடினமான வேலையாகக் காணப்பட்டது. பெரும்பாலும் அந்த வேலை எனக்குக் கொடுக்கப்பட்டது.அம்மிக்குழவியை இருமுனை களிலும் பிடித்துக் கொண்டு அரைக்க வேண்டும்.

இந்த அம்மிக்கல் மற்றும் ஆட்டுக்கல் இருபதாவது நூற்றாண்டின் இறுதியில் மிக்சி, கிரைண்டர் போன்ற அரவை எந்திரங்கள் வந்த பின்னர் காணாமல் போய்விட்டது. மிக்சி வந்த நாட்களிலிருந்து அம்மிக்கல் வீட்டின் ஒருமூலைக்குத் தள்ளப்பட்டு விட்டது. இவ்வாறு நாங்கள் எங்கள் விருந்தினர்களுக்கு கோழிக்கறியும் சோறும் சமைத்துப் பரிமாறுவோம்.

14

கருப்புக் கட்டி எனப்படும் பனைவெல்லம்

எனது தாத்தா பாட்டிமாரும் வீட்டிலுள்ள பெரியவர்களும் உணவிற்குப் பின்னர் ஒரு சின்ன துண்டு கருப்புக்கட்டியை உண்ணும் வழக்கத்தைக் கொண்டிருந்தார்கள். வெயில் கொடூரமாக எரியும் நாட்களிலும் ஒரு துண்டு கருப்புக்கட்டியை உண்டு விட்டு, தண்ணீர் குடித்துக் கொள்வார்கள். எங்கள் வீடுகளில் வேலையாட்கள் தோட்டத்தில் வேலையில் ஈடுபடும்போது அவர்களுக்கும் கருப்புக் கட்டி மற்றும் ஒரு குவளையில் தண்ணீர் எடுத்துக் கொடுப்போம்.

இப்போது நான் பனைமரம் மற்றும் பனை மரத்தில் விளையும் காய் கனிகள் பற்றியும் அதன் உபயோகத்தைக் குறித்தும் சொல்ல விரும்புகிறேன். அந்நாட்களில் எங்கள் வீடுகளைச் சுற்றி பனைமரங்கள் காணப்பட்டன. பனை மரத்திலிருந்து கிடைக்கும் நூங்கு அதன் antioxidant செயல் பாட்டிற்குப் பிரசித்தி பெற்றது. கொலஸ்ட்ராலைக் குறைப்பதும், புற்று-நோயைக் கட்டுப்படுத்துவதும் கூட இதன் குணநலன்களாகும். பனைமரத்திலிருந்து கிடைக்-கும் பதநீரை (அக்காளி எனப்படும்) காய்ச்சுவதும் அன்றாடம் நடத்தப்படும் ஒரு பணி-யாகும். பதநீரை 2அல்லது 3 மணி நேரம் காய்ச்சி, வற்ற வைத்து, கருப்புக் கட்டியாகச் (பனை வெல்லம்) செய்வார்கள். எங்கள் வீட்டில் இந்த வேலை ஒருநாள் விட்டு ஒருநாள் நடைபெறுவதை நான் பார்த்திருக்கிறேன். பனை மரத்தில் ஏறும் பனை மரத் தொழிலாளி இடைவெளியில் வரும் மற்ற நாட்களில் கிடைக்கும் பதநீரைக் கூலிக்கு எடுத்துக் கொள்-வார். பதநீர் காய்ந்து வரும் வேளையில் எழும்பும் வாசனை வீடு முழுவதும் நிரம்பியிருக்-கும்.

பனை மரத்திலிருந்து இறக்கப்படும் பதநீரை வடித்தெடுத்து, ஒரு அகலமான, தடிமனான பாத்திரத்தில் இரண்டு அல்லது மூன்று மணி நேரம் காய்ச்சுவார்கள். பதநீர் ஆவியாகி, இறுகி, பாகு பருவத்திற்கு மாறி பின்னர் திடமாகி விடும். வெயில் கொளுத்தும் மதிய வேளையில் பனைமர ஓலையினால் வேயப்பட்ட ஒரு கூரையின் கீழ் எனது பாட்டியும் பெரியம்மா முதலானோரும் பதநீர் கலவையைக் காய்ச்சி. கிண்டிக் கொண்டேயிருப்பார்கள். இறுகி வரும் பதநீர் பாகினை ஒரு குறிப்பிட்ட வேளையில் அடுப்பிலிருந்து மாற்றி, பின்னர் அந்தப் பாகினை தேங்காய் சிரட்டைகளில் ஊற்றுவார்கள். அந்தக் கலவையின் நிறம்

மஞ்சளாக, லேசான தவிட்டு நிறத்திலிருக்கும் (தற்போது சந்தையில் விற்கப்படும் கறுப்-புநிறக் கருப்புக்கட்டியை விட வித்தியாசமாயிருக்கும்). இவ்வாறு வீடுகளில் கருப்புக்கட்டி உற்பத்தி செய்வது ஒரு குடிசைத் தொழிலாகக் காணப்பட்டது. அது மக்களின் வாழ்வாதா-ரமாக அமைந்திருந்தது. எனது பாட்டி மீதியிருக்கும் கருப்புக்கட்டி பாகில் தண்ணீர் விட்டுக் காய்ச்சி, அதிலிருந்து தேநீர் தயாரிப்பார்கள். அது கருப்பட்டித் தேநீர் எனப்படும். இதை நான் மிகைப்படுத்தி கூறவில்லை. நான் இதுவரை பருகியுள்ள பானங்களில் எல்லாம் இது மிக அதிக சிறப்பான பானம் என நான் சொல்லுவேன். அந்த ருசி இன்னமும் என் நாக்-கில் நின்று நீடிக்கிறது.

15

எனது ஞானஸ்நான தினம்

நான் ஏழு வயதாயிருந்த போது, எனது தாய் வழி தாத்தா பாட்டிமார் மற்றும் என் தாயின் கூடப் பிறந்தவர்கள் ஆலயத்துக்குச் செல்ல ஆயத்தப்பட்டுக் கொண்டிருந்தார்கள். நான் வெள்ளைநிற சர்ட்டின் (satin) துணியில் கழுத்துப் பகுதியிலும் கையிலும் லேஸ் வேலைப்-பாடு செய்யப்பட்ட ஒரு நீண்ட உடுப்பை அணிந்து கொண்டிருந்தேன். எனது கணுக்காலில் வெள்ளியினால் செய்யப்பட்ட கொலுசு எனப்படும் அணிகலன் காணப்பட்டது. அது எனது ஞானஸ்நான தினமாகும். இந்த அழகிய வேலைப்பாடு கொண்ட உடை எனது தாயார் தனது கையால் தைத்ததாகும். அதைச் செய்து முடிக்க அவர்கள் பலமணி நேரம் செலவிட்-டார்கள். அந்த ஞாயிறு நாங்கள் யாவரும் ஆலயம் சென்றோம். எனது பெற்றோர் என்னை ஆலய மேடைப்பகுதிக்கு அழைத்துச் சென்றார்கள். போதகர் தன் முன்னால் வைக்கப்பட்-டிருந்த பாத்திரத்திலிருந்து தண்ணீரை எடுத்து என்மேல் தெளித்து, எனக்கு ஞானஸ்நானம் கொடுத்தார்கள். ஆலயத்தில் ஆராதனை முடிந்த பிறகு எனது பாட்டி, குடும்பத்தார் எல்-லோருக்கும் ஒரு பெரிய விருந்தை ஆயத்தப்படுத்தியிருந்தார்கள். விருந்தினர்களில் எங்கள் ஊர் மக்களும் எங்கள் அயல் வீட்டுக்காரர்களும் உண்டு. அது நான் என் வாழ்வில் மிகவும் நினைவுகூரும் நாளாக அமைகிறது.

16

எனது இளைய சகோதரி ஜிஜியோடு நினைவில் நிற்கும் நாட்கள்

என் இளைய சகோதரி ஜிஜி என்னைவிட மிகவும் சின்னவள். நாங்கள் இருவரும் ஒருவர் மற்றவரின் அருகாமையை மிகவும் விரும்பினோம். நாங்கள் ஒன்றாக விளையாடுவது வழக்கம், ஆனால் காம்பவுண்டுக்குள்ளேயே விளையாட வேண்டும். வெளியே சென்று அடுத்த வீட்டிற்குச் சென்று விளையாடுவது எங்களுக்குக் கண்டிப்பாக அனுமதிக்கப்படவில்லை. இவ்வாறாக நாங்கள் கட்டுப்பாட்டிற்குள் வளர்ந்தபடியால் இருவரும் ஒருவர் மற்றவரின் நட்பைச் சார்ந்திருந்தோம். ஊரிலுள்ள மற்றப் பிள்ளைகளோடு விளையாடச் செல்ல நாங்கள் அனுமதிக்கப்படாதிருந்தபடியால் எங்களுக்கு வேறு நண்பர்கள் எவரும் இல்லாதிருந்தனர். எங்கள் வீட்டைச் சுற்றி ஒரு பெரிய காம்பவுண்ட சுவர் இருந்தது. ரோவர் எனப்படும் ஒரு வெள்ளைநிற நாய் வீட்டின் முன்புறமும், ஜிம்மி எனப்படும் ஒரு தவிட்டுநிற நாய் வீட்டின் பின் பக்கமும் கட்டி வைக்கப்பட்டிருந்தது. ஜிஜி தனது வித்தியாசமான மோட்சம் பற்றிய கனவுகளையும், தூதர்களோடு இணைந்து தான் பாடிய இனிய பாடல்களையும் பற்றிக் கூறி வருவாள். அவள் எப்போதும் இவைகளைக் குறித்துப் பேசி, தனது கனவுகள், தரிசனங்கள் போன்ற அனுபவங்களை என்னிடம் சொல்லுவாள். ஆனால் நான் அவைகளில் அதிகக் கவனம் செலுத்தவில்லை. அது பற்றிய விபரங்களை அவளிடம் கேட்கவில்லை.

17

போர்டிங் பள்ளியில் சேர்ந்தேன்

எனக்குப் பத்து வயதான போது, என் தந்தை என்னை எங்கள் ஊரிலிருந்து 40 கி.மீ தூரத்தில் அமைந்திருந்த நாகர்கோவில் டதி போர்டிங் பள்ளியில், ஆங்கில வழிக்கல்வியில், சேர்க்கத் தீர்மானித்தார். அதைப் பற்றி அவர் என் அம்மாவிடம் கூட கலந்து யோசிக்க-வில்லை என எண்ணுகிறேன். இது எனக்கு மிகவும் வித்தியாசமான ஒரு அனுபவமாகும். ஏனென்றால் நான் மனதளவிலும், சரீர அளவிலும், புத்தியிலும் அவ்வாறான ஒரு மாற்றத்-திற்குத் தயாராயிருக்கவில்லை. இந்த மாற்றத்தை அவர் முன்னமே என்னிடம் பேசியிருந்-தால், என்னை அதற்கு ஆயத்தப்படுத்தியிருந்து நான் மேலும் நன்றாகப் படித்திருக்கலாம். எனக்கு வேறு எந்த மாற்று வாய்ப்பும் இல்லாதிருந்தது. நான் அதற்கு மறுத்திருந்தேனானால் அப்பாவிடம் என்ன எதிர்பார்க்க முடியும் என்று எனக்கு நன்றாகவே தெரியும். ஏனெனில் அவர் ஒரு சர்வாதிகாரி போலச் செயல்பட்டார். என் அம்மாவும் எப்போதும்போல அவரு-டைய தீர்மானத்துக்கு இசைந்து விட்டார்கள். ஒருநாள் எனது டிரங்கு பெட்டியைத் தயார் செய்து, அதில் எனது உடைகளை நிரப்பி. அடுத்த நாளே என்னை போர்டிங் பள்ளி-யில் கொண்டு விட்டார்கள். நான் தனிமை நிலைக்குத் தள்ளப்பட்டு, ஏதும் உதவியற்ற-வள் போலக் காணப்பட்டேன். அந்தச் சூழலில் நான் தண்ணீரிலிருந்து வெளியே எடுத்துப் போடப்பட்ட மீனைப் போன்ற நிலைக்குத் தள்ளப்பட்டேன். சொந்த வீட்டிலிருந்து வெளியே வந்துவிட்டபடியால் அந்த மாறுதல் நேரத்தில் நான் என் வீட்டாரையும் வீட்டையும் குறித்து அதிகத் தேடுதல் உணர்வை அடைந்தேன்.

இவ்வாறு வேறு விதமான ஒரு வளாகத்தில் நான் அமர்த்தப்பட்டு, புதிய அனுபவத்தில் காணப்பட்டபோது, எனக்கு பல்வேறு இடறல்கள் ஏற்படத் துவங்கின - பசியின்மை, சுற்றுச் சூழலின் மேல் எந்தக் கட்டுப்பாடு இல்லாத நிலை மற்றும் என் சொந்த வீடு, என் வீட்-டிலுள்ளவர்கள் அதைச்சார்ந்த அனுபவங்கள் இவை போன்ற நினைவுகள் என்னைச் சுற்-றிச் சுற்றி வந்து எனக்கு மிகவும் மனச்சோர்வைத் தந்தது. இவ்வாறு நான் சுற்றுச்சூழ-லிலிருந்து தனிமைப்படுத்தப்பட்ட படியினாலும், வீட்டிலிருந்து வித்தியாமான காரியங்களில் மனதைச் செலுத்த வேண்டியிருந்ததினாலும், எனக்கு அறிமுகமாயிருந்த மக்களிடமிருந்து

தூரப்படுத்தப்பட்டிருந்தபடியினாலும், ஒருவிதமான மன அழுத்தமும், மனக்கொதிப்பும் ஏற்ப-டத் தொடங்கின. வீடு என்ற அனுபவத்தைச் சார்ந்த அன்பு, பாதுகாப்பு, பராமரிப்பு போன்ற காரியங்கள் எனக்கு மிகவும் தேவையாயிருந்தன.

நாம் யார், என்னவாயிருக்கிறோம் என்பது நமக்குத் தெரியாத நிலையில் உலகின் எந்தப் பகுதியிலும் நாம் நாமாக இருக்க முடியாது. அன்பான, பழக்கமான, பாதுகாப்பான கரங்கள் நம்மைச் சுற்றிக் காணப்பட்டாலும், நமது மனது அமைதியாக இல்லாத நிலையில் எந்த இடமும் பாதுகாப்பாக அமைய முடியாது.

மாலை வேளையாகும்போது சிறிது நரைத்த சுருள் முடியோடு காணப்பட்ட போர்டிங்கின் வார்டன் குமாரி. ஜான் அவர்கள் எங்களை கூட்டிச் சேர்த்து, அங்கு நாங்கள் கடைபிடிக்க வேண்டிய பல்வேறு சட்டங்கள், கட்டளைகள், கால அட்டவணைகள் போன்றவைகளை எங்களுக்குச் சொல்லி வருவார்கள். அந்த போர்டிங் பள்ளியிலிருந்த மொத்த மாணவிகள் சுமார் 100 பேர். 6-வது வகுப்பிலிருந்து 11-வது வகுப்பு வரை படித்துக்கொண்டிருந்த 10 முதல் 16 வயதான மாணவிகள் அங்கு காணப்பட்டனர். நான் அனைவரிலும் சிறியவளா-யிருந்தேன்.

18

டதி பள்ளியில் எனது முதல் நாள்

அடுத்த நாள் 6-வது வகுப்பின் முதல் நாளுக்காக ஆயத்தமாகும் படி நாங்கள் பணிக்கப்-பட்டோம். எனக்கு ஆச்சரியமான காரியம் என்னவென்றால், நான் ஊரில் 5-வது வகுப்பில் படித்துக் கொண்டிருந்தபோது எனக்கு முதல் ஆங்கில வகுப்பு நடந்தது. அப்போது தான் நான் ஆங்கிலத்தின் முதல் மூன்று எழுத்துகளை வாசிக்கவும், எழுதவும் கற்றிருந்தேன். ஆனால் டதி பள்ளியில் 6-வது வகுப்பில் முதல் நாளிலேயே எங்கள் வகுப்பு ஆசிரியை திருமதி ஜாஸி அவர்கள் சூரியக் குடும்பம், கோள்களின் பெயர்கள் போன்றவைகளை கற்றுக் கொடுக்கத் துவங்கினார்கள். அடுத்த வகுப்பு அறிவியல் வகுப்பாயிருந்தது. அதில் வைட்-டமின்கள் A முதல் E வரை, அதன் குறைபாட்டால் விளையும் நோய்கள், அறிகுறிகள் முதலானவைகளைக் கற்றுத் தந்தார்கள். நான் இந்த வேறுவிதமான அனுபவத்தினால் மிக-வும் திகைத்துப் போய், அங்கு கற்றுக் கொடுக்கப்பட்ட பாடங்கள் தலைமுதல் கால் வரை ஒன்றும் புரியாத நிலையிலிருந்தேன். அப்போது என்னை நானே கேட்டுக் கொண்டேன், 'எனக்கு மட்டும் தான் இவ்வாறுள்ளதா?' என்று. என்னைச் சுற்றியும் எந்தப் பரிவும் பாச-மும், எந்த நண்பர்களும் இல்லாமல், நான் அந்தச் சூழலில் இணங்கிச் செல்ல முடியாத நிலையிலிருந்தேன். ஒவ்வொரு நாளைப்பற்றியும் நான் பய உணர்வடையத் துவங்கினேன். போர்டிங் பள்ளியிலும் அங்குள்ள சட்ட திட்டங்களையும், ஒழுங்கு முறைகளையும் கடைபி-டிப்பதில் எனக்குச் சிரமம் ஏற்பட்டது. எனது புரிதலின் தரமும், எனது நோக்கம் தாழ்வான நிலையிலிருந்ததாகத் தோன்றிற்று. பாடங்களைப் புரிந்து கொள்வது எனக்கு மிகவும் கடி-னமாகக் காணப்பட்டது. அப்போது நான் நோயுற்றபடியால் நோயாளி மாணவிகள் தங்கும் அறையில் வைக்கப்பட்டேன். அப்போது சமையலறையில் பணிபுரிபவர்கள் என்னிடம் வந்து விசாரிப்பார்கள். கஞ்சி போன்ற உணவுகளைக் கொண்டு வருவார்கள். மருந்து கொடுத்து உதவுவார்கள். சரீரப் பிரகாரமாகவும், உணர்வு பிரகாரமாகவும் நான் அதிர்ச்சி நிலையிலா-னபடியால் என் வாழ்வில் தனிமை என்ற நிலையை உணரத் துவங்கினேன். பெரும்பாலான நேரங்களில் நான் அழுது கொண்டிருப்பேன். எங்கள் வீட்டைக் குறித்த எண்ணம் மேலோங்கி நிற்கத் துவங்கிற்று. நோயாளி மாணவர் அறையில் இரவு நேரங்களில் நான் கண்ணீரோடு

அழுது கொண்டிருப்பேன், ஏனெனில் எனது இதயம் மிகவும் சோர்வடைந்து காணப்பட்டது.

19

ஆண்டு இறுதியில்

அந்த ஆண்டு இறுதியில் எங்கள் பள்ளியின் முதல்வர் குமாரி எலிசபெத் மேத்யூ எனது தந்தையை அழைத்து, நான் பள்ளியிலும் போர்டிங்கிலும் எதிர்கொண்ட பிரச்சினைகள், சவால்கள் போன்றவைகளை சரியாக எதிர் கொள்ளமுடியாத நிலையையும், பாடங்களைச் சரியாகப் புரிந்து கொள்ளாமலிருந்ததையும் அவர்களிடம் கூறினார்கள். நான் அடுத்த வருடமும் அதே வகுப்பில் தொடர வேண்டும் என்றும் சொன்னார்கள். எனது தந்தை என்னை வீட்டிற்கு அழைத்துச் சென்று, டதி பள்ளியிலிருந்து மாற்றி, திரும்பவும் ஊரிலுள்ள அதே பள்ளியில் படிக்க விருப்பமா என்று கேட்டார்கள். எனது கண்ணீரையும் மன நிலையையும் கண்ட எனது பெற்றோர் இந்தக் கிறிஸ்தவப் பள்ளியிலிருந்து ஊரிலுள்ள அரசு உயர்நிலைப் பள்ளியில் படிப்பைத் தொடர எனக்குத் தெரிந்தெடுக்கும் வாய்ப்பை அளித்தார்கள். இந்த வாய்ப்பு அப்போது எனக்கு உகந்ததாகவே காணப்பட்டது. ஏனெனில் இங்கு கற்றுக் கொடுக்-கும் ஆசிரியர்களில் பலர் எனது தாயாரின் முன்னாள் மாணவர்களாவர். எனது தாயாரும் அதே பள்ளியில் மூத்த ஆசிரியராகப் பணியாற்றி வந்தார். எனது அப்பா ஊரில் ஒரு புகழ் பெற்ற மருத்துவரான படியால் எனது பெற்றோர் அந்த சமுதாயத்தில் எல்லோருக்கும் தெரிந்தவர்களாயிருந்தனர். அவ்வாறான ஒரு சூழலில் எனக்கு ஒரு நல்ல வாய்ப்பு வழங்-கப்பட்டது. ஆனால் ஏதோ ஒரு சில அறியப்படாத காரணங்ளால் நான் அந்த வாய்ப்பை ஏற்றுக் கொள்ளவில்லை. ஆகவே நான் தொடர்ந்து அதே பள்ளியில் பயின்று பள்ளி இறுதி வகுப்பு வரை (11-வது வகுப்பு வரை) படித்தேன். கடினமான சூழலிலும் இளவயது முதலே நான் பின்னோக்கிப் பார்க்கத் துணியவில்லை என்பது எனக்கு ஆச்சரியமாக உள்ளது.

மேலும் நான் போர்டிங்கில் தங்கியிருந்தபடியால் அது எனக்கு ஒரு நேர்மறை அனுப-வமாகக் காணப்பட்டு, நான் விளையாட்டுகளில் ஆர்வம் காண்பிக்கத் துவங்கினேன். நான் வலைப்பந்து, டென்னிக்காய்ட் போன்ற விளையாட்டுகளில் அதிக ஆர்வம் காண்பித்தேன். பள்ளிகளின் இடையில் நடக்கும் போட்டிகளில் நான் டதி பள்ளியின் பிரதிநிதியாகப் பங்-கேற்று, கேடயங்களையும், மெடல்களையும், தகுதிச் சான்றிதழ்களையும் அள்ளிக் கொண்டு வந்தேன். அது அந்தப் பள்ளிக்குப் பெருமை சேர்ப்பதாக அமைந்தது. ஆகவே அதே பள்-ளியில் தொடர்ந்து படித்து ஆறு வருடங்களை அங்கேயே கழித்தேன். நான் ஆங்கிலவ-ழிக் கல்வியிலேயே தொடர்ந்து படித்து எனது உயர்நிலைக் கல்வியை வெற்றியாக முடித்து

உயர்ந்த மதிப்பெண்களையும் பெற்றுக் கொண்டேன். பின்னால் திரும்பிப் பார்க்கும்போது, அப்போது நான் ஊரிலுள்ள பள்ளிக்கே திரும்பி வந்திருந்தால் எனக்குத் தேவையானபடி நான் எதையும் கற்றறிந்திருக்க மாட்டேன். நான் இப்போதிருக்கிற இந்த நிலையையும் எட்-டியிருக்க முடியாது. தேவன் எப்போதும் என்னுள்ளில் கிரியை செய்து, 'நான் என்னவாயி-ருக்க வேண்டுமோ' அவ்வாறே என்னை உருவாக்கிக் கொள்ள வழி வகுத்தார்.

20

தாவணி எனப்படும் பாரம்பரிய உடை

பொதுவாக இளம் பெண்கள் வயது வந்த பிறகு தாவணி அணியும் பாரம்பரியம் இந்நாட்க-ளில் மறைந்தே போயிற்று. அது ஒரு அதிசயமான காரியமாகவே உள்ளது. தாவணி என்பது நீள் பாவாடையுடன் அதற்குப் பொருத்தமான நிறத்தில் மேல் சட்டையும் அதோடு தாவணி எனப்படும் மேலாடையுமாகும். தாவணி அணிவது என்பதன் பொருள் பெண்கள் திருமணத்-திற்குத் தயாராகிவிட்டார்கள் என்பதாகும். இது சுமார் 16 வயதாயிருக்கும் போது நடைபெ-றுவதாகும். அந்நாட்களில் பெண்கள் 16 வயதைத் தாண்டும்போது முழுச் சேலை அணிய வேண்டும். அந்நாட்களில் காணப்பட்ட பற்பல ஆடைகளும் அதற்கு முற்றிலும் வித்தியாச-மானவை.

21

17 வயதில்

எனது முதல் கனவுத் திட்டம் என்னவென்றால், நான் எனது தந்தையைப் போலவே ஒரு மருத்துவராக வேண்டும், அது முடியாத பட்சத்தில் ஒரு செவிலியராகவாவது ஆக வேண்-டும் என்பதாகும். எனது இரண்டாவது முக்கிய ஆவல் என்னவென்றால் ஆங்கிலத்தில் நல்ல புலமை பெற்று, உயர்பட்டப் படிப்பை அதிலேயே மேற்கொள்ள வேண்டும், அதைத் தொடர்ந்து முனைவர் பட்டமும் பெற்றுக்கொள்ள வேண்டும் என்பதாகும். ஆனால் எனது தந்தையோ எனது விருப்பங்களை ஏற்றுக் கொள்ளவும். விரும்பவும் இல்லை. ஆகவே நான் எனது தந்தையின் திட்டத்திற்கு இசைந்து நடக்கத் துவங்கினேன். பள்ளிப் படிப்பை முடித்த பிறகு புதுமுக வகுப்பில் இணைந்து படித்தேன். இதைத் தொடர்ந்து பட்டப் படிப்பை மேற்-கொள்ள வேண்டும். ஆகவே நான் மதுரை பல்கலைக் கழகத்தில் விலங்கியலில் மூன்று வருட பட்டப்படிப்பை மேற்கொள்ள சேர்க்கை பெற்றேன். ஸ்காட் கிறிஸ்தவக் கல்லூரியில் நான் P.U.C. வகுப்பில் சேர்ந்து (1970-ல்) அதைத் தொடர்ந்து மூன்று வருடம் பட்டப்-டிப்பைக் கற்றேன். ஸ்காட் கிறிஸ்தவக் கல்லூரியில் B.Sc. (விலங்கியல்) துறையில் சேர்ந்து விலங்கியல் சார்ந்த வடிவம், கருவியல், பரிணாமம் போன்ற பாடங்களைக் கற்றேன். அவை சூழலியலோடு எவ்வாறு தொடர்பு கொண்டுள்ளன என்பதுவும், அந்தக் கல்வியில் தவளை, எலி, சுறாமீன் போன்றவைகளின் உடற்கூறுகள் அடங்கியிருந்தன. இந்தக் கல்வியை விப-ரமாகப் படிக்க மேற்கொள்ளும்போது அது கடினமானதும், ஆழமானதுமான ஒரு துறைக்-கல்வியாக இருந்தது. நான் ஏன் இவ்வளவு கடினமான வழியை மேற்கொள்ள வேண்டும் என்பது எனக்குப் புரியாததாகவே இருந்தது. கல்லூரியில் விளையாட்டுப்போட்டிகள் ஆரம்-பித்துவிட்டன. போட்டிகளுக்கு விளையாட்டு வீரர்களைத் தேர்வு செய்வதும் ஆரம்பமா-யிற்று. நான் Tennicoit-ல் அதிக ஆர்வம் கொண்டபடியினால் அதன் ஒற்றைப் பிரிவிலும், இரட்டைப் பிரிவிலும் தேர்வானேன். கல்லூரிகளுக்கு இடையே நடந்த போட்டிகளில் நான் கலந்துகொள்ள வேறு மாவட்டங்களுக்கும் செல்ல வேண்டியதாயிற்று. இறுதிப் போட்டிக-ளில் நான் வெற்றி பெற்று, ஸ்காட் கிறிஸ்தவக் கல்லூரிக்காக குழுவாகக் கேடயங்களையும், தனிப்பிரிவில் மெடல்களையும், சான்றிதழ்களையும் கவர்ந்து கல்லூரிக்கு நற்பெயரைச் சம்-பாதித்தேன். எங்கள் கல்லூரி முதல்வர் இதைக் குறித்து மிக மகிழ்ச்சி கொண்டிருந்தார். கல்லூரிப் போட்டிகளிலும் நான் தாராளமாக மெடல்களையும், சான்றிதழ்களையும் வென்றி-

ருந்தேன்.

22

கல்லூரி விரிவுரை கூடத்தில் நான் சுயநினைவிழந்தது

ஒருநாள் கல்லூரி வகுப்பில் பாடம் நடந்து கொண்டிருந்த போது நான் கீழே விழுந்து, சுய-நினைவிழந்து விட்டேன். உடனே என்னை மருத்துவமனைக்கு எடுத்துச் சென்றார்கள். அப்-போது எனக்கு மஞ்சள் காமாலை நோய் பாதிப்பு இருந்தது தெரியவந்தது. நான் ஆபத்தான நிலையை அடைந்து விட்டதாகச் சொல்லப்பட்டது. அதன் பிறகு நான் எங்கள் வீட்டிலேயே என் தந்தையிடம் சிகிட்சை பெற்றேன். நான் இரண்டு மாதங்களில் குணமடைந்தேன். நான் போர்டிங் பள்ளியில் சேர்ந்த பின்னர் அதிக நாட்கள் வீட்டில் கழித்த நாட்கள் இவைகளே. அப்போது நான் 12 வயதான எனது இளைய சகோதரி ஜிஜியின் ஆழ்ந்த அன்பையும் அருகாமையையும் மிகவும் விரும்பிப் பெற்றுக்கொண்டேன். நான் படுக்கையிலிருந்தபோது அவள் பள்ளியிலிருந்து திரும்பி வந்து, என்னோடு தரித்திருப்பாள். அச்சமயத்தில் என் பெற்றோர் இருவரும் தங்களது தனிப்பட்ட வேலைகளில் சுறுசுறுப்பாக இயங்கி வருவார்கள். நான் நன்கு சுகம் பெற அதிக நாட்கள் ஆனபடியால், அவள் என்னை மிக உண்மையான பரிவோடு கவனித்து வந்தாள். ஜிஜி மிக அன்பான, மென்மையான குணம் கொண்டவள். அவளது மோட்சம் பற்றிய அனுபவங்களையும், தூதர்களோடும் இயேசுவோடும் அவளது சந்திப்புகளையும் கேட்பதில் நான் விருப்பமாயிருந்தேன். அவளும் தனது வாழ்வின் அனு-பவங்களை என்னோடு பகிர்ந்து வந்தாள். ஏறக்குறைய 2 மாதங்களுக்குப் பின்னால் நான் எனது பலவீன நிலையிலிருந்து குணமடைந்து மீண்டும் கல்லூரிக்குத் திரும்பினேன்.

23

எங்கள் வாழ்வில் மறக்கமுடியாத இந்த நாட்கள்

கிறிஸ்துமஸ் நெருங்கிக் கொண்டிருந்தது. ஜிஜி 12 வயதை எட்டியிருந்தாள். அவளது பிறந்த நாளில் நாங்கள் ஒன்றாகக் கூடி வந்திருந்தபடியால் மகிழ்ச்சியாக நல்ல உணவை உண்டு களித்தோம். எனது தாயார் அருமையான பிரியாணி உணவை தயாரித்தார்கள். அதன் பின்னால் எனக்கு ஒரு விதமான வினோதமான எண்ணம் உண்டாயிற்று. நாங்கள் எங்கள் புத்தகங்களையும், பிற பொருட்களையும் நல்ல முறையில் அடுக்கி வைத்தோம். அந்த வார இறுதியில் ஜிஜியும் தனது பொருட்களை சுத்தம் செய்து ஒழுங்குபடுத்தினாள். எனது மனதில் ஒருவிதமான இறுதி காலம் என்பது போன்றதும். எதையோ முடித்து வைப்பதுமான உணர்வும் தோன்றிற்று. அந்த சமயத்தில் அதற்கு எந்த அர்த்தமும் புலப்படவில்லை. அவள் தனது விளையாட்டு சாமான்கள் வைத்திருந்த பெட்டியிலிருந்த துணிகள், புத்தகங்கள், கிறிஸ்மஸ் வெகுமதிகள் போன்றவற்றை எடுத்துக் தன்னைப் போன்ற பிற கிராம பிள்ளைகளுக்குக் கொடுத்துவிட்டாள். ஆனால் நான் அவளிடம் எந்தக் கேள்வியும் கேட்கவில்லை. ஆனாலும் எங்கள் வீட்டுப் பக்கத்தில் வாழ்ந்த எளிய குழந்தைகளுக்கு அவைகளை வழங்குவதில் நானும் உதவினேன். வழக்கமாக ஒவ்வொரு ஞாயிறும் வேதவசனம் ஒன்றை நாங்கள் மனப்பாடம் செய்வது வழக்கம். ஞாயிறு ஆராதனைக்குப் பிறகு அந்த ஞாயிறு தினத்தில் நாங்கள் இருவரும் சங்கீதம் 34-லிருந்து வசனங்களைப் படித்தோம். அப்போது ஓய்வுநாள் பள்ளிப் பாடல்களைப் பாடி நாங்கள் சமயத்தைக் கழித்தோம்.

பின்னர் திங்கள் கிழமையிலிருந்து அவளுக்குக் காய்ச்சலும் தலைவலியும் ஆரம்பமாயிற்று. ஜனவரி 5அன்று மாலையில் ஜிஜி அதிக சுகவீனமடைந்தாள். அப்போது அவள் மோட்சத்தைக் குறித்த பாடல்களைப் பாடி, தான் இயேசுவோடு வாழப்போவதைப் பற்றிய பாடல்களையும் பாடத்துவங்கினாள். ஆனால் இவைகளில் எதுவும் என் அம்மாவுக்கோ அல்லது என் சகோதர சகோதரிகளுக்கோ எந்த அர்த்தத்தையும் வழங்கவில்லை. என்

தாயார் அவளிடம் நன்றாயிருக்கிறாயா என்று கேட்டதற்கு அவள் தான் சந்தோஷமாக இருப்பதாகவும், இயேசுவைத் தான் காண்பதாகவும் கூறினாள். அவள் அம்மாவிடம், 'அம்மா, தயவு செய்து அழாதீர்கள். உங்களது கண்ணீர் என்னைத் துக்கப்படுத்துகிறது' என்றாள். பின்னும் அவள் சொன்னது, 'நான் மகிழ்ச்சியாக இருக்கிறேன். என்னை வீட்டிற்கு அழைத்துச் செல்ல இயேசு அங்கே நின்று கொண்டிருப்பதை நான் காண்கிறேன்'. அப்போது என் தந்தை விரைவாக அவளை ஆஸ்பத்திரிக்கு எடுத்துச் சென்றார். ஆனால் எதுவும் அவளை இங்கேயே தரித்திருக்க வைக்க இயலவில்லை. கர்த்தரோடு அவள் சேர்ந்துவிட்டாள். சுமார் இரண்டு மணி நேரத்திற்குப் பிறகு அவள் தனது கண்களை மூடினாள். பின்னர் அவள் கண்கள் திறக்கவேயில்லை. நான் மறுபடியும் ஆழமான வேதனையையும் வெறுமையையும் உணரத் துவங்கினேன். அப்போது தான் வாழ்வு மிகக்குறுகியதும், மாயையானதும் என்பதை நான் உணர்ந்து கொண்டேன். அவளது மரணத்துக்குப் பிறகு வாழ்வைக் குறித்த பல கேள்விகள் என்னிடம் தோன்றின. அவள் தனது கனவுகளை என்னோடு பகிர்ந்து கொள்ள இயலவில்லை. பல மணிநேரம் காய்ச்சல் கொதித்துக் கொண்டிருந்த போது அவள் கர்த்தரோடு வாழச் சென்றுவிட்டாள். இரண்டு நாள் காய்ச்சல், சரீர வேதனை, தலைவலி இவைகளுக்குப் பின்பு அவளுக்கு மூளைக்காய்ச்சல் பாதிப்பு ஏற்பட்டுவிட்டது. மூளை மற்றும் முதுகுத் தண்டு வடத்தைச் சுற்றியுள்ள பாகங்களில் வீக்கம் ஏற்பட்டது. அந்த நாட்கள் அவளது கடைசி நாட்கள் என்றும், கர்த்தர் அவளைத் தன்னோடு எப்போதும் வைத்துக் கொள்ள எடுத்துக்கொள்ளப்போகிறார் என்றும் நான் கொஞ்சம்கூட அறிந்து கொள்ளவில்லை. அவளது அனுபவங்களை அவள் சொல்லியதை நான் கவனித்துக் கேட்டு, அவளுக்கு அதிகக் கவனத்தையும் நேரத்தையும் கொடுத்திருக்க வேண்டும் என நான் மனஸ்தாபப்பட்டேன். என் சகோதரி ஜிஜி பொன்மலர் கிறிஸ்டபெல் மரணமடையும்போது, தற்சமயம் ஜீனா என்று அழைக்கப்படும் எனது மற்றொரு சகோதரி ஆறு மாத கைக்குழந்தையாக இருந்தாள். மரித்துப்போன அந்த சகோதரியின் ஞாபகார்த்தமாக அவளுடைய பெயரையே இந்த சகோதரிக்கும் ஜிஜி மலர் கிறிஸ்டபெல் என்று எனது பெற்றோர் பெயர் சூட்டினார்கள்.

24

சிருஷ்டி கர்த்தரான தேவனின் ஆறுதல்

என் தங்கை ஜிஜியின் காலம் கடந்ததால் துக்கம் எங்கள் இதயங்களை நிறைத்தது. நொறுங்கின இருதயமுள்ளவர்களுக்கு சமீபமான தேவன் மட்டுமே ஆறுதலின் ஒரே ஆதாரம் என்பது எங்கள் யாவருக்கும் நன்கு புலப்பட்டது. தரிசனங்கள், கனவுகள் மூலமாக அவர் ஆறுதலைத் தருகிறார். ஒவ்வொரு வேதனைக்கும் ஈடாக அதைக் குணப்படுத்துகிற தேவன் ஒரு வழியைக் கொண்டுள்ளார். தேவன் அனுமதிக்கும் ஒவ்வொரு வேதனைக்கும் பின்னால் ஒரு காரணமுண்டு என்பதை நான் உணர்ந்து கொண்டேன்.

என் தங்கை ஜிஜியின் மரணத்தினால் என் தாயார் மிகுந்த வேதனையை அனுபவித்து வந்தார்கள். அதனைத் தொடர்ந்து அவர்கள் படுக்கையிலானார்கள். அந்நாட்களில் அவர் கண்ட இணையற்ற கனவுகள் அவர் கைகளிலேயே மரித்துப் போன அவரது மகளைக் குறித்த வேதனையின் நினைவுகளில் ஒரு புதிய பார்வையை வழங்கியது. அந்தக் காட்சி இவ்வாறிருந்தது. என் தாயார் ஒரு ரோஜா மலர் தோட்டத்தில் நின்று கொண்டு அழகிய அந்த மலர்களை ரசித்துக் கொண்டிருந்தார்கள். குறிப்பிட்ட ஒரு ரோஜா மலரை என் தாயார் பார்த்துக் கொண்டேயிருந்தார்கள்.

திடிரென ஒரு கை அங்கு தோன்றி அம்மா பார்த்துக் கொண்டிருந்த அந்த ரோஜாவைப் பறித்தது. அப்போது அவர் இவ்வாறு கேட்கத் துவங்கினார், 'இந்த அழகிய ரோஜா மலரை ஏன் பறித்தீர்கள்?' தோட்டத்தில் தோன்றிய அந்தக் கை அந்தத் தோட்டக்காரருடையதாய் இருந்தது. தோட்டக்காரர் சொன்னார், 'நான்தான் தோட்டக்காரர். இந்த மலர் எனக்கு வேண்டும்.' அப்போது அந்தக் கனவு முடிந்து போனபடியால் என் தாயார் தன் மகளைத் தோட்டக்காரன் கையில் விட்டுக் கொடுக்க ஆயத்தமானார். அவரே இந்த பிரபஞ்சத்தைப் படைத்தவர். அவரிடமே இந்த பூமி மற்றும் பரலோகத்திற்கான இறுதித் திட்டங்கள் உள்ளன. இவ்வாறு என் தாயாரின் இருதயத்திலும் சிந்தையிலும் ஒரு பெரிய ஆறுதலும் தேறுதலும் நிறைந்து, அவர் வாழ்க்கை முழுவதும் நீடித்தது.

25

குடும்பத்தின் பெண் பிள்ளைகள், பாலின வேறுபாடு

ஒரு பெண்ணை ஒரு ஆணிடமிருந்து பிரித்துப் பார்க்கும் காரணி பொருளாதார பலன் மற்றும் செலவுகள் என்பதன் அடிப்படையிலேயே அமைந்துள்ளது. என் சொந்த ஊரிலுள்ள மக்களிடம் பெண் பிள்ளைகள் ஆண் பிள்ளைகளுக்கு சமமாக அங்கீகாரம் பெறமுடியாது என்பதான மனநிலை காணப்படுகிறது. நான் இந்தப் பொருளில் பல ஆய்வுகள் செய்துள்-ளேன். அதன் மூலம் கிடைக்கப் பெற்ற வெளிப்பாடுகள் ஆண்டாண்டு காலமாக நடைமு-றையில் உள்ளதும், இன்றும் தொடர்ந்து கொண்டிருப்பதுமான மனநிலையையே காட்டிற்று. பெண் சிசுக் கொலை எனப்படும் செயல் நம் நாட்டில் குற்றமாகக் கருதப்பட்டு, அதற்கு முக்கியத்துவம் வழங்கப்படுவதாயிருந்தாலும், முக்கியமான ஆதாரங்களும் சரிவர கிடைக்கப் பெறாத காரணத்தால் இந்தக் குற்றத்தின் மேல் கடுமையான நடவடிக்கை எடுக்கப்படுவ-தில்லை. பெண் சிசுக்கொலை செய்வது, கர்ப்பத்தில் பெண் சிசுவைக் கலைத்துப் போடுவது போன்றவைகள் நம் இந்திய நாட்டில் பாலின சமநிலை காணப்படாததையே குறிக்கிறது. ஆகவேதான் ஒரு பெண்ணை ஒரு ஆணினின்று பிரித்துப் பார்க்கும் பார்வை பொருளாதார பலன் மற்றும் செலவுகள் என்பதின் அடிப்படையிலேயே அமைந்து, ஒரு வீட்டில் பெண்-பிள்ளைகளின் பங்கை சமூக அளவில் நிர்ணயிக்கிறது. பெண்கள் சொல்லப்படும் அளவில் வருமானத்தைக் கொண்டு வருவதில்லை. ஆனால் அவர்களின் ஆண் துணைவர்கள் தங்-களது தொழிலின் மூலமாகவும், திருமணத்தின்போது பெறப்படும் வரதட்சணையின் மூலமா-கவும் சம்பாதிக்கும் திறனை அதிகமாகப் பெற்றுள்ளார்கள். மேலும் பெண்கள் பணத்தையோ வர்த்தக பலன் கொடுக்கும் பொருளையோ பெற்றுக் கொள்ளும் திறனையோ கொண்டிருக்-கவில்லை என மதிக்கப்படுகிறார்கள். ஏனெனில் வீட்டுச் செலவுகளை சமநிலைப் படுத்த பணம் தேவையாயிருக்கிறது.

இவ்வாறு ஒரு பெண்ணைப் பொருளாதார ரீதியில் மதிப்பிடும் போது அவளது மதிப்பு குறைந்து போய், அவள் ஒரு வணிகப் பொருளாகவோ அல்லது ஒரு மூலதனமாகவோ மதிக்கப்படுகிறாள். இதன் மூலமாக பெண்மக்களும், பெண் மருமக்களும் எந்த விலையும் பெறாதவர்களாக நினைக்கப்படுகிறார்கள். இந்தக் காரணிகளைக் கருத்தில் கொள்ளும்போது பெண்கள் சமூகத்தில் குறைந்த மதிப்புடன் வாழ்ந்து வருவது புலப்படுகிறது. எனது ஆய்வின் இவ்வாறான கண்டுபிடிப்புகள் சரியென்றே தோன்று கிறது.

26

என் தந்தையிடமிருந்து நான் விரும்பிய அன்பினை பெற இயலவில்லை

நான் எவ்வளவு கடினமாக உழைத்து நல்ல மதிப்பெண்கள் பெற்று வந்தாலும் என் தந்தை அதில் திருப்தி அடையாதவராகவே காணப்பட்டதால் நான் அவரிடமிருந்து அதிகமாக தூரப்படுத்தப்பட்டதாக உணர்ந்தேன். வீட்டுக் காரியங்களிலும் நான் கடினமாக உழைத்துள்-ளேன். சக்திக்கு மிஞ்சியே பணி செய்வேன். நான் எப்போதும் அவருக்குக் கீழ்ப்படியா-மலிருந்ததில்லை. ஆனாலும் கடைசி வரை எனக்கு அவரிடமிருந்து நல்ல ஒத்துழைப்பு கிடைக்கவில்லை. ஒரு தந்தை தன் பெண்பிள்ளைகளிடம் காட்டும் அன்பை நான் காண நேரிடும்போது, அவர்கள் எவ்வாறு தங்கள் அன்பைப் பரிமாறிக் கொள்கிறார்கள் என்பதைக் காணும் போதெல்லாம் ஒரு பெண் குழந்தை தனது மதிப்பையும் சமூகத்திலுள்ள தனது நிலைப்பாட்டையும் கண்டு கொள்கிறது என்று நான் நினைக்கிறேன். என் பரலோகப் பிதா-வின் அன்பை நான் கண்டு கொண்டபோது தந்தைப் பாசம் என்பதின் பொருளை நான் உணர்ந்து கொண்டேன். அவ்வாறான ஒரு பாசத்திற்காக நான் ஏங்கினதுண்டு. அவரிட-மிருந்து ஒரு ஏற்பு கிடைக்கும் என்று நான் எதிர்பார்த்துக் காத்திருந்தேன். ஓய்வு நாள் பாடசாலையில் இயேசு நமது பரலோகப் பிதா என்று சொல்வதைக் கேட்கும்போது அதைப் புரிந்து கொள்ள நான் மிகவும் கஷ்டப்பட்டேன். அது வேறு ஒருவரின் காரியம் என்று நான் நினைத்திருந்தேன். அந்த தெய்வீக அன்பை ஒரு போதும் இவ்வுலகத் தந்தையின் அன்போடு ஒப்பிட்டுப் பார்க்க முடியாது என்பதை அறிந்து கொண்டேன். அவ்வாறான ஒரு காரியம் என் ஆண்டவர் என்மேல் ஊற்றியுள்ள அவரின் மட்டில்லாத அன்பை எடுத்துப் போடவில்லை என்பதை நினைத்து நான் ஆண்டவரைத் துதிக்கிறேன். அவர் எனக்கு மிக-வும் சிறப்பானவைகளை அருளினார். ஏனெனில் நான் மிக உன்னதமானவரின் மகளாகும்.

எனக்கு எந்தக் குறைவுமில்லை

DR. MRS. ஆனி டேவிட்

எனக்கு எந்தக் குறைவுமில்லை

27

எனது B.Sc. இறுதித் தேர்வு

நான் தொடர்ந்து எனது படிப்பை மேற்கொண்டேன். ஆனால் இப்போது இது முன்பு போல அல்லாமல் நல்ல மதிப்பெண்கள் பெறுவது மிகக் கடினமாகவே காணப்பட்டது. அந்த நாட்கள் மிகவும் குழப்பம் நிறைந்த நாட்களாகும். நான் பல உறக்கமில்லாத இரவுகளைக் கழித்தேன். என் தங்கை எங்கு சென்று விட்டாள் என்ற நினைவுகள் என்னைச் சூழ்ந்து நின்றன. அவளது இழப்பு என்னை மிகவும் பாதித்தது. அது கல்லூரியின் தேர்வு நேரமாக இருந்தது. என்னால் பாடங்களில் கவனம் செலத்த முடியவில்லை. என் வீட்டு நினைவுகள் வரும் போதெல்லாம் எனக்கு அமைதியில்லாதிருந்தது. அப்போது நான் கல்லூரி விடுதியில் தங்கியிருந்தேன். எனது நினைவுகள் என் பெற்றோரோடும். என் சகோதர சகோதரிகளோடும், எங்கள் வீட்டைச் சுற்றியும் நிறைந்திருந்தன. நான் வருட இறுதித் தேர்வை நெருங்கி விட்டேன். எப்போதும் போல நான் இயன்றவரை தேர்வை நன்றாகவே எழுதினேன். 1974-ன் கல்வி ஆண்டு இறுதியில் நான் எனது பட்டப்படிப்பை முடித்து, தேர்ச்சி பெற்றேன். ஆனால் அதிக மதிப்பெண்கள் கிடைக்கவில்லை. தேவையான சராசரி மதிப்பெண்கள் மட்டுமே பெற்று எனது அடிப்படைக் கல்வியை நான் நிறைவு செய்தேன். எனது பழைய நினைவுகளை நான் திரும்பக் கொண்டு வரும்போதெல்லாம் தீர்வு காணமுடியாத சில உண்மைகள் என் வாழ்வின் நினைவுகள் எனும் துணியினூடே ஒரு மெல்லிய கருப்பு நூல் ஊடுருவிச் சென்றது போன்று என் வாழ்க்கையினூடே ஊடுருவிச் சென்றதை நான் உணர்ந்தேன்.

எப்படியும் நான் என் வாழ்வின் கடிவாளத்தைப் பிடித்துக் கொண்டு வாழ்வின் நிலைகளைக் கட்டுப்படுத்திக் கொள்ள முடியாமலிருந்தேன். நான் தேவனிடம் கேள்விகளைக் கேட்டேன். இந்தக் காரியங்களை ஆழ்ந்து சிந்தித்தேன். பல காரியங்களைக் காணும்போது அதிசயித்து நின்றேன். என்னோடு பிறரை ஒப்பிட்டுப் பார்க்கும்போது எனக்கு நடப்பது நியாயமல்ல என்ற உணர்வு என்னில் மேலோங்கி நின்றது. மிக மோசமான. கசப்பான, வேதனை நிறைந்த அனுபவங்களில் நான் ஆழ்ந்து போவது வழக்கமாயிருந்தது. அதிலிருந்து வெளியே வரமுடியாதிருந்தது. எனது சொந்த விருப்பங்களின் முயற்சிகள் எல்லா மட்டத்-

திலும் என்னைத் தோல்வியடையச் செய்தன. நான் ஒரு பொறியில் மாட்டிக் கொண்டி-
ருப்பதாக உணர்ந்து கொண்டேன். என்னைச் சுற்றியுள்ளவர்கள் பலர் தங்களது ஆசைகள்,
விருப்பங்களின்படி செய்வதையும். தங்களுக்கு விருப்பமானவைகளைத் தெரிந்து கொள்வ-
தையும் காணும்போது நான் சில சமயங்களில் இடறலடைந்தேன்.

இவ்வாறு காலங்கள் கடந்து சென்றபோது உண்மை என்ன? என்பதை நான் புரிந்து
கொண்டு, அதனைக் கட்டுவிக்கும் காரணியையும் கண்டு கொண்டேன். 'அன்றியும் அவரு-
டைய தீர்மானத்தின்படி அழைக்கப்பட்டவர்களாய் அவரில் அன்பு கூருகிறவர்களுக்கு சகல-
மும் நன்மைக்கு ஏதுவாக நடக்கிறதென்று அறிந்திருக்கிறோம்' - ரோமர்.8:28.

28

என்ன ஆனந்தம்! நான் தேவனுடைய குடும்பத்தில் இணைக்கப்பட்டேன்

ஆண்டவர் நம் வாழ்வில் எந்த வேதனையையும் விட்டு வைப்பதில்லை. நான் என்னை இதுவரையும் ஒரு பாவி என்று ஒரு போதும் எண்ணியதில்லை.இயேசுவின் மன்னிப்பு எனக்-குத் தேவை என்றும் நான் எண்ணியதில்லை. நான் ஒரு நல்ல பெண், பாவம் எதுவும் செய்யவில்லை என்பதான எண்ணப்போக்கே என்னிடம் குடிகொண்டிருந்தது. நான் ஆலயத்-துக்கு ஒழுங்காகச் சென்று ஆராதனைகளில் தவறாது கலந்து வருவதால் என்னை நல்லவள் என்றே நான் நினைத்துக் கொண்டேன். கல்லூரியிலும் எனக்கு நல்ல பெயர் இருந்ததால் எனது முன்னோர், பெரியவர் முதலானோர் செய்து வந்த நல்ல காரியங்களைக் குறித்து நான் பெருமைபட்டுக் கொண்டேன். என்னிடம் பெருமை உணர்வும் அளவுக்கதிகமாக குடிகொண்-டிருந்தது. இரத்தம் வழிந்தோடும் பாதங்களைக் கொண்ட சாது சுந்தர் சிங் என்பவரைப் பற்றிய நூலைப் படித்தபோதும் நான் சுமார் 4 வயதாயிருந்த போது நான் கண்ட சொப்-பனமும் எனக்கு நினைவுக்கு வருகிறது. எனது குழப்பம் நிறைந்த மனதில் நித்தியம் என்ப-தைக் குறித்த நம்பிக்கையை விரைவாகப் பெற்றுக் கொள்ளவேண்டும் என்று நான் ஆவல் கொண்டு, அதை விரைவாக அறிந்து கொள்ள ஆவலாயிருந்தேன். எனது தங்கை அவள் மரித்து கர்த்தரின் சமூகத்தைச் சென்றடைவதற்கு முன்பு என்னுடன் பகிர்ந்து கொண்ட அற்-புத அனுபவங்கள் என்னைக் குடைந்தெடுத்தன. எனது சகோதரியின் கனவுகளையும் தரி-சனங்களையும் நான் எப்போதும் ஆழ்ந்து சிந்தித்ததில்லை. பரலோக தூதர்கள் அவளோடு பாடித் துதித்து. விளையாடினதையும், அதைப்போன்ற மேலும் சில காரியங்களையும் என்-னிடம் விவரித்துக் கூறியிருந்தாள். இந்த நிகழ்வுகள் எனக்கு எந்தப் பொருளையும் தெரி-விக்கவில்லை. ஆனாலும் 12 வயதில் அவள் தன் வாழ்வில் மாதிரியாகக் காட்டிய அந்த சமாதானத்தையும், மகிழ்ச்சியையும் இப்போது நான் என் நினைவில் கொண்டுள்ளேன்.

எனக்கு நித்தியத்தைக் குறித்த நம்பிக்கை இல்லையோ என்ற எண்ணங்கள் என்னைக் கலங்கடித்தது. ஆகவே நான் எனது பிரச்சினைக்கு ஒரு முடிவு காணத் தீர்மானித்தேன். அது என்னை மேலும் மேலும் வாட்டியது. உபவாசம் செய்து ஜெபிப்பதை விட வேறு எந்த ஒரு வழியும் எனக்குப் புலப்படவில்லை. என் மனதில் போராடிக் கொண்டிருந்த இந்தக் காரணங்களுக்காக நான் முதல் முறையாக மூன்று நாள் உபவாசித்து ஜெபித்தேன். ஒவ்-வொரு நாளும் நான் எனது மனதை நிலைப்படுத்த வேண்டி போராடி ஜெபிப்பேன். எனக்-குச் சமாதானம் அருளவும், எனக்கு மோட்ச வாழ்வைத் தரவும் நான் கர்த்தரிடம் கெஞ்-சினேன். அப்போது எனக்கு எந்த விடையும் கிடைக்கவில்லை. அவ்வாறாக மூன்றாவது நாளை நான் எட்டியபோது மிகவும் பயந்து குழப்பமடைந்தேன். மூன்று நாட்கள் நான் எந்த உணவும் தண்ணீரும் இன்றி உபவாசித்து ஜெபித்ததால் என் கண்கள் மங்கலடைந்து. நான் காது கேளாதவள் போலானேன். நான் மிகவும் பயந்து, எனது இதயம் வேகமாகத் துடிக்க ஆரம்பித்தது. 'நான் மோட்சம் செல்ல வேண்டும்' என்பதையே திரும்பத் திரும்பச் சொல்-லிக் கொண்டிருந்தேன்.அந்த நினைவுகளை நான் திரும்பக் கொண்டு வருகையில் அப்போது பகல் 12 மணி வேளையாயிருந்தது. எனது பலத்தை எல்லாம் ஒன்று திரட்டி நான் மெல்லப் பேசினேன். 'நான் இப்போது மரித்துப் போனால் நான் மோட்சம் போக வேண்டும். இதைவிட மேலாக ஏதுவும் சொல்ல எனக்குத் தெரியவில்லை. என்னால் எழும்பி காலூன்றி நிற்கவும் பெலன் இல்லாதிருந்தது. நான் உதவியற்ற நிலையில் தரையில் கண்களை மூடிக்கொண்டு படுத்திருந்தேன்.

ஒரு சில வினாடிகளுக்குள்ளேயே நான் மாற்றத்தைக் கண்டு கொண்டேன். எனது ஆவியின் ஆழமான அனுபவத்தில் நான் எனது பாவங்களைப் பற்றிய உணர்வை அடைந்-தேன். நான் திரும்பவும் அழுது கொண்டிருப்பதாகக் கண்டேன். கரும்பலகை போன்ற ஒன்று என் முன்னால் தோன்றியது. அதில் எனது பாவங்கள், சிறுவயதிலிருந்து நான் அறிந்தோ, அறியாமலோ செய்த பாவங்கள், தவறுகள் முதலானவை யாவும் அதில் தோன்றின. எனது பாவங்களின் உண்மைத்தன்மையை நான் கண்டபோது நான் கசப்பான உணர்வோடு அழுது புலம்பினேன். உண்மையான மனதோடு நான் எனது பாவங்களுக்கு மன்னிப்பு வேண்டி நின்-றேன். நான் திகிலடைந்திருந்தபடியால் தேவ உதவிக்காகத் திகைத்து நின்றேன். என் வாழ்-வில் முதல் முறையாக நான் மன்னிப்பு வேண்டி நின்றேன். எனது எல்லாப் பாவங்களையும் இயேசு தாமே ஏற்றுக் கொண்டு, அவைகளைக் கழுவிச் சுத்திகரிக்க வேண்டினேன். அற்-புதமான விதத்தில் கரும்பலகையில் காணப் பட்டவைகள் காணப்படாமற் போயின. மேலும் சில பாவங்கள் அதில் தோன்றின. அப்போது நான் எனது பாவங்களுக்காக மிகவும் துக்கப்-பட்டு. அவைகளை ஒன்றன்பின் ஒன்றாக அறிக்கையிட்டேன். கர்த்தர் இயேசுவின் கிருபை நிறைந்த இரத்தம் அவைகளை அழித்துப் போட்டது. நான் அற்புத விடுதலை உணர்வைப் பெற்றுக் கொண்டு, அந்த நிலையில் கர்த்தர் இயேசுவின் புதிய தொடுதலை என் வாழ்வில் உணரத் தொடங்கினேன். அப்போது நான் வெற்றி கண்டு, எனது எல்லாச் சந்தேகங்களும் மாறத் தொடங்கினதை உணர்ந்தேன். இறுதியில் நான் எனது பாவங்களின் பாரங்களிலி-ருந்து விடுதலை பெற்றுக் கொண்டேன். இயேசு கிறிஸ்து வழங்கும் பாவமன்னிப்பே நான் என் வாழ்வில் ஏங்கிக் காத்து நின்ற விடுதலையை அருளியது. எனது எதிர்கால நம்பிக்கை அப்போது என்னில் விளங்கி என்னை அமைதியடையச் செய்தது.

1 கொரிந்தியர். 5 : 17-'ஒருவன் கிறிஸ்துவுக்குள் இருந்தால் புதிய சிருஷ்டியாயிருக்கி-றான். பழையவைகள் ஒழிந்து போயின. எல்லாம் புதிதாயின'. அந்நாளிலிருந்து இயேசுவே எனது வாழ்வின் அதிபதியானார்.

29

கிறிஸ்துவுக்குள் எனது புதிய வாழ்வின் சவால்கள்

நான் கிறிஸ்துவுக்குள் எனது புதிய வாழ்வை ஆரம்பித்த போது ஒரு சில சவால்களை சந்திக்க நேர்ந்தது. எனது பெற்றோர் என்னையும் எனது நடத்தைகளையும் கவனிக்கத் துவங்கினார்கள். எனது தாயாருக்கும் எனது நடவடிக்கைகள் வித்தியாசமாகத் தோன்றின. எனினும் என் வாழ்வைக் குறித்த எனது எதிர்நோக்குகள் அவர்களை சிந்திக்க வைத்தன. என் தாயார் என்னிடம் சில கேள்விகளைக் கேட்டதோடு, அவர் தனது வாழ்வையும் புதிதாய் பிறந்த இரட்சிப்பின் அனுபவத்துக்குத் தன்னையும் ஒப்புக் கொடுத்தார்கள். அவர்கள் என்னை வித்தியாசமான கண்ணோட்டத்தில் காணத் துவங்கினபடியால் நானும் என்னைச் சுற்றியுள்ள உலகைப் புதிய பார்வையுடன் காணத் துவங்கினேன். வேதவசனங்கள் எனக்கு மிகவும் ஆறுதலாக இருந்தன. கர்த்தருடைய வார்த்தைகளை வாசிப்பதும் தியானிப்பதும் தவிர்க்க முடியாத பசியாகவும், தாகமாகவும் இருந்தன. ஏன்னை கர்த்தரும் தமது கிருபையினால் வேதத்தின் மறைப்பொருள்களையும், இரகசியங்களையும் எனக்கு வெளிப்படுத்தத் தொடங்கினார். நான் ஒரு கண்ணாடியின் வழியாகக் காண்பது போல என்னைத் தெளிவாகக் காண முடிந்தது. கிறிஸ்துவில் எனது புதிய வாழ்வில் நான் அதிகமாக ஈர்க்கப்பட்டேன். சோதனைகளை தூரமாக விலக்கி, கிறிஸ்துவுக்குள் ஒரு வெற்றி வாழ்க்கை வாழ எனக்கு வல்லமை தேவையாயிருந்தது. எதிர்பார்க்க முடியாத அளவில் கர்த்தர் என்னை மகிழ்ச்சியினால் நிரப்பத் துவங்கினார். எனது ஆரம்ப வயதில் நான் கண்ட அந்தக்கனவுடன் நான் என்னை சம்பந்தப்படுத்திக் கொள்வது அப்போது சாத்தியமாயிற்று. இப்போது கிறிஸ்து இயேசுவில் எனது வாழ்வில் எந்தப் பிரச்சனையும் இல்லை. எனது துக்கங்களும் அலைச்சல்கள் யாவும் நன்மைக்காகவே என்று எனக்கு புலப்படத் துவங்கியது. பலவிதமான சோர்வுகளினால் என்னை பலவீனப்படுத்திய எதிரியை எதிர்த்து ஒவ்வொரு நாளும் நான் போரிட வேண்டியதாயிற்று.

எனது இந்தப் 'புதிய வாழ்வு' எனது தந்தைக்கு சற்றும் விருப்பமில்லாததாகக் காணப்பட்டு, அவர் எனது ஆவிக்குரிய அனுபவங்களை நான் கட்டுப்படுத்திக் கொள்ளவும், பேசாமல் அமர்ந்திருக்கவும் என்னை எச்சரிக்கத் தொடங்கினார். நான் ஒருவேளை முழுநேர தேவ ஊழியத்திற்குச் சென்றுவிடுவேன் என்று அவர் நினைத்திருக்கலாம். இருப்பினும்

அதற்கு அவர் சம்மதித்திருக்கவும் மாட்டார். மேலும் என்னை அச்சுறுத்தும் வகையில், நான் இவ்வாறு காரியங்களைத் தொடர்ந்தால் பல விளைவுகளை சந்திக்க நேரிடும் என்று என்னை எச்சரிக்கவும் தொடங்கினார். அவர் என்னை ஒருநாள் தனியாக அழைத்து, என்னைத் தனது வீட்டிலிருந்து ஒதுக்கி விடுவதாகக் கூறினார். எவ்வாறாயினும் நான் தேவ வார்த்தைகளின் ஆழம், நீளம், உயரம், அகலம் என்பவைகளைக் குறித்து அதிகமாக தியானிக்கத் தொடங்கினேன். பரிசுத்த ஆவியானவர் அவருடைய ஜீவனுள்ள வார்த்தைகளில் நான் உறுதியாகத் தரித்திருக்க என்னை உற்சாகப்படுத்தினார். அப். 1 : 8-ல் சொல்லப்பட்டுள்ள வசனங்களை நான் வாசித்துக் கொண்டிருந்தபோது, பரிசுத்த ஆவியானவரின் வல்லமையினாலும் கிருபையாலும் நான் நிரப்பப்பட்டேன். நாட்கள் செல்லச் செல்ல நான் ஒரு சாட்சியாகத் திகழ அவர் என்னை ஆயத்தப்படுத்தினபடியால் அந்நாட்களில் நான் ஒரு கிராம சபைக் கூடுகையில் என் தந்தைக்குத் தெரியாமல் பங்கெடுப்பது வழக்கமாயிருந்தது. இந்தச் சிறிய சபையின் அங்கமாகத் தொடர்ந்து இருக்கவும் எனது விசுவாசத்தை அறிக்கையிடவும் நான் என்னை ஆயத்தப்படுத்தினபடியால் எங்கள் வீட்டிலிருந்து 15 கி.மீ தூரத்திலுள்ள ஒரு நீர் நிலையில் நான் மூழ்கி ஞானஸ்நானம் எடுத்துக்கொண்டேன். என் ஊரிலுள்ள மக்கள் அவர்களது சபையில் என்னை சேர்த்துக்கொள்ள மிகவும் பயந்தபோதிலும் பின்னர் என்னை ஏற்றுக்கொண்டார்கள். எனது தந்தை அந்த ஊரில் நல்ல செல்வாக்கு பெற்றிருந்தபடியினால் அவர்கள் அவரை மதித்து வந்தார்கள். எனக்கு வீட்டில் ஜெபிக்கவும், வேத வசனத்தை வாசிக்கவும் போதுமான சுதந்திரம் இல்லாதபடியால் நான் அந்த ஊரிலுள்ள மண் தரையும் ஓலையால் வேய்ந்த கூரையும் கொண்ட அந்த சபைக்குச் சென்று, தேவனோடு அதிக நேரம் செலவழிப்பதை வழக்கமாகக் கொண்டிருந்தேன். கர்த்தருடைய சமூகத்தை அனுபவத்தில் காணும் மகிழ்ச்சியை எனது ஆவியில் நான் ஒவ்வொரு நாளும் உணர்ந்து கொண்டேன். நான் எனது ஆவியில் களிகூர்ந்து, கர்த்தரோடு நெருக்கமாகச் சேர்ந்து வாழத் தொடங்கினேன்.

30

இரண்டு வருடங்கள் நான் என் வீட்டிலேயே தங்கியிருந்த காலம்

இந்நாட்களில் ஏதாவது வேலையில் அமரவோ அல்லது மேற்படிப்பை எதிர்நோக்கியோ வாய்ப்பு கிடைக்கப்பெறாமல் நான் எனது ஊரில் காத்திருந்த இரண்டு வருடங்களே நான் வேத வசனங்களை அதிகமாய் தியானிக்கவும், எனது எதிர்காலத்துககாக ஆவியானவரின் வழி நடத்துதலை எதிர்நோக்கியிருக்கவும் வாய்ப்பாக அமைந்தது. ஏதாவது பணியில் அமர சரியான தகுதி பெற்றிராததால் நான் முதுகலை பட்டப்படிப்பைத் தொடர வாஞ்சித்து, அதற்கான முயற்சிகளை மேற்கொள்ளத் துவங்கினேன். மேற்படிப்பிற்காக நான் விண்ணப்பம் அளித்திருந்த எல்லா இடங்களிலுமிருந்து மறுப்பே தொடர்ந்து வந்து கொண்டிருந்தது. M.Sc. கல்வியை மேற்கொள்ளவும் எனக்கு வாய்ப்பில்லாதிருந்தது. மறுப்பு தெரிவித்த கடிதங்கள் எல்லாத் திசைகளிலுமிருந்து வந்து குவியத் தொடங்கின. ஏற்கெனவே இரண்டு வருடங்கள் பின்னால் சென்று விட்டன. இந்த இரு வருடங்களில் நான் வீட்டிலேயே தங்கியிருந்தபடியால் வீட்டு வேலைகளில் நான் அதிகமாக ஈடுபடத்தொடங்கினேன். இந்த நாட்களில் ஏனது பெற்றோர் வேலைக்குச் சென்று விடுவார்கள். சகோதர சகோதரிகளும் பள்ளிக்கும் கல்லூரிக்கும் சென்று விடுவார்கள். அச்சமயத்தில் நான் வீட்டை சுத்தம்பண்ணவும் சமையல் வேலைகளில் ஈடுபடவும் என்னை பழக்கப்படுத்திக் கொண்டேன். எரிவாயு, மின்சாரம் போன்றவைகளின் உதவியால் அடுப்பு எரிக்கும் வசதி பெற்றிராத அந்த நாட்களில் விறகு அடுப்பு ஒன்றே சமையல் செய்ய வசதி பெற்றிருந்தது. விறகு அடுப்பில் சமையல் செய்த பாத்திரங்களை கழுவி, சுரண்டி சுத்தம் செய்வது கடினமான வேலையாகும். இதற்கு அதிக நேரமும் ஆற்றலும் செலவழிக்க வேண்டியிருந்தது. அப்போது எங்கள் வீட்டில் இரண்டு பசுக்களும் கன்றுகளும் கூட இருந்தன. அவைகளைக் குளிப்பாட்டி உணவளித்து, பால் கறப்பதும், இதோடு கோழிகள், வான்கோழிகள் முதலானவைகளைப் பாராமரிப்பதும்,அவைகளின் சின்னக் கூட்டை சுத்தம் பண்ணுவதும், ரோவர், ஜிம்மி என்று இரண்டு

நாய்களும் எங்கள் வீட்டில் வளர்க்கப்பட்டபடியால் அவைகளைக் குளிப்பாட்டுவதும் அவை-களின் வீட்டைப் பராமரிப்பதும் தொடர்ந்து எனது வேலையாகவே இருந்தது. இந்த இடை-வெளியில் பண்ணையிலிருந்த விலங்குகள், பறவைகளைக் கவனித்து வந்த வேலையாட்-களையும் என் தந்தை நிறுத்திவிட்டார். எனது அடுத்த நகர்வு தீர்மானிக்கப்படும் வரை இரண்டு வருடங்களை நான் இவ்வாறாகக் கழித்து விட்டேன்.

மனநிலைமைகளின் விசித்திரங்கள்

என் சிறுவயது நாட்களில் என் மனதில் எழுந்த ஒருகேள்வி மிக்க ஆழமாக என் உள்ளத்தைத் தூண்டி விடைகாணும்படி உந்திக் கொண்டிருந்தது. ஏன் மனித உள்ளங்கள் வேறுபட்ட சுபாவங்களால் நிறைந்து செயல்படுகின்றன? ஏன் மனிதனுக்கு மனிதர் வேறுபட்ட சுபாவங்களால் நிறைந்து செயல்படுகிறார்கள். மனிதனுக்கு மனிதர் வேறுபாடுகள் நிறம், உயரம், சாயல். ஜாடை, இவற்றால் வேறுபடுவது போலவே, நம் மனம் அதாவது சுபாவம், ஒரு சூழலை எதிர்கொள்ளும் போது வேறுபடுகிறது. ஒவ்வொரு தனிமனிதனின் இயல்பு. இவ்வித பரிமாற்றங்களை உணர்ந்த நான் என்னிலே கேள்விகளை கேட்கத் தொடங்கினேன். அதின் விடை காண ஆர்வத்துடன் பல உதவிகளை நாடத்தொடங்கினேன். பல புத்தகங்க-ளையும் தெய்வீக ஆலோசனையும் பெற்று ஆய்வுசெய்ய ஆரம்பித்தேன். அச்சமயம் 'தனி-மனிதனின் பாவங்களை ஆவியில் கட்டுப்படுத்தப்படும் சுபாவம்' என்னும் தலைப்பு கொண்ட டிம்லாகே (Spirit controlled Temperament, book by Tim La Heye) என்-னும் எழுத்தாளரின் புத்தகம் எனக்கு வழிகாட்டியாக அமைந்து, பல விடைகளைப் பெற்-றுக்கொண்டேன். அதின் விளக்கங்களை எளிதான முறையில் இப்புத்தகத்தில் விளக்க முன் வருகிறேன். ஏனென்றால் உங்களுக்குள்ளும் இவ்வித கேள்விகள் உருவாக நிச்சயம் வாய்ப்-புகள் உண்டு.

தேவனுடைய சிருஷ்டிப்பின் போது ஒவ்வொரு தனிமனிதனில் மறைந்துள்ள தனித்துவ சுபாவங்களும் அவைகளின் செயல்பாடுகளும்

மனித சுபாவங்களில் முக்கியமான பிரிவுகளை நாம் காண இருக்கிறோம். வேதாகம புஸ்தகத்தை நாம் வாசிக்கும் போது குறிப்பாக பல சுபாவங்களைக் கொண்ட மனிதர்களைப் பற்றிய காரியங்கள் எழுதப்பட்டிருக்கின்றன. முக்கியமாக நாம் எடுத்து கொள்வோமானால் ஆபிரகாம், மோசே, பேதுரு, பவுல் என்பவர்களின் வாழ்க்கை வரலாற்றில் நாம் அதைக் காணமுடியும். உற்றுக் கவனித்துப் பார்ப்போமெனில் அவர்களின் ஆரம்ப நாட்களின் பலவீ-னங்கள் அவர்களில் உள்ளக்கிடக்கையில் ஏற்பட்ட தாழ்வு மனப்பான்மைகள், அவர்களால் கூடாது எனப்பட்டதான தன்மைகள் அல்லாவிட்டால் பிரத்யேகமாக அவர்களுடைய கோப-தாபங்கள், மூர்க்க சுபாவங்கள் போன்றவற்றை நாம் காண இயலும். பின்னர் நல்ல பண்பு-களையும் அவர்கள் சுபாவங்களில் வெளிப்படையாய் நாம் வாசித்துத் தெரிந்துகொள்ளலாம். பவுல் அடியாரை குறிப்பாக எடுத்துக் கொண்டோமானால், அவரின் ஆரம்ப நாட்களில் பலவீனங்கள் அவருடைய மனசுபாவங்களில்ஏற்பட்ட மனப்பான்மைகள், அவரால் கூடாது எனப்பட்டதான தன்மைகள் அல்லாவிட்டால் பிரத்யேகமாக அவர்களுடைய கோபதாபங்கள், மூர்க்க சுபாவங்கள், உணர்ச்சி வெளிப்படுத்தல்கள் முதலானவைகளை நாம் காண இயலும். பின்னர் நல்ல பண்புகளையும் அவர்கள் சுபாவங்களில் வெளிப்படையாய் நாம் வாசித்துத் தெரிந்து கொள்ளலாம். ஆரம்பநாட்களில் அவர் சவுல் என்றழைக்கப்பட்ட ஒரு தீவிரவாதி.

காலப்போக்கில் இயேசுவின் தரிசனம் கிடைக்கப் பெற்று அவர் அதிசயிக்கப்படும் விதத்தில் ஒரு விந்தையான மனிதனாக மாற்றப்பட்டார். இது இவ்விதம் நடந்ததென்று விளக்கமாக நாம் வேதத்தில் வாசிக்க இயலும். சவுலாக இருந்த இவர் துன்புறுத்துகிறவராக பிறரை மிகவும் வேதனைக்குட்படுத்துகிற அச்சுறுத்தும் ஒரு சுபாவம் உடையவராய் காணப்பட்டார். ஆனால் ஆண்டவரின் அற்புத செயலுக்குப் பின்பு அவர் தன்னை மாற்றிக் கொள்ளவும் அவருடைய சுபாவம் முற்றிலுமாய் மாற்றப்படவும் ஏதுவாயிற்று. எனவே நம் யாவருக்கும் ஒரு முக்கியமான நற்செய்தி என்னவென்றால் நமக்குள் தங்கியே இருக்கும் பரிசுத்த ஆவி அதாவது திரித்துவ தேவனில் ஒருவரான பரிசுத்த ஆவியானவர் நமக்குள்ளேயே வாசமாய் இருப்பதினால் நம்மிலும் இந்த மாற்றங்கள் நம் சுபாவத்தில் ஏற்படுவது நிச்சயம். இப்போது மிகவும் விளக்கமாக நான்கு விதமான மனித சுபாவங்களை நாம் காண இருக்கிறோம். முன்-னோடியான உயிரியல் கோட்பாடு தத்துவம் என்னும் அடிப்படையில் நாம் காண இருக்கிற சுபாவங்களின் பிரிவில் முதலாவதாக காண்பது.

1. சங்குவின் - இவர்கள் எப்போதும் நல்லதே நடக்கும் என நம்புகிறவர்கள்.

2. கோலரிக் - இவர்கள் இயல்பாகவே கோப சுபாவம் கொண்டவர்கள், தீவிர சுபாவம் கொண்டவர்கள், எதையுமே சாதிக்க வேண்டும் என்ற ஒரு உந்துதல் இவர்களுக்குள் இருக்-கும் சுபாவம் கொண்டவர்கள்.

3. மெலங்கோலிக்- இயல்பாக மன சோர்புடையவர்கள்.

4. ப்ளக்மாட்டிக்-எளிதில் கிளர்ச்சியடையாதவர்கள் என்று பிரித்து கூறப்பட்டிருக்கிறது.

முன்கூறியபடியே வேதாகம வீரர்கள் நமக்கு உற்சாகமூட்டும் விதத்தில் பல திருப்புமு-னைகளை வெற்றிக்கான படிக்கற்களை நமக்கு விளக்கமாக எடுத்துரைக்கிறார்கள். இவர்-கள் பாராட்டத்தக்க வீரர்களாய் இடம்பெற்றிருக்கின்றார்கள். இவர்களும் நம்மை போலவே பலவீன சுபாவமுடையவர்களாய் இருந்திருக்கிறார்கள் என்பதை நாம் அறிந்திருக்கிறோம். ஏற்றத் தாழ்வுகள் அவர்கள் வாழ்விலும் இருந்தது இயல்பே. இதை அவர்கள் அனுபவத்தின் வாயிலாக அதாவது வேதத்தில் குறிக்கப்பட்ட வாழ்க்கைச் சரிதையின் அனுபவங்களின் மூலமாக நாம் நன்றாக அறிந்து கொள்ள வாய்ப்பு இருக்கின்றது. பேதுரு என்னும் இயே-சுவின் சீடன் சாங்குவின் பிரிவை சார்ந்தவர். பவுல் கோலரிக் பிரிவை சார்ந்தவர். மோசே மெலங்கோலிக் பிரிவையும் ஆபிரகாம் ப்ளக்மாட்டிக் பிரிவையும் சார்ந்தவர்களாகக் காணப்ப-டுகிறார்கள். இவ்விதமாக நான் கற்று அறியத் தொடங்கின நாட்களில் எனக்குக் கிடைக்கப்-பட்ட இந்த எளிய அறிவினால் முதலில் எனக்கு நெருங்கிய குடும்ப உறவுகளை அதாவது என் தாய், என் தந்தை மற்றும் என் சகோதரர்கள் இவர்களை மேற்கூறிய பிரிவுகளின் கீழ் பிரித்து அறிய முடிந்தது. அதன் விளைவாக இந்த அறிவாற்றல் ஏன் இவர்கள் இவ்வித-மாய்ச் செயல்படுகிறார்கள். ஒருவருக்கொருவர் இத்தனை வித்தியாசம் ஏன் என உள்ளத்-தில் எழும்பிக் கொண்டிருந்த கேள்விகளுக்கு ஒன்றன்பின் ஒன்றாக விடை காண முடிந்தது. என் தகப்பன் கோலரிக் பிரிவினைச்சேர்ந்தவர் என்பதைத் தெரிந்து கொண்டேன். அவர்-களை என் மனதில் கண்டனம் செய்துவிடாமல் குற்றம் கண்டு அவர்களை வெறுத்துவிடா-மல், அறிவு காண அவர்கள் மேல் அன்பு செலுத்த,எனக்கு தேவன் உதவி செய்தார் என் தகப்பனார். எச்செயலையும் திறம்படச் செய்கின்றவர். சகஜமாக எல்லாரிடமும் பழகுகிற-வர். எல்லாம் நன்மைக்கே என்றும்,எல்லாம் நன்மையாகத்தான் இருக்கிறதென்று நினைக்கிற

சுபாவம் நிறைந்தவர். எளிதில் அனுதாப்படமாட்டார். எளிதில் இரக்கப்படவே மாட்டார். பிறருடைய கண்கள் கண்ணீர் சிந்துவது அவருக்கு வெறுப்பான ஒரு காரியம். குறைகளை எளிதில் ஒத்துக்கொள்வதில்லை. இவ்விதமாக இந்த விந்தையான தனிப்பட்ட சுபாவங்கள் காலப்போக்கில் மாறி அவர் தேவனை தன் சொந்த இரட்சகராக ஏற்றுக் கொண்ட பிற்பாடு வாழ்வின் சரித்திரம் வித்தியாசமானதாகவே மாறிவிட்டது, மறுரூபமடைந்தது.

மேலும் இவ்விதமாக நான் பெற்றுக்கொண்ட தனி சுபாவ அடிப்படையின் அறிவினால் பிறர் என்னையும், நான் பிறரையும் எளிதில் புரிந்து அறிந்து அதன் அடிப்படையில் ஈடுபாடு கொள்ளவும். எந்த உராய்வும் எளிதில் ஏற்படாது செயல்பட ஏதுவாயிற்று. குழப்பம் நிறைந்த சூழ்நிலைகளையும் கூட இலகுவாக தீர்வு கண்டுவிட உதவியது. ஏற்கனவே என் மனதில் எழுந்த கேள்விகளும் குமுறி எழும் கொந்தளிப்புகளும் செயல்படும்போது இவைகளின் மத்தியில் ஈடுபட இந்த அறிவின் அடிப்படையில் நான் செயல்படத் தொடங்கினேன். நீண்ட நாட்களாய் என் கண்களை மூடியிருந்த ஒரு திரை நீக்கப்பட்டது போல ஒரு உணர்வு என்னுள்ளில் எழுந்தது. இறுதியாக தேவையற்ற வெறுப்பு, துக்க உணர்வு, பயம், குழப்-பநிலை, சுயபரிதாபம் போன்ற உணர்வுகளால் இருளில் கட்டி வைக்கப்பட்டிருந்த எனக்கு விடுதலையும் கிட்டியது. பின்னர் மகிழ்ச்சிதான். நாம் தெளிவாக விளக்கிச் சொல்வதா-னால் சுபாவமென்பது ஒவ்வொருவரின் உணர்வுகளிலும் வெளியாகும் செயல்பாடு மற்றும் பலசூழல்களிலும் அவற்றை எதிர்கொள்ளும் அனுபவங்களே. முக்கியமாக உயிரியல் சார்ந்த DNA, RNA போன்றவைகள் நம் வாழ்வின் அனுபவங்களின் வளர்ச்சி என்பவைகளைச் சார்ந்திருக்கும். செயல்பாடுகளில் நாம் ஈடுபடும்போது மறைந்திருக்கின்ற நம் சுபாவங்கள் வெளிப்படையாகச் செயல்படத் தொடங்குகின்றன. இவ்விதமான ஆற்றல் வெளிப்படும்போது நம்மால் ஆக்கவும் அழிக்கவும் திறனுடையவர்களாக நாம் மாறி விடுகிறோம் என்பதை நாம் எளிதில் புரிந்துகொள்ளவேண்டும். சரியான விதத்தில் நம் பலவீன சுபாவத்தை மாற்-றிவிட நாம் நம்மையே பயிற்றுவித்து பழக்கி, திறம்படச் செயல்பட முன் வருவோமாயின் அதனால் நமக்கு நம்மையே மட்டுப்படுத்தாமல் பலவீனத்தை பலமாக மாற்றிவிட இயலும். நம்மில் உதாரணமாக ஒவ்வொருவரும் உந்துபடும் ஒரு வலுவான உணர்ச்சியை எப்போதும் நாம் உணரக்கூடும். இந்த சுபாவத்தில் அடங்கியிருக்கிற பெலனும் பெலவீனமுமான சுபா-வத்தின் வளர்ச்சியே நம்மை வெளிப்படையாய் செயல்படுகிற செயலுக்கு நேராக நம்மை உந்தித் தள்ளுகிறது. வேத வசனங்களின் வாயிலாக அநேக ஆண்களும் பெண்களும் நாம் அறிந்தபடி அவர்களுடைய சிறப்பான தன்மைகளும் பெரிய சாதனைகளுமாக மாறிவிட்டன. அவர்கள் பக்திக்குரியவர்களாய் எத்தனை அடிப்படையான பெலவீன சுபாவங்கள் உடைய-வர்களாய் அவர்களுடைய ஆரம்ப காலத்தில் வெளிப்பட்டிருந்தாலும் அவர்களுடைய சுபா-வங்கள் முறையே மாற்றப்பட்டு அரிய பெரிய செயல்களையும் செய்யும் வீரர்களாய் மாறி விட்டார்கள். மனித பெலவீன சுபாவத்தை பலமுள்ள நற்சுபாவமாய் மாற்றி குடும்பங்கள், சமுதாயம், சாம்ராஜ்ஜியங்கள் இவற்றில் அவர்களுடைய மாற்றங்கள் அரிய செயல்களைச் செய்யும் வீரர்களாய் அவர்களை மாற்றியுள்ளது நாம் நன்கு அறிந்ததே நமக்கு அருளப்படும் ஒரு நற்செய்தி என்னவென்றால் நம்மையும் அவ்வண்ணமாகவே தேவன் மாற்ற வல்லவரா-யிருக்கிறார். நாம் மட்டும் அனுதினமும் பரிசுத்த ஆவியினால் வழிநடத்தப்பட வேதவசனத்-தின்படி அதின் ஆதாரத்தின் மேல் நம் அனுதின வாழ்வை கட்டியெழுப்பக் கூடுமானால்

நிச்சயமாகவே நாமும் மறுரூபமாக்கப்படுவோம். நம்மில் நாம் விரும்பாத அநேக சுபாவங்-
களை நாம் நாளுக்கு நாள் உணருகிறோமல்லவா? இவைகளிலிருந்தும் நாம் மாறி நல்லவர்-
களாக நல்ல சுபாவத்திற்கு இணைந்தவர்களாய்ச் செயல்படுவது நிச்சயம். பொதுவாக நாம்
இவ்வுலகில் பிறக்கும்போதே நாம் குறிப்பிட்ட சிறு திறமைகளுடனும் சிறு பெலவீனங்களு-
டனும் காணப்படுகிறோம். இருப்பினும் நாம் பின்தங்கி விடவேண்டாம்.

31

ஏழு ஆண்டுகளுக்கு முன்பாகவே எனது கணவரின் பெயரை நானே தீர்மானித்துக் கொண்டேன்

தொடர்ச்சியாக பழைய ஏற்பாட்டுப் புத்தகத்தை வாசிப்பது ஒருபெரிய சவாலாகக் காணப்-பட்டது. எனினும் நான் தொடர்ந்து முயற்சித்து, இஸ்ரவேலின் ராஜ்யத்தை ஆள கர்த்தர் தெரிந்தெடுத்த தீர்க்கத்தரிசியின் பெயரிலுள்ள சாமுவேல் I&II வரை எட்டிவிட்டேன். சாமு-வேல் தீர்க்கத்தரிசி இஸ்ரவேலின் முதல் இரண்டு ராஜாக்களாகிய சவுலையும், தாவீதையும் ராஜாவாக அபிஷேகம் செய்தார். சவுல் இஸ்ரவேலின் அரசரானார். நாம் தொடர்ந்து ஆரா-யும்போது தாவீதின் அரசாட்சி 'பொற்காலம்' என அழைக்கப்பட தகுதி பெற்றுள்ளதைக் காண்கிறோம். அவர் ஒரு பெரிய அறிவாளியாகவும், இனிமையான பாடகராகவும் காணப்-பட்டார். மேலும் அவர் கவிதைகள் (சங்கீதங்கள்) மற்றும் பாடல்கள் இயற்றும் திறன் பெற்-றிருந்தார். அந்தப் பாடல்களில் சில சங்கீத புஸ்தகத்தில் சேர்க்கப்பட்டிருக்கின்றன. ஈசா-யின் இளைய மகனாகிய தாவீது வரும்போது அவனை ராஜாவாக அபிஷேகம் செய்யும்படி கர்த்தர் சாமுவேலுக்குச் சொல்லுகிறார். வேதாகமத்தில் தாவீதைக் குறித்து 'தேவனுடைய இருதயத்துக்குப் பிரியமானவன்' என்று சொல்லப்பட்டிருக்கிறது. முதலில் சவுல் சாமுவேலால் அபிஷேகம் செய்யப்படுகிறார். பின்னர் அவனில் பின்னடைவு ஏற்பட்ட போது தேவன் கூறி-யது 1சாமுவேல். 13 -14 ல் சொல்லப்பட்டுள்ளது. தாவீது சவுலுக்குப் பதிலாக ராஜாவாக நியமிக்கப்பட கர்த்தரால் தெரிந்து கொள்ளப்பட்டு, மேய்ப்புப் பணியைச் செய்து வந்த ஒரு சாதாரண மனிதன். ஆனால் கர்த்தருக்காகத் திடஉள்ளம் கொண்ட வாலிபனாவார். அவரது

எளிமை குணம் அவரது வாலிபப் பருவத்தில் பல சந்தர்ப்பங்களில் வெளிப்படுகிறது. கோலி-யாத் என்னும் பெரிய அரக்கனைக் கொல்ல சவுலினால் வழங்கப்பட்ட ராஜ உடைகளையும், ஆயுதங்களையும் தவிர்த்து விட்டு, ஒரு சாதாரண கவண் கல்லைத் தெரிந்து கொண்டு, அதன் உதவியால் அவனை வீழ்த்தினான். தாவீது மனம் வருந்தி தனது பாவங்களுக்காக மன்னிப்பு வேண்டிய போது கர்த்தர் அவன் மன நாட்டைக் கேட்டு, அவனுக்கு இரங்கினார் (சங். 51:1-17).

தாவீதின் வாழ்க்கைச் சரித்திரத்தை நான் படிக்கும்போது நான் மிகவும் ஈர்க்கப்பட்டிருந்-தேன். அவரின் தெய்வீகக் குணங்களையும், சிறு வயதிலிருந்து அவன் தேவனிடம் கொண்-டிருந்த பக்தியையும், அவன் எதிரிகள் மேல் கொண்ட ஜெயத்தையும் குறித்து நான் படிக்கும் போது நான் அதிசயித்துப் போனேன். பலவித அறியாமையிலும் தவிப்பிலும் ஆழ்ந்திருந்த அந்த நாட்களில், நான், எனது எதிர்காலக் கணவரின் பெயர் இந்த வீரன் தாவீதின் பெய-ரைக் கொண்டிருக்க வேண்டும் என்று சிந்திக்கவும் ஜெபிக்கவும் தொடங்கினேன். எனது நாளேட்டில் (Diary) அந்நாளே குறிப்பாக என் ஆவலை தேவனிடம் ஒரு ஜெப விண்-ணப்பமாக எழுதி வைத்துவிட்டு நினைவு வரும்போதெல்லாம் ஜெபம் செய்து வந்தேன்.

32

என் கல்வியில் ஒரு திருப்பு முனை

எனது தந்தையின் விருப்பத்திற்கிணங்க நான் ஒரு ஆசிரியராக வேண்டும் என்பதால் நானும் அதற்கிசைந்து செயல்பட்டேன். விலங்கியல் M.Sc. Zoology-யில் எனது பிரிவில் நான் முதுகலை படிப்பைத் தொடர ஏற்றதாயிருக்கவில்லை. இந்நிலையில் ஆசிரியர் பணிக்கும் தகுதியை எட்ட முடியாத நிலையில் நான் காணப்பட்ட படியால் இப்போது நான் திகைத்து நின்றேன். ஆகவே நான் எனது படிப்பின் திசையை சற்று மாற்றிக் கொண்டு, வேறொரு தொழிற்கல்வியைத் தொடரவும், அதன் மூலம் ஒரு பணியில் அமரவும் வாய்ப்பு ஏற்பட ஏற்-றதாக எனது கல்வியைத் தெரிந்து கொண்டேன். இவ்வாறு ஆழமாக தியானித்து, ஜெபித்து நான் கர்த்தருக்காகக் காத்திருந்தேன்.

என் மனதின் ஆழத்தில் காணப்பட்ட ஆவல்களைக் கண்டு கொண்ட கர்த்தர் அதற்-கேற்ற பிரகாரமாக என்னை வழி நடத்தினார். 'நான் விளையாட்டுகளில் பெற்றுக் கொண்ட சான்றிதழ்கள் என் கைவசம் தாராளமாக இருந்தன. எனது பள்ளி மற்றும் பல்கலைக்கழக நாட்களில் நான் விளையாட்டு வீராங்கனையாகத் திகழ்ந்தேன். எனது பள்ளி மற்றும் கல்-லூரியின் பிரதிநிதியாக நான் விளையாட்டுப் போட்டிகளில் (வலைப்பந்து, Tennicoit, ஓட்-டப்பந்தயம் முதலானவைகள்) பங்கெடுத்துள்ளேன். இவ்வாறு நான் பள்ளியிலும் பல்கலைக் கழகத்திலும் பெற்றுள்ள விருதுகளையும், கேடயங்களையும் நான் நினைவில் கொண்டு வந்-தேன். நான் களத்திலும் பந்தயத் தடத்திலும் பல மணி நேரங்கள் செலவழித்து பயிற்சி செய்து வெற்றி கண்ட பரிசுகளின் நினைவுகள் என்னைச் சுற்றிச் சுற்றி வந்தன. அப்-போது நான் YMCA College of Physical Education, Nandanam (Madras University)-யில் எனது விண்ணப்பத்தை அளிக்கக் கர்த்தர் என்னை ஊக்குவித்தார். ஒரு பணியில் அமருவதற்குத் தகுதியாக ஒரு படிப்பு மேற்கொள்ளும் முயற்சியில் நான் அந்-தக் கல்லூரிக்கு ஒரு கடிதத்தை அனுப்பினேன். ஒரே வாரத்தில் அந்தக் கல்லூரியிலிருந்து விண்ணப்பப் படிவமும் கல்லூரியின் விபரங்களும் எனது விலாசத்திற்கு வரப் பெற்றது. நான் பொறுமையாக அவைகளில் சொல்லப்பட்டிருந்தவைகளைப் படித்து அறிந்து கொண்டேன். கல்லூரியின் புகைப்படங்கள் என்னை உண்மையாகவே மிகவும் ஈர்த்தன. அதில் சொல்-

• 60 •

லப்பட்டிருந்த விபரங்கள், எதிர்பார்த்த உடல் தகுதிகள் போன்றவைகள் என்னிடம் ஒருவித தடுமாற்றத்தை ஏற்படுத்தினாலும், நான் என்னை உற்சாகப்படுத்திக் கொண்டேன். எனது நேர்காணல் ஒரு வாரத்திலேயே அறிவிக்கப்படும் என்றும் காணப்பட்டது. மேலும் அந்தக் கல்லூரியில் ஒரு இடத்தைப் பெற்றுக் கொள்ள பல தேர்வுகளுக்குட்பட வேண்டும் என்றும், அதற்காக நான் மூன்று நாட்கள் காலை 7 மணிக்கு அங்கு ஆஜராகி, ஓட்டம் போன்ற களங்களில் எனது வேகம் முதலானவைகளை சோதித்துப் பார்க்க என்னை ஒப்புக் கொடுக்க வேண்டியதாயிருந்தது.

நான் தற்போது சரீர அளவில் ஆயத்தமாக இல்லை என எனக்குத் தோன்றியது. இந்த வேளையில் எனது தசைகளின் நினைவு மறைந்து போனதாகவும் எனது சரீரம் அந்த சோதனைகளில் வெற்றி பெறத் தடங்கலாயிருக்கும் எனவும், இந்த நேர்முகத்தேர்வில் தேர்ந்-தெடுக்கப்பட நல்ல மதிப்பெண்கள் தேவை என்றும் எண்ணி நான் திகிலடைந்தேன். எனி-னும் நான் மிக எதிர்பார்ப்புகளோடு தனியாகவே சென்னைக்குப் (அப்போது அது மெட்ராஸ் என அறியப்பட்டது) பயணமானேன். சென்னை எங்கள் ஊரிலிருந்து 750 கி.மீ தூரத்-திலிருந்தது. ஒருபோதும் நான் தனியாகச் சென்றதில்லை. இப்போதோ என்னவாயிருந்தா-லும் நான் என்னை அதற்கு என்னை ஆயத்தப்படுத்திக் கொண்டேன். அடுத்த மாவட்ட-மான திருநெல்வேலியிலிருந்து சென்னைக்குச் செல்லும் இரயில் மாலை 6.30 மணிக்குப் புறப்படும். எனது தந்தை இதற்கு உடன்பட்டு, எனது தாயாரும் நான் சென்னை செல்வ-தற்கு எல்லாக் காரியங்களையம் தயார்படுத்தினார்கள். நான் ஃபிரீடா என்ற என் ஒன்று விட்ட சகோதரியோடு சென்னை பயணத்தைத் தொடர்ந்தேன். அவள் சென்னையில் ஆசி-ரியராகப் பணியாற்றி தனது கோடை விடுமுறை கழிந்து பள்ளியில் பணியில் சேரச்சென்று கொண்டிருந்தாள். நாங்கள் இருவரும் பேருந்தில் அடுத்த நாள் பயணித்து, திருநெல்வேலி சென்று, அங்கிருந்து மாலை இரயிலைப் பிடித்துக் கொள்ள விரைந்தோம். இப்போது எனது வாழ்க்கைப் பயணம் ஒரு வித்தியாசமான திசையை நோக்கிச் சென்றதை நான் உணர்ந்து கொண்டேன். இறுதியாக நான் நேர்காணலில், தேர்ச்சி பெற்று விட்டேன். சோதனைகளின் முடிவு கல்லூரி அறிவிப்புப் பலகையில் போடப்பட்டதைக் கண்டபோது நான் உண்மையி-லேயே அதிசயித்துப் போனேன். நான் தேர்வு பெற்றிருந்தது மட்டுமல்லாமல் தேர்வு பெற்றி-ருந்த 150 தேர்வர்களில் 8-வது இடத்தையும் பெற்றிருந்தேன். தேவனே என் பிரயாசத்தை வாய்க்கச் செய்தார்.

33

செ**ன்னையில் கல்லூரி நாட்களில் என் பயிற்சிக் காலம்**

சென்னை YMCA கல்லூரியில் எனது நாட்கள் மிக வித்தியாசமாக அமைந்திருந்தன. கல்-
லூரியில் நாட்கள் காலை 5.30 மணிக்கு ஆரம்பமாகும். நாங்கள் விளையாட்டுச் சீரு-
டையை அணிந்து கொண்டு, கடினமான பயிற்சிகளை மேற்கொள்ள வேண்டும். 800மீ
ஓட்டம், அதைத் தொடர்ந்து மெது ஓட்டம், பின்னர் 8 மணிவரை உடற்பயிற்சிகள் என்று
ஒவ்வொரு நாளும் பயிற்சிகளும், காலை உணவை முடித்துக் கொண்ட பின்னர் மதியம்
வரை பாட வகுப்புகள் நடைபெறும். இந்தக் கடினமான கால அட்டவணைகளும், பயிற்சி-
களும் மேற்கொள்ளக் கடினமாகவே இருந்தாலும் நான் விடாமுயற்சியாக என்னாலானவரை
நன்றாகச் செய்ய முயன்றேன். மாலைநேரம் கூடைப்பந்து போன்ற விளையாட்டுப் பயிற்சிகள்
நடைபெறும். நான் கூடைப்பந்து விளையாட்டில் நன்கு தேர்ச்சி பெற்றிருந்தபடியால் இந்த
வகை விளையாட்டைத் தொடர்ந்தேன். இந்தக் குழுவிலுள்ள மாணவர் இதைச் சார்ந்த பல்-
வேறு திறன்களில் பயிற்றுவிக்கப்பட்ட, கல்லூரியிலுள்ள குழுக்களிடையே நடைபெறும் பல
போட்டிகளில் பங்கேற்றனர். இந்தக் காலக்கட்டத்தில் நான் பல்வேறு விளையாட்டுகளுக்கு
அறிமுகப்படுத்தப்பட்டு, இவைகளிலுள்ள சட்டதிட்டங்களையும், பந்தய முறைகளையும் கற்-
றுக்கொண்டேன். விளையாட்டு நிகழ்வுகளில் வெவ்வேறு கல்வி நிலையங்களில் விளையாட்-
டுப் போட்டிகளை நடத்த நாங்கள் பயிற்றுவிக்கப்பட்டோம். இந்தக் கல்லூரியின் வழியாக
நான் ஒரு ஒழுங்கு முறையான சட்ட திட்டமான வாழ்வை மேற்கொள்ளக் கற்றுக் கொண்-
டேன். எனது அனுபவங்களின் உச்சக்கட்டம் என்ன வென்றால், இந்தியாவின் பல்வேறு
மாநிலங்களின் பிரதிநிதிகள் இந்த இடத்தில் என் உடன் மாணவர்களாயிருந்தார்கள்.

எனது விசுவாசத்தைப் பலரோடு பகிர்ந்து கொள்ளவும், அதன் மூலம் அதில் வளரவும்
எனக்கு வாய்ப்புகள் கிடைத்தன. நாங்கள் அனைவரும் வெவ்வேறு கலாச்சாரங்கள், மொழி-
கள், நம்பிக்கைகள் போன்றவைகளின் பின்னணியைக் கொண்டிருந் தாலும் ஒருவர் மற்றொ-

ருவரிடமிருந்து அதிகக் காரியங்களைக் கற்றுக்கொள்ளவும் ஒருவர் மற்றொருவரை ஏற்றுக் கொள்ளவும் முடிந்தது. இவ்வாறாக ஒற்றுமையில் ஒற்றுமை (Unity in Diversity) எனப்-படும் சொல்லை என்னால் உணரமுடிந்தது. இந்தியா ஒரு பரந்த தேசம், நாம் பலவிதங்க-ளில் வித்தியாசமாகக் காணப் படுகிறோம் என்பதைக் காணும்போது மிகவும் சுவாரஸ்யமாக உள்ளது. நமது தோல்நிறம் வெவ்வேறானதாகக் காணப்பட்டாலும் நாம் அனைவரும் ஒரே மாதிரியான உணர்வுகளைக் கொண்டிருந்து, ஒரே விதமாக வேதனைகளையும் மகிழ்வையும் பகிர்ந்து கொள்கிறோம்.

இவ்வாறு இரண்டு வருடங்கள் கடந்து சென்ற பின்னர் ஏனது பட்டப்படிப்பின் நிறைவை எட்டினேன். பட்டம் பெறும் நாளை நான் எண்ணிப் பார்க்கும் போது என்னில் ஒரு முழுமை உணர்வு ஏற்பட்டது. 1979ல் நான் M.P.Ed.-ல் Distinction தகுதி பெற்று தேர்ச்சிபெற்-றேன். அதே வருடம் சென்னை வள்ளியம்மாள் கல்லூரியில் உடற்பயிற்சி கல்வித் துறையில் Physical Directress ஆக இரண்டு வருடங்களுக்கு பணியில் அமர்த்தப்பட்டேன்.

34

செ்ன்னையில் எனது முதல் பணி

நான் திரும்பிப் பார்க்கும்போது, எனது முதல் பணியை சென்னையில் ஏற்றுக்கொண்டபோது நான் தங்குவதற்காக ஒரு இடத்தைத் தேடினேன். அப்போது எனது ஊதியம் 400 ரூபாய் மட்டுமே. அநேகர் பலரின் சம்பளத்தை ஒப்பிட்டுப் பார்க்கும் போது இது சுமாராகப் போது-மானதாகவே இருந்தது. எனக்குத் தங்க ஒரு இடம் கிடைக்கும் வரை நான் எனது உறவி-னர் வீட்டில் தங்கியிருந்தேன். வார இறுதி நாட்களிலும் பள்ளி முடிந்த பிறகும் நான் நடந்து திரிந்து தங்குவதற்கு ஒரு நல்ல இடத்தைத் தேடிக் கொண்டிருந்தேன். அது தனி-யார் விடுதியோ அல்லது அரசால் நடத்தப்படும் விடுதியாகவோ இருக்கலாம் என எண்ணி-னேன். இறுதியாக மூன்று மாதங்களின் தேடுதல் வேட்டைக்குப் பிறகு ஒரு இடம் கிடைத்-தது. அங்கு விடுதிக்கட்டணம் எனது சம்பளத்தின் மூன்று மடங்கும் முன்பணமும் செலுத்த வேண்டும். Guild of Service Hostel-ன் விடுதிக் காப்பாளரிடம் நான் பேசி எனது மனு-வையும் அளித்தேன்.அப்போது அவர் தற்போது அங்கு இடம் ஏதுமில்லை என்றும், ஏதாவது இடம் காலியாகும்போது எனக்குத் தெரிவிப்பதாகவும் கூறினார்கள். முன்பணம் கட்டுவதற்-காக நான் பணம் சேர்க்கத் தொடங்கி, மேலும் சில மாதங்கள் எனது உறவினர் வீட்டிலேயே தங்கினேன். அங்கு இடவசதி மிகக்குறைவாகவே காணப்பட்டாலும் அவர் எனக்கு உணவும் உறைவிடமும் அளித்துப் பராமரித்தார்கள்.

35

செ்ன்னையில் பணிசெய்தபோது விடுதி அனுபவம்

செ்ன்னை மிகவும் சுறுசுறுப்பாக இயங்கிவரும் ஒரு நகரமாகும். இங்கு பேருந்துகளும் சாலைகளும் நிரம்பி வழியும். இறுதியாக எனக்கு அந்த விடுதியில் ஒரு இடம் கிடைத்து, எனது உணவு போன்ற தேவைகள் சந்திக்கப்பட்டன. அதன் விடுதிக் காப்பாளர் ஒரு பிரா-மணப் பெண்மணியாகும். இங்கு சைவ உணவு மட்டுமே பரிமாறப்பட்டது. ஆனால் அங்-குள்ள மக்கள் நல்லவர்களாகக் காணப்பட்டார்கள். காலை 7 மணிக்குக்காலை உணவும், மதிய உணவும் தயாராகிவிடும். பணிக்குச் செல்பவர்கள் உணவை எடுத்துச் செல்லலாம். இங்கு பார்வையாளர் அறையில் ஒரு கறுப்பு வெள்ளை TV வைக்கப்பட்டிருந்தது. அதில் செய்திகள் மட்டுமே கிடைக்கப்பெறும். இந்த விடுதியில் 80 - 90 பேர் தங்கியிருந்தனர். இவர்கள் அனைவரும் வெவ்வேறு துறைப்பணிகளைச் செய்துவந்தவர்கள். ஆசிரியர், வழக்-கறிஞர், செவிலியர், கல்லூரி விரிவுரையாளர், விமானப்பணிப்பெண்கள், என்பதாக எல்-லோருமே இந்தியாவின் வெவ்வேறு மாநிலங்களிலிருந்து வந்தவர்கள். வெவ்வேறு மொழிக-ளைப் பேசுபவர்கள் அங்கு எனக்கு ஒரு சில நண்பர்களும் கிடைத்தார்கள். அதில் ஒருவர் இஸ்லாமியர், அவரது பெயர் ஷானுர் பேகம். அவர் நமது கர்த்தரை நேசிக்கிறவர். வேறு இரண்டு பேர் செ்ன்னையிலுள்ள அலுவலகங்களில் பணி செய்பவர்கள்.

நண்பர்களாகிய நாங்கள் ஒருவரையொருவர் தாங்கி, தினமும் கூடி ஜெபித்து, விசுவா-சத்தில் எங்களை வளர்த்துக் கொண்டோம். அதோடு அவரவர் குடும்பக் காரியங்களையும் தனிப்பட்ட காரியங்களையும் கூடப் பகிர்ந்துகொள்வோம். விடுதி அறையில் பாடுவதற்கும் ஜெபிப்பதற்கும் அனுமதி இல்லாதபடியால் மேல்தரையின் திறந்தவெளியில் கூடி ஜெபித்து, எங்கள் விசுவாசத்தை வளர்த்துக் கொண்டோம்.

எங்கள் அறையில் ஹீரா என்பவர் விமானப்பணிப் பெண்ணாகப் பணிபுரிபவர். அழகான முகச்சாயலோடு அவர் சுறுசுறுப்பாக இயங்கி வந்தார். நல்ல ஆளுமையும் பேச்சுத்திறனும்

கொண்டவருமாகும். ஆனால் அவர் வேலை இரவும் பகலும் தொடர்ந்ததால் அவரது கால அட்டவணை மிக இறுக்கமாகக் காணப்பட்டது. ஆனால் எனது வேலைகள் குறிப்பிட்ட கால அளவைக் கொண்டது. ஹீரா விசாகப்பட்டினத்தைச் சார்ந்தவர்.

ஒருநாள் காலைவேளையில் நான் பணிக்குப் புறப்பட்டுக் கொண்டிருந்தபோது அவர் என்னிடம் சுருக்கமாகப் பேசி, என்னை வார இறுதியில் திரைப்படத்திற்கு அழைத்தார். நானும் யோசிக்காமல் அதற்கு இசைந்து விட்டேன். நாங்கள் இருவர் மட்டுமே அதற்குப் போவதாக நான் நினைத்திருந்தேன். அந்த வார இறுதி நிகழ்வுகளின் நேரம் நெருங்கிக் கொண்டிருந்தபோது நான் கொஞ்சம் தடுமாறத் துவங்கினேன். எனக்குள்ளே ஒரு குழப்பம் உருவானது. எனது ஆவியில் அமைதி இல்லாத நிலை ஏற்பட்டு, நான் அவரோடு திரைப்ப- டத்திற்குச் செல்வதை ரத்து செய்து விடவேண்டும் என்று நினைக்கத் துவங்கினேன். ஆகவே நான் அவளிடம் அந்த நிகழ்வுக்கு வரவில்லை எனக்கூறினேன். நான் சொன்னதைக் கேட்ட அவள் மிகவும் கோபமடைந்து, முறுமுறுக்கத் தொடங்கினாள். அவ்வேளையில் சில வாலி- பர்களை நான் அங்கு கண்டேன். அவர்கள் விசித்திரமான சிகை அலங்காரத்தோடும், வித்- தியாசமான நடை உடை பாவனைகளோடும் காணப்பட்டார்கள். அவர்கள் புகை பிடிப்பதை நான் கண்டபோது மேலும் அதிர்ச்சிக்குள்ளானேன். நான் முதல் மாடியிலிருந்து அவர்- களைக் கவனித்துக் கொண்டிருந்தேன். இவர்கள் யாராயிருக்கும் என நான் யோசித்துக் கொண்டிருந்தபோது வாசலில் அழைப்பு மணி ஒலித்தது. அதற்கு ஹீரா பதிலளித்தாள். ஏனெனில் அவர்கள் அவளின் ஆண் நண்பர்களாவர். அவர்கள் அவளைத் திரைப்படத்- திற்கு அழைத்துச் செல்ல தங்களது சொகுசு கார்களில் விடுதி வளாகத்தில் வந்திருந்தார்கள். அவள் அவர்களோடு சேர்ந்து அந்தக் கார்களில் ஒன்றில் ஏறிச் சென்று விட்டாள். அன்- றிலிருந்து ஹீரா என்னிடம் மிகவும் நட்பற்ற முறையில் நடந்து கொண்டாள்.

36

செ்ன்னை நகரத்தில் என் வாழ்க்கை

செ்ன்னை நகரத்தில் வந்தபோது அங்குள்ள மக்களின் மனப்பாங்கு, நடவடிக்கை, வாழ்க்கை முறை முதலானவைகள் மிகவும் வித்தியாசமாக காணப்பட்டதாக உணர்ந்தேன். அங்குள்ள சமூகத்தில் கலாச்சாரம் வேறுவிதமாக முன்னேற்றம் அடைந்தி ருந்தது. நான் பல காரியங்களைக் கற்றுக்கொள்வதில் ஆர்வம் காட்டினபடியால் அவைகளுக்கு ஈடு கொடுத்து, இந்திய மாநிலங்களிலுள்ள மக்கள் பலரோடு இணைந்து வாழவும், அவர்களோடு ஒத்துப் போகவும் என்னை மாற்றிக் கொண்டேன். நான் படித்த கல்லூரியிலுள்ளவர்கள், எனது உடன் பணியா-ளர்கள் பலரும் கூட சினிமா மற்றும் நடிகர் நடிகைகள் முதலானவர்களைப் பற்றியும், வெளி-யிடப்படும் படங்கள், அதையொத்த காரியங்களையுமே பேசிக் கொண்டிருப்பார்கள். ஆனால் நான் அவ்வாறான சம்பாஷணைகளில் ஆர்வம் காட்டுவதில்லை. நான் திரையரங்கிற்கு சிறு வயதுமுதல் சென்றதில்லை. எந்தப் படத்தையும் பார்த்ததுமில்லை. எங்கள் குடும்பத்திலும் சினிமாவுக்குச் செல்லும் பழக்கமில்லாதிருந்தது. 'ஹீராவுடன் வார இறுதி நிகழ்வில் பங்கெ-டுக்காதது எனது நல்ல தீர்மானம் என்று நான் என்னைத் திடப்படுத்திக் கொண்டேன். சில நாட்கள் கடந்தபோது அவள் சில வேண்டப்படாத காரியங்களிலும் தவறான பழக்க வழக்-கங்களிலும் ஈடுபட்டிருந்தை நான் கண்டு கொண்டேன். 'உன் வாலிப நாட்களிலே உன் சிருஷ்டிகரை நினை' என்ற வேத வசனத்தின்படி வாலிப வயதில் அவ்வாறான மோசமான பழக்கங்களுக்கு நான் அடிமைப்படா திருந்ததற்காக நான் சந்தோஷப்பட்டுக் கொண்டேன். அவ்வாறான காரியங்களிலிருந்து வெளிவருவது மிகவும் கடினமாகும். அந்தக் காரியங்களை நான் திரும்ப நினைவில் கொண்டு வரும்போது யாரோ என் கதவைத் தட்டினார்கள். அது அதே அறையில் தங்கியிருந்த என் சிநேகிதி ஒருவர் எங்கள் விடுதியின் பக்கத்தில் எழும்-பூர் மார்க்கெட்டில் நடைபெற்றுக் கொண்டிருந்த முழு இரவு ஜெபத்திற்கு என்னை அழைக்க வந்திருந்தார். நான் கர்த்தரின் சமூகத்தில் நெருக்கமாக உறவாட அதிக விருப்பமாயிருந்த-படியால் அவர்களோடு சேர்ந்து அந்த ஜெபவேளையில் பங்கெடுத்தேன். அங்கு செ்ன்னை மாநகரத்துக்காகவும் இந்திய தேசம் முழுவதுக்குமாக ஏறெடுக்கப்பட்ட மன்றாட்டு ஜெபத்தி-லும், ஆராதனையிலும் நான் பங்கெடுத்து அந்த அனுபவத்தில் கர்த்தரோடு மகிழ்ச்சியாயி-

ருந்தேன்.

இதைத்தொடர்ந்து சென்னை அண்ணாநகரிலுள்ள வள்ளியம்மாள் உயர்நிலைப்பள்ளியில் இரண்டு வருட பணி அனுபவத்திற்கு பின் சென்னை கீழ்ப்பாக்கத்திலுள்ள பெயின்ஸ் மேல்-நிலைப்பள்ளியில் உடற்பயிற்சி இயக்குநராக பணி செய்துகொண்டிருக்கும் வேளையில் ஒரு-நாள் அப்பள்ளி முதல்வர் எனக்கு என் தகப்பனாரிடம் இருந்து ஒரு தந்தி (Telegram) வந்திருப்பதாக கூறினார். நான் தந்தியை பெற்றுக்கொண்டபொழுது அதில் 'உடனடியாக ஊருக்குப் புறப்பட்டு வரவும்' என்று என் தந்தையார் குறிப்பிட்டிருந்தார். இந்த அமைதியான சூழலை விட்டு சொந்த ஊருக்கு திரும்பிச் செல்வது என்பது மிக கடினமானதாக காணப்-பட்டாலும் என் தகப்பனாருடைய வார்த்தைகளுக்கு கீழ்ப்படிந்து சுமார் 750 கிலோமீட்டர் பயணம் செய்து மறுநாளே சொந்த ஊர் வந்து சேர்ந்தேன். என் தகப்பனாரின் விருப்பத்திற்-கிணங்க நாகர்கோவிலுக்கு அருகாமையிலுள்ள மயிலாடி ரிங்கல்தோபே டயோசிசன் பள்ளி-யில் ஒன்பதாம் வகுப்பு மாணவர்களுக்கு அறிவியல் ஆசிரியையாக பணியில் அமர்த்தப்-பட்டேன். இந்த மாற்றங்கள் சற்று கடினமாகக் காணப்பட்டாலும் இவை யாவும் தேவனின் மகத்துவமான செயல்களின் ஆரம்பப் படிக்கற்கள் என்பதை நான் உணரத் தொடங்கினேன். இன்னும் சில மாதங்களில் தேவன் என் வாழ்வையே மாற்றி அமைக்கும் ஒரு நிகழ்வுக்காக என்னை ஆயத்தம் செய்கிறார் என்பதை நான் அறியவில்லை.

37

என் எதிர்காலத்திற்கான கனவுகளில் ஒரு அழுத்தம்

நாட்கள் செல்லச்செல்ல என் பெற்றோர் என் எதிர்காலத்தைப் பற்றியும், என்னை வாழ்வில் நிலைவரப்படுத்தவும் எந்த அக்கறையும் கொள்ளவில்லை என்பது எனக்கு மிகவும் ஆச்சரியமாயிருந்தது. எனது பள்ளி நண்பர்களும் கல்லூரி நண்பர்களும் கூட என்னிடம், 'நீ இன்னும் உனது ஆண் துணைவரைத் தேடிக் கொள்ளவில்லையா' என்று கேட்கத் துவங்கிவிட்டார்கள். என் காரியங்களை நான் கவனித்துக் கொள்ளாவிட்டாலோ அல்லது என்னை நான் நிலைப்படுத்திக் கொள்ளாவிட்டாலோ எதுவும் செய்ய முடியாது என்றும், இவ்வாறு நான் காத்துக் கொண்டிருந்தால் நான் வயதாகி என் தலைமயிர்கள் நரைத்துப் போய்விடும் என்று சிலர் ஏளனமாய் சொன்னார்கள். எனக்கு எந்த விடையும் கிடைக்கவில்லை. நான் அறிந்திருந்தபடி எங்கள் குடும்பத்தில் இதைப்பற்றிய பேச்சு வார்த்தைகள் பொது இடத்தில் பேசப்படுவதில்லை. ஆனால் என் தாயார் மட்டும் ஒருமுறை என்னைப்பற்றிய தனது கரிசனையை வெளிப்படுத்தினார்கள். ஆனாலும் என் தந்தை அவ்வாறான பேச்சுகளை வைத்துக் கொள்ளாததால் அவர்கள் எதுவும் செய்ய முடியாத நிலையிலிருந்தார்கள். நான் 28 வயதைத் தாண்டிய போது எங்கள் அயலகத்தார் சிலரும் எங்கள் உறவினர் சிலரும் கூட என் தாயாரிடம் எனக்கான ஒரு திருமண வரனை தெரிந்துத் கொள்ளுமாறு வலியுறுத்தினார்கள். இதில் விசித்திரம் என்னவென்றால் எல்லோருமே தங்களுக்குள்ளேயே இவைகளைப் பேசிக்கொன்டார்களே ஒழிய என் தந்தையிடம் எதுவும் கேட்கத் துணிவின்றி காணப்பட்டார்கள். இவ்வாறான ஒரு சந்தர்ப்பத்தில் நான் ஜெபித்து, கர்த்தரிடம் இந்தக் காரியத்தில் தலையிடக் கேட்கும்படி தீர்மானித்தேன். ஏனெனில் நான் அவருடைய பிள்ளை. நான் கர்த்தரிடம் கூறியது, 'நான் இவ்வாறு தனிமையாகவே இருப்பது உமக்கு சித்தமானால் அவ்வாறே ஆகட்டும்'. அவர் என்னை எவ்வாறு பயன்படுத்தச் சித்தமாயிருக்கிறாரோ அவ்வாறே ஆகட்டும். என்றும், என்னை ஒப்புவிக்கிறேன் என்றும் கூறினேன். இந்த இடைவெளியில் என்னுடன் படித்த எனது வகுப்பு மாணவர்கள் இருவர் என்னைத் திருமணம் புரிந்து கொள்ள விருப்பம் தெரிவித்தார்கள். இவ்வாறான உறவில் நானே தீர்மானம் எடுத்துக்கொள்ளும்படி நான் விரும்பவில்லை. ஆனால் நான் இவ்வாறான ஒரு நிலைப்பாட்டையும் கொண்டிருந்தேன். அதாவது,

நான் பார்த்த, அறிமுகமான, முன்னால் சந்தித்துள்ள எவரையும் நான் மணம்புரிவதில்லை என்பதாக. ஆகவே நான் கர்த்தரிடம் அவர் எனக்கான தமது திட்டத்தை வெளிப்படுத்-தும்படியும், அவரால் தெரிந்து கொள்ளப்பட்ட ஒருவரை என் வாழ்க்கைத் துணைவராக அனுப்பும்படியும் அவரிடம் வேண்டினேன். அவ்வாறு நாட்கள் கடந்து சென்று கொண்டி-ருக்கையில் நானும் பொறுமையாக ஜெபத்தில் காத்திருந்தேன். நான் துணிச்சல் கொண்-டும் தற்கால கலாச்சாரப் பேதங்களை எதிர்க்க விரும்பியதாலும், பின்னும் மிகத்தீவிரமாக ஜெபிக்கத் துவங்கினேன். நம் நல்ல கர்த்தர் என்னிடம் மிகவும் இரக்கம் பாராட்டினார். அந்-நாட்களில் காணப்பட்ட எங்கள் ஊரின் பழக்க வழக்கங்களும், எங்கள் குடும்பத்தின் நடை-முறைகளும்,ஒழுங்கு செய்யப்பட்டு நடத்தப்படும் திருமணங்கள் குறித்த காரியங்களும் நான் அறிந்திருந்தபடியால் தேவனின் வழி நடத்துதலுக்காகவும், அவரது திசைகாட்டுதலுக்காகவும் அவரையே சார்ந்திருந்தேன். எனது கல்லூரித் தோழர்களும், பிற நண்பர்கள் பலரும் திரு-மணம் முடிந்து வாழ்க்கையில் ஒரு நல்ல நிலையை அடைந்து விட்டதை நான் கண்டேன். நண்பர்களில் சிலர் கூட எனக்கு வயது கடந்து கொண்டு போவதையும், எனக்குத் திருமணம் ஆகாததையும் குறித்து இளக்காரமாகப் பேசுவது என் காதுகளில் எட்டியது. உறவினர்களும் என் பெற்றோர் எனது வாழ்க்கைத் துணையை தெரிந்து கொள்ளாததைக் குறித்து அவர்-களை குற்றம் சொல்லத் துவங்கினார்கள். ஆனால் கர்த்தரோ என் இருயத்தில் பேசி, நான் அவரைத் தேடவும், அவருக்காகக் காத்திருக்கவும் என்னை நினைப்பூட்டினார். இப்போது நான் உபவாசம் செய்து ஒரு குறிப்பட்ட நேரத்தைத் தெரிந்து கொண்டேன் அப்போது நான் என்னில் மிக ஆழமாக சமாதானம் உருவாவதைக் கண்டேன். நான் மூன்று நிபந்தனை-களை தேவ சமூகத்தில் வைத்து ஜெபிக்கத் தொடங்கினேன்.

1. எனக்குக் கணவராக வருபவர் முற்றிலும் எனக்கு அறிமுகமானவராக இருக்கக் கூடாது. நான் எனது கல்லூரிப் படிப்பை ஆண் பெண் இருபாலர் படிக்கும் கல்லூரியில் மேற்கொண்டதாலும், நான் வெவ்வேறு இடங்களில் பணியாற்றியதாலும் நான் முன்னால் கண்டிராத ஒருவரே எனக்குக் கணவராக வரவேண்டும் என விரும்பினேன். இதை நான் சொல்லும்போது நான் ஒருபோதும் சந்தித்திராத ஒருவரை தேவன் எனக்குக் கணவராக அனுப்புவது கடினமான காரியம் என்றும் எனக்குத் தோன்றிற்று.

2. எனது வருங்காலக் கணவரிடம் நான் திருமணத்திற்கு முன்பதாக ஒரு தடவையாவது பேசி, அவர் கர்த்தரிடம் அன்பு கொண்டவரா? என்பதையும், தேவனுக்காக ஊழியம் செய்-வதை விரும்புகிறவரா? என்பதையும் உறுதிப்படுத்திக்கொள்ள வேண்டும் என்றும் ஆவலா-யிருந்தேன். அந்நாட்களில் காணப்பட்ட கலாச்சாரத்தின்படி திருமணத்திற்கு முன்பு வருங்-காலக் கணவரை சந்தித்துப் பேசுவது ஏற்றுக் கொள்ளப்படவில்லை. அது ஒரு குற்றமாகவும் கருதப்பட்டது. ஆகவே ஒருவர் தனது வருங்காலக் கணவரை சந்தித்துப் பேசுவது வழக்கில் உள்ள பாரம்பரியங்களின்படி கடினமாகவே தென்பட்டது.

3. எனது வருங்காலக் கணவர் முதலாவதாக என்னை சந்திப்பதற்கு முன் எனது தந்-தையை சந்தித்து என்னை மணம் புரிந்துகொள்ளத் தனது விருப்பத்தை தெரிவிக்க வேண்-டும் என்றும் நான் விரும்பினேன். பாரம்பரியங்களின்படி குடும்பத்திலுள்ள முதியவர்களே திருமண காரியங்களை விவாதிப்பார்கள். திருமணம் செய்துகொள்ளும் ஆணும் பெண்ணும் ஒருவரோடொருவர் பேசிக் கொள்வதில்லை.

38

என் தாயாரின் தடை செய்யப்பட்ட பயணம்

இவ்வாறான ஒரு சூழலில் என் தாயார் எனது எதிர்கால வாழ்க்கைக்காக ஏதாவது ஆயத்தம் செய்யும்படி மனதளவில் தன்னைத் தயார்படுத்தினார்கள். ஆகவே அவர் கேரளா சென்று தனது பெற்றோர் மற்றும் சகோதர சகோதரிகளிடம் உதவி கேட்க நினைத்தார்கள். அவர் அந்தப் பயணத்தைத் தானாகவே திட்டமிட்டு, அடுத்த நாள் காலையில் பேருந்தில் புறப்படத் திட்டமிட்டிருந்த வேளையில் திடீரென்று அவருக்கு ஒரு தடை ஏற்பட்டது. அவர் எழுந்து தான் அன்று இரவில் கண்ட கனவை என்னிடம் சொல்லத் துவங்கினார்கள். அவர் கனவில் ஒரு வயது முதிர்ந்தவர் தோன்றி, இப்போது அவர்கள் நினைத்து கொண்டிருக்கும் முயற்-சியை மேற்கொள்ள வேண்டாம் என்றும், தேவனே ஏற்ற சமயத்தில் அவரது மகளுக்கான காரியத்தில் தலையிட்டு ஆவன செய்வார் என்று சொன்னதாகவும் கூறினார்கள். அந்தக் கணம் என்னில் பலமாகத் தோன்றிய எண்ணம் என்னவென்றால், நான் இவ்வாறு தனி-யாகவே என் வாழ்நாளைக் கழிப்பது தேவனுக்கு சித்தமோ என்றிருந்தது. ஆகவே நான் ஜெபிக்கத் தொடங்கி, தேவனுடைய சித்தத்தையும் திட்டத்தையும் கண்டு கொள்ள முயன்-றேன். சில வேளைகளில் ஏதாவது ஒரு நிறுவனத்தில் இணைந்து கொண்டு, என் வாழ்வைப் பயனுள்ளதாகவும் பலருக்கு உதவுவதாகவும் செலவழிக்க வேண்டும் என்றும் நான் எண்-ணத்துவங்கினேன்.

39

என் கணவரை முதலாவதாக சந்தித்த ஒரு நிகழ்வு

எனது வருங்காலக் கணவரின் பெயர் டேவிட் என்றிருக்க வேண்டும் என்று முன்னமே நான் ஜெபித்திருந்தேன். நான் எங்கள் வீட்டிலிருந்து 40 மைல் தூரத்திலுள்ள மயிலாடி என்னும் இடத்தில் உள்ள ரிங்கல்தோபே மேல்நிலைப்பள்ளியில் 9-வது வகுப்பு மாணவர்களுக்கு அறி-வியல் ஆசிரியையாகப் பணியாற்றிக் கொண் டிருந்தேன். அப்போது ஒருநாள் 1983 ஜனவரி 10அன்று சுமார் பத்தரை மணியளவில் நான் பள்ளி முதல்வரை சந்திக்கும்படி அழைக்-கப்பட்டேன். நான் முதல்வரின் அறைக்குச் சென்றபோது என்னை ஒருவர் காணவந்திருப்-பதாகக் அவர் கூறினார். அது எங்கள் ஊரிலுள்ள சபைப் போதகராகும். நான் போதகரை சந்தித்தபோது அவர் தனது திடீர் வருகையைக் குறித்து என்னிடம் விளக்கி,எனது திரு-மணம் சம்பந்தமாக ஒருவர் என்னை சந்திக்க விரும்புவதாகக் கூறினார். அப்போது நான் எனக்கு இரண்டு மணிநேரம் தரும்படி கூறிவிட்டு, சற்றுப் பொறுத்திருந்தேன். மதிய உணவு இடைவேளையில் போதகர் என்னை 10 நிமிட நடை தூரத்திலிருந்த பேருந்து நிறுத்த நிழல் குடைக்கு அழைத்துச் சென்றார். அங்கு அந்த வாலிபர் அவ்வளவு நேரமும் காத்திருந்தார், அவர் ஆசீர்வதிக்கப்படுவாராக என்று என் மனதில் தோன்றியது. என் கண்கள் முதன் முதலாக இந்த மனிதரின் கண்களை நோக்கிய போது பரிசுத்த ஆவியானவர் என் உள்-ளத்தில் கிரியை செய்யத் தொடங்கினார். அவரின் கிரியையை நான் ஏற்றுக் கொண்டு, நான் அமைதியாகவே இருந்தேன். எனக்கு எதுவும் பேசத் தோன்றவில்லை. அவர் தன்னை டேவிட் என்று கூறி தன்னை அறிமுகப்படுத்தினார். அப்போது என் கண்கள் திறக்கத் தொடங்கின. அவர் அபுதாபியில் தன் பணியைக் குறித்தும், அவரது தொழிலைக் குறித்தும் என்னிடம் பேசினார்.

மேலும் தனது பணியிடத்துக்குச் செல்ல மூன்று நாட்களே அவரிடம் மிஞ்சியுள்ளதாகவும் கூறினார். அதோடு எங்கள் குடும்பத்திலுள்ள பெரியவர்களை முந்தின நாள் சந்தித்துப் பேசி-

னதாகவும் சொன்னார். நான் துணிவு கொண்டு பின்னர் அமைதலுற்றேன். சற்று தூரத்தி-லுள்ள நெல்வயல்களையும், மலைத்தொடர்களையும் தாண்டி என் கண்கள் சென்றன. அப்-போது நான் ஆழமாக மூச்சு விடத் தொடங்கி என்னை அவரிடம் அறிமுகப்படுத்தினேன். அவருக்குக் கிறிஸ்துவிலுள்ள நம்பிக்கையைக் குறித்து அவரிடம் சில கேள்விகள் கேட்-கத் தொடங்கினேன். அவர் கர்த்தருக்குச் சேவைசெய்ய விரும்புகிறாரா என்றும் அவரிடம் கேட்க விரும்பினேன். அந்த சந்திப்பு மிகக் குறுகியதாயிருந்தாலும் நான் மகிழ்ச்சியாயி-ருந்தேன். அந்த நேரம் மதிய உணவு இடைவேளை முடிந்து பள்ளி மணி அடித்ததைக் கேட்டேன். என் இரட்சகர் என் ஜெபத்தைக் கேட்டு சந்தர்ப்பங்களை சாதகமாக ஏற்படுத்-திக் கொடுத்ததை ஏண்ணி நான் மகிழ்ந்தேன். நாங்கள் எங்கள் விசுவாசத்தைப் பகிர்ந்து கொண்ட பின்னர் தனது பணியில் இணைந்து கொள்ள அவர் அபுதாபிக்குப் பயணமானார். அந்த நாளிலிருந்து எனக்கு நினைவில் கொள்ளப் பல காரியங்கள் இருந்தன. பல காரி-யங்களில் என்னை அமைதிப்படுத்தவும் வேண்டியதாயிருந்தது. அந்த நிகழ்வுகள் என்னை ஆச்சரியத்திற்குட்படுத்தியது. தேவ சமூகத்தில் ஏறெடுத்த என் விண்ணப்பங்கள் கேட்கப்-பட்டன. அவருக்கு விடைகொடுத்து அனுப்பிய பின்னர் என் மனதில் அபுதாபி என்ற பெயர் சற்றுப் புதிராகக் காணப்பட்டபடியால், நான் புவியியல் பிரிவில் போய் வரைபடத்தில் அதைத் தேடத் துவங்கினேன். நமது பரலோகப் பிதாவாகிய தேவன் இவ்வளவு காரியங்களைச் செய்ய வல்லவர் என்பதை நான் நினைத்த போது நான் அதிசயித்துப்போனேன். தேவனுடைய வலி-மையையும் அவரின் மேன்மையையும் குறித்து நான் குறைவான அறிவு பெற்றிருந்தபடி-யால் எனது விசுவாசம் மட்டாகவே காணப்பட்டது. நான் விருதாவாக, முட்டாள்தனமாக என் உள்ளத்தில் இவைகளெல்லாம் கர்த்தருக்குக் கடினமான காரியங்கள் என்று கற்பனை செய்திருந்தேன். ஆயினும் சர்வ வல்லமையுள்ள கர்த்தர் எல்லா வல்லமைக்கும் மேலானவர் என்பதால் அவர் மிகவும் எளிமையான எனது வேண்டுதல்களுக்குப் பதிலளிக்கச் சித்தமா-யிருந்தார்.

என் கணவரை பற்றி

எனது கணவர் பெயர் திரு. டேவிட் லூக்காஸ் இவருடைய பெற்றோர் திரு. ஜோசப் டேவிட் &திருமதி. பாலம்மாள் டேவிட் ஆவர். இவருடைய பிறப்பிடம் திருவட்டாரிலுள்ள ஆனையடி என்ற கிராமம் ஆகும். இரண்டு மூத்த சகோதரர்கள், ஒரு மூத்த சகோதரி. ஒரு தம்பி என்ற உறவுகள் உண்டு. 1972 முதல் 1979 வரை சென்னையில் பணிபுரிந்து, பின்னர் 1979ல் துபாய் தேசத்தில் பிரசித்திப்பெற்ற எண்ணெய் கம்பெனியில் சேர்ந்து, ராஜினாமா செய்யும் வரையிலும் அதே கம்பெனியில் தொடர்ந்து பணியாற்றினார்.

40

நாங்கள் இணைவதற்கு ஏற்பட்ட இடையூறுகள்

எனது தந்தை நான் வீட்டிலிருந்து வெகுதூரம் செல்வதையும், அவரிடமிருந்து பல மைல்கள் தூரம் செல்ல வேண்டியிருப்பதையும் கண்டபோது இந்தத் திருமணத்திற்குத் தனது விருப்-பமின்மையைத் தெரிவித்தார். என் உள்ளம் சோர்ந்து போனது. அந்நாட்களில் பெற்றோர் விருப்பமே எல்லாக் காரியங்களிலும் இறுதித் தீர்வாகக் காணப்பட்டது. ஆகவே நான் சில மாதங்கள் காத்திருக்க வேண்டியதாயிற்று. இப்போது டேவிட் எனக்குக் கடிதம் எழுதி வந்-தார். நாங்கள் 15 நாட்களுக்கு ஒருமுறை கடிதங்களைப் பறிமாறிக் கொண்டோம். அந்தக் காலத்தில் கடல் கடந்த தூரமான இடங்களுக்குத் தொலைபேசியில் பேசுவது அதிகச் செல-வானதாகும். ஆகவே நான் டிரங்கால் பதிவு செய்து சுமார் ஒரு மணிநேரம் அவர் லைனில் வரக் காத்திருக்க வேண்டும்.அதோடு அருகிலுள்ள STD பூத்துக்குச் செல்ல 30 நிமிடங்-கள் ஆகும். ஆனால் என் பெற்றோரிடையே இதைக் குறித்து ஏற்பட்ட விவாதங்களை என்னால் வார்த்தைகளால் விவரிக்க இயலாது. ஆனால் ஒரு நல்லகாரியம் என்னவெனில் என் பெற்றோர் எனக்கு வேறொருவரைத் தேர்ந்தெடுப்பது அப்போது இயலாததாகக் காணப்-பட்டு இவ்வாறே நாட்கள் கடந்து கொண்டிருந்தன. இந்த சந்தர்ப்பத்தில் சபை விசுவாசிகள் என்னோடு இணைந்து டேவிட்டுக்காகவும், என் பெற்றோரின் மனமாறுதலுக்காகவும் ஜெபித்-தார்கள். நாங்கள் விவாகத்தில் இணைந்து கொள்ள தேவன் ஒரு அற்புதத்தை நடப்பிப்பார் என்று அவரைச் சார்ந்திருந்தோம். அப்போது நான் 1983அக்டோபரில் 30 வயதை எட்-டிக் கொண்டிருந்தேன். அற்புத பிரகாரமாக தேவன் என் தந்தையின் இருதயத்தை இளகப் பண்ணி, ஐந்து மாதங்களுக்குப் பிறகு ஒருநாள் அவர் எங்கள் திருமணத்திற்குச் சம்மதித்-தார். கர்த்தருக்கே ஸ்தோத்திரம் உண்டாவதாக!

41

எங்கள் திருமணநாள்

ஆறு மாதங்களுக்குப் பிறகு எங்கள் ஊரிலுள்ள தேவாலயத்தில் எங்கள் திருமணம் நடந்-தேறியது. அந்தப் பெரிய நாளுக்கான நேரம் வந்து விட்டது. இறுதியாக. நான் மிக மகிழ்ச்-சியாக அந்த நாளுக்கு என்னை ஆயத்தம் பண்ணிக் கொண்டிருந்தேன். 14 ஜூன் 1983ல் அந்த நாள் உதித்தது. தென்னிந்தியாவின் திருமணங்கள் மேலை நாடுகளோடு கலப்புக் கலாச்சார முறைகளைக் கொண்டிருப்பதாகும். இந்தியக் கிறிஸ்தவர்கள் பாரம்பரிய முறை-யில் தீர்மானிக்கப்பட்ட விவாகங்களையே விரும்புகிறார்கள். ஆனாலும் இந்நாட்களில் இந்த மாதிரியான வழக்கம் கொஞ்சம் கொஞ்சமாக மாறிவருகிறது. இன்றையத் தலைமுறையினர் தங்களது வாழ்க்கைத்துணையைத் தாங்களாகவே தெரிந்து கொள்கிறார்கள். திருமண ஆரா-தனைக்கு சற்று முன்பாக டேவிட்டின் சகோதரி மற்றும் ஒன்றுவிட்ட சகோதரிகளும் கல்யா-ணப்பட்டுச் சேலை, வேதாகமம், முக்காட்டு வலைப்பின்னல் (Veil), இனிப்புகள், பழங்கள் முதலானவைகளை தாம்பாளத்தில் தங்கள் கைகளில் ஏந்திக் கொண்டு, மணப்பெண்ணின் வீட்டிற்கு வந்தார்கள். எங்கள் ஆலயத்தின் போதகர் அதை ஆசீர்வதித்து, மணப்பெண்ணின் தோழியின் கையில் அதை வழங்கினார். மாப்பிள்ளை வீட்டார் மணப்பெண்ணுக்காகக் காத்-திருந்த வேளையில் நானும் தங்கநிறத்தில் ஜரிகை வனையப்பட்ட பாரம்பரியப்பட்டுத் திரும-ணச் சேலையை உடுத்தி, அலங்காரமாக எங்கள் திருமண ஊர்வலம் ஆலயத்தை நோக்கிச் சென்றது. அந்தப் பெரிய நாளில் எங்கள் குடும்பத்தினரோடு, ஊரிலுள்ளவர்களும், விருந்தி-னரும், மற்றும் நண்பர்களும் இந்த C.S.I ஆலயத்தில் நடைபெற்ற விவாக ஆராதனையில் அமர்ந்திருந்தார்கள். ஆலயப் பிரகாரத்தின் நடுப்பாதையில் டேவிட் முன் நடந்து செல்ல, சபைப்போதகர் முன்னால் நடக்க, என் தந்தை என்னோடு நடந்து வந்தார். திருமண ஆரா-தனை ஆரம்பித்து ஒரு குறிப்பிட்ட நேரத்தில் என் தந்தை என் கரத்தைப் பிடித்து டேவிட்-டின் கரங்களில் ஒப்புவித்தார். என் வாழ்வின் மிக உணர்ச்சி பூர்வமான நேரம் எதுவென்றால் டேவிட் தன் கைகளில் தாலியைப் பிடித்துக் கொள்ளும்போது, நாங்கள் இருவரும் திருமண ஒப்பந்தத்தைச் சொல்லி (மரணம் நம்மைப் பிரிக்கும் வரை என்று), சிலுவை அடையாளம் பொறிக்கப்பட்ட தாலியை என் கழுத்தைச் சுற்றி அணிந்ததாகும். நான் ஆனந்தக் கண்-ணீர் வடித்தேன். அந்த நேரம் அதிகமான ஆசீர்வாதங்கள் நிறைந்ததும், அதிக பொறுப்-புகளை ஏற்பதுமாகும். திருமண ஆராதனை முடிந்த பிறகு ஆலய ஆர்களில் திருமண

இசை (Wedding March) ஒலிக்கப்படும்போது, நாங்கள் இணைந்து மெதுவாக நடந்து செல்ல, சிறு பிள்ளைகள் மலர்களைத் தூவி எங்களை வாழ்த்தினார்கள். அதைத் தொடர்ந்து பெண் வீட்டில் திருமண விருந்து நடைபெற்றது. திருமண வைபவங்களுக்குப் பிறகு உள்ளத்தைத் தொடும் நிகழ்ச்சி நடைபெறும் அப்போதுதான் ஊரிலுள்ள மக்கள் என்னை பெட்டிப் பொருட்களோடு என் கணவரின் வீட்டிற்கு அனுப்பினார்கள்.

எனது மாமா-மார்கள், அத்தைமார்கள் முதலானோரும் ஊர் மக்களும் இந்த சமயத்தில் பரிசு பொருட்களை வழங்கினார்கள். தனிப்பட்ட பிரகாரமாக நான் மகிழ்ச்சி என்பதை விட உணர்வுபூர்வமாக அதிகமாக தாக்கம் பெற்றேன். அலங்கரிக்கப்பட்ட அம்பாசிடர் காரில் நாங்கள் எங்கள் காம்பவுண்ட் சுவரின் கேட் வழியாக வெளியேறி, சாலை வந்து, 35 மைல் தூரத்திலுள்ள டேவிட்டின் பெற்றோர் வீட்டிற்கு வந்து சேர்ந்த பின்னர், அன்று இரவு டேவிட்டின் வீட்டில் குடும்பத்தாருக்கும், அயல் வீட்டாருக்கும் ஒரு விருந்து ஆயத்தம் செய்யப்பட்டிருந்து.

42

எங்கள் குடும்பப் பயணத்தை ஆரம்பித்தோம்

விசா ஒழுங்கு முறைகளில் சற்று மாற்றம் ஏற்பட்டிருந்தபடியால் எனது Residential Visa கிடைக்க வழக்கத்தை விட சற்று அதிக நேரம் எடுத்தது. சுமார் 16 மாதங்களுக்கு பின்னரே 1985-ல் நான் அபுதாபி சென்று நாங்கள் குடும்பமாக இணைந்து வாழ்வதற்கு வழி ஏற்பட்டது. அபுதாபி இந்தியப் பள்ளியில் நானும் எனது ஆசிரியர் தொழிலைத் தொடர்ந்தேன். அங்கு உடற்கல்வி ஆசிரியராக எனக்குப் பணிகிடைக்கப் பெற்றது. என் கணவர் முதல் தலைமுறை கிறிஸ்தவராகும். அவரும் என்னைப் போலவே மறுபிறப்பு அனுபவம் பெற்று, என்னைப் போன்ற அனுபவத்தில் கடந்து வந்திருந்தார். பின்திரும்பி எங்கள் குடும்பங்களைப் பார்க்கும்போது நாங்கள் பல விதங்களில் மாறுபட்டிருந்தோம் அது சற்றுக் கடினமாகவே தெரிந்தது. நாங்கள் பல போராட்டங்கள், சிக்கல்களைக் கடந்து செல்ல வேண்டியதாயிருந்தது. ஆனாலும் கர்த்தர் ஒவ்வொருநாளும் எங்கள் விசுவாசத்தில் எங்களைத் திடப்படுத்தி, அவரில் எங்களை நிலைப்படுத்தினார். அபுதாபி ஒரு புதிய அனுபவமாகக் காணப்பட்டது. அது மெய்யாகவே வாழ்வின் அனுபவமாகும். தேவன் எனக்கு மிகுந்த இரக்கம் பாராட்டி, என்னிடம் தயவையும் பொறுமையையும் காண்பித்தார். என் கணவர் தேவனை நேசிக்கிற ஒரு மனிதனாவார். அவர் தேவனுடைய வழிகளை பல்வேறு அற்புதமான அதிசயமான வழிகளில் கண்டு கொண்டிருந்தார். அவரைத் தன் வழிகளில் இணைத்துக்கொள்ள கர்த்தர் கடினமானதும் இணையற்றதுமான வழிகளில் நடத்தி வந்தார். அவர் கர்த்தரை சந்தித்த அனுபவம் அற்புதமான ஒன்றாகும். வளைகுடா நாட்டின் சபையில் அவரது அனுபவங்கள், முக்கியமாக துபாயில், மிகவும் வித்தியாசமான அனுபவம் காணப்பட்டது. தமிழ் பேசும் மக்கள் சபையில் விசுவாசிகளை ஒருங்கிணைத்துக் கூட்டிச்சேர்ப்பதில் அவரின் பங்கு அதிகமாயிருந்தது. அவர் தன்னைச் சுற்றிலும் வாழ்ந்த மக்களிடம் தேவ அன்பைப் பகிர்ந்து கொள்வதற்கு அதிக ஆர்வமாகச் செயல்பட்ட ஒரு சிறந்த தலைவர் ஆவார். அவர் வளைகுடா நாடுகளில் உள்ள ஒரு முன்னணி எண்ணெய் கம்பெனியில் பணியில் அமர்ந்திருந்தபடியால் தனது அரேபிய உடன் பணியாளர்களோடு இணைந்து பணியாற்றுவதில் அதிஉற்சாகமாகச் செயல்பட்டார். அவர் பிறருக்கு கொடுத்துதவும் குணம் கொண்டவர். மிகத்திறமை வாய்ந்-

தவரும் கடின உழைப்பாளியும் ஆவார். அவருடைய ஆக்கப்பூர்வ செயல்பாடுகள் பலவற்றில் எங்கள் குழந்தைகளின் தொட்டில், படுக்கைகள். சின்ன மேசைகள் முதலானவைகளும் அடங்கும். அவர் சிற்பத் தொழிலிலும் மரவேலையிலும் திறன் பெற்றிருந்தார். எங்கள் பிள்ளைகளுக்கு ஒரு வயலின் வடிவமைத்துள்ளார். என் ஆளுமையை விருத்தி செய்து கொள்வதில் எனக்கு ஊக்கமளித்து, எந்த சுயநலமும் இல்லாமல் எங்கள் மூன்று குழந்தைகளையும் தேவபயத்திலும் தெய்வ வழியிலும் வளர்த்து வந்தார். அவரது அந்தப் பிரயாசங்களின் மூலமாகவே இன்று அநேக ஆசிர்வாதங்களை எங்கள் பிள்ளைகள் பெற்றுள்ளார்கள். எங்கள் குடும்பத்திற்கு அந்த தெய்வீக அழைப்பு ஏற்பட்டபோது அவர் முன் சென்று அதற்குக் கீழ்ப்படிந்து, எங்கள் குடும்பத்தின் தலைவராகக் தேவனை பின்பற்றி, குடும்பத்தலைவராகச் செயல்பட்டார். தேவனுக்காகத் துணிந்து செயல்பட்ட விசுவாச வீரரான அவர் எங்கள் தனிப்பட்ட வாழ்வில் ஏற்பட்ட எல்லா அனுபவங்களையும் சுமந்து முன்சென்றார். குடும்ப வாழ்விலும் விசுவாச வாழ்விலும் எங்கள் அனைவருக்கும் அவர் ஒரு முன்மாதிரியாகச் செயல்பட்டு, பற்பல சோதனைகளையும், இடுக்கண்களையும் பொறுமையாகச் சகித்து, இருண்ட பள்ளத்தாக்கு போன்ற அனுபவங்களைக் கடந்து வந்து, கர்த்தரின் கிருபையால் அவைகளின் மேல் வெற்றி கொண்டார்.

43

என் தந்தைக்கு ஏற்பட்ட ஒரு கோரவிபத்து

என் சகோதரரை மருத்துவப் படிப்பில் சேர்ப்பதற்காக என் தந்தை அவரைக் கூட்டிக் கொண்டு சென்னை சென்றிருந்தார். என் இளைய சகோதரன் அவரது ஆவல்கள் நிறைவேறும் வண்ணமாக மருத்துவப் படிப்பிற்கான நுழைவுத் தேர்வுக்கு தயாராகிக் கொண்டிருந்தார். அதற்காக 1987 ல் அவர்கள் இருவரும் சென்னையிலுள்ள அதன் அலுவலகத்தில் சில பணிகளை முடிப்பதற்காகச் சென்றிருந்தார்கள். அச்சமயத்தில்தான் அவர்கள் சாலையைக் கடக்க முயன்று கொண்டிருந்த போது என் சகோதரரின் கண் முன்பாகவே அந்தப் பயங்கர விபத்து ஏற்பட்டது. என் தந்தை சாலையைக் கடக்க சில அடிகள் எடுத்து வைக்கத் தொடங்கிய போது ஒரு கார் அவர்மேல் மோதி அவர் மிகவும் பரிதாப நிலைக்குள்ளானார். அவர் ஆஸ்பத்திரிக்குக் கொண்டு செல்லப்பட்டபோது அவரது காலில் முறிவு ஏற்பட்டிருந்தது தெரிய வந்தது. கைகள், தலை மற்றும் சில சரீர உறுப்புகளிலும் கூட காயம் ஏற்பட்டிருந்தது. அவர் சுய உணர்வையும் இழந்திருந்தார். தொடர்ந்து அவர் மதுரை மருத்துவக் கல்லூரி மருத்துவமனைக்கு மாற்றப்பட்டு, அங்கு அவருக்கு அறுவை சிகிட்சை செய்யப்பட்டது. அதனால் அவருக்கு சுமார் ஆறு மாதங்கள் மருத்துவமனையிலேயே தங்கியிருக்கும் நிலை ஏற்பட்டது, அவரது இடது முழங்காலுக்குக் கீழ் துண்டிக்கப்படவேண்டும் எனக் கூறினார்கள். ஆனால் அவர் அதற்கு உடன்படவில்லை. தொடர்ந்து அவரது இடதுகால் விரல் வெட்டப்பட்டு அவர் குணமாகி வீடு வந்த பின்னரும் அவரது நடையில் மாற்றம் காணப்பட்டதால் அவர் மனஉளைச்சலுக்கு ஆளானார். இவைகளினால் மனதளவிலும் அவர் அதிகமாக பாதிக்கப்பட்டு, தனக்கு நேரிட்ட துயரச் சம்பவத்தை ஏற்றுக்கொள்ள முடியாத மனநிலையில் காணப் பட்டார். அதன் பின்னர் அவர் 19 வருடங்கள் உயிர் வாழ்ந்தார்.

44

என் தாய்மையில் நான் எதிர் கொண்ட சவால்கள்

நம் இரத்த வகை Rh Positive Rh Negative-வாக இருந்தாலும் அதனால் நமது உடல் நலம் எவ்விதத்திலும் பாதிப்படையாது. ஆனால் கர்ப்பம் தரிக்கையில் தாய்க்கு Rh Negative வகை இரத்தமும் தந்தைக்கு Rh Positive வகை இரத்தமும் இருந்தால் Rh இணக்கமின்மை (Rh Incompatability) என்று சொல்லப்படுகிறது. உயிருக்கே ஆபத்து அதாவது கருச்சிதைவு ஏற்படவாய்ப்பு. தக்கவேளையில் மருத்துவ உதவி பெறாத பட்சத்தில் தீங்குழற்படும். மற்றொரு வேதனைக்குரிய அனுபவத்தை நான் கடந்து செல்ல வேண்டியதா-யிற்று. எனக்கு மூன்று தடவைகள் கருச்சிதைவு ஏற்பட்டு நான் மனமுடைந்திருந்த வேளை-யில் 'நான் ஒரு குழந்தையைப் பெற்றுக் கொள்ளும் தகுதி எனக்கு இல்லையோ' என்று திகிலடைந்திருந்தேன். ஆரம்பத்தில் இந்தக் கர்ப்பச்சிதைவுக்கான எந்தக் காரணத்தையும் மருத்துவர்களால் கண்டுபிடிக்க முடியவில்லை. ஆனால் சிலர் இது எங்கள் முன்னோர்களின் சாபங்களினால் தொடர்கிறது என்று விளக்கமளிக்க முற்பட்டார்கள். நான் மிகவும் பதட்ட-மடைந்து தேவனின் சமூகத்தையே நாடினேன். இறுதியில் இதற்கான காரணம் Rh factor (or) Rh காரணி என அறியப்பட்டது. நான்கு வருடங்களுக்கு அதிகமாக என் வாழ்வில் இருள் சூழ்ந்து, நான் தாய்மையை அடைய எதிர்நோக்கி மனமுடைந்து காணப்பட்டேன்.

45

என் அங்கலாய்ப்பின் வேண்டுதல்

நான் வாலிபப் பருவத்தின் முதுமை நிலையை அடைந்தபோது எனது எதிர்காலத்தைப் பற்-
றிய நினைவுகள் எனது மனதில் சுற்றிச் சுற்றி வந்தன. நான் சிறு வயதாயிருக்கும் போதே
குழந்தை பிறப்பின் போது ஏற்படும் பற்பல சவால்களைக் குறித்துக் கேள்விப்பட்டிருக்கி-
றேன். நான் இவைகளை தேவனிடம் ஜெபத்தில் ஏறெடுத்து, அம்மாதிரியான சூழலில் என்-
னைப் பாதுகாத்துக் கொள்ளும்படியாக அவரிடம் என்னை ஒப்புவித்தேன். வாழ்வின் மெய்
நிலைகளை நான் கண்டபோது எனது பிரசவத்தின் அனுபவங்களையும் தாய்மை நிலை-
யையும் எண்ணி சற்றுக் கலக்கமடைந்தேன். ஆகவே நான் என் மனதில் எளிமையான
ஒரு ஜெபத்தை ஏறெடுத்து, கர்த்தரிடம் எனக்கு சாதாரண பிரசவத்தைத் தரும்படியும், நல்ல
ஆரோக்கியமான குழந்தைகளைத் தந்து ஆசீர்வதிக்கவும் வேண்டினேன்.

ஹார்மோன் நிலவரம்

இவ்வாறாக கருச்சிதைவு என்ற சவாலை நான் எதிர்கொண்டு, பின்னர் கர்ப்பமானபோது
நான் எனது நடைமுறை, எனது உணவுப் பழக்கம் போன்ற காரியங்களில் மிகவும் கவனமாக
இருக்க விழைந்தேன். அச்சமயத்தில் நான் எனது அனுபவங்களைக் குறித்து ஒருவிதமான
எதிர்மறை எண்ணங்களைக் கொண்டிருந்தேன். நான் பல விதங்களில் போராட்டங்களைச்
சந்திக்க நேர்ந்து, பின்னர் அபுதாபி தேசத்தில், Cornich Hospital மருத்துவ மனையில்
எனது முதல் குழந்தை பிறந்த போது மிகுந்த மகிழ்ச்சியடைந்தேன்.

பின்னால் திரும்பிப் பார்க்கும் போது நான் பிரசவத்தின் பின் சுமார் 6 மாதங்களாக ஒரு-
வித மன உளைச்சலினால் தாக்கப்பட்டு, எனது நடத்தையில் சில சமயம் அதிக மகிழ்ச்சி
நிலையும், சில சமயங்களில் சோர்ந்த நிலையும் ஏற்பட்டது. அவ்வாறான சமயங்களில் நான்
மிகவும் உணர்ச்சி வசப்பட்டுவிடுவேன். அப்போது நான் இவ்விதமான சராசரி நிலையிலி-
ருந்து மாறுபட்டிருந்த அனுபவத்தில் அச்சமடைந்து காணப்பட்டேன். ஆயினும் தேவனின்
மாறாத கிருபையின்படி எனது அடுத்த இரண்டு பிரசவங்களின் போதும் நான் மனதளவில்
தயாராகி, வாழ்வின் இந்த அனுபவத்தை எளிதாகக் கடந்து செல்ல கர்த்தர் தயவு கூர்ந்-
தார். எனது ஹார்மோன்களில் ஏற்பட்ட சமநிலை மாறுபாடே இதற்குக் காரணம் என நான்

அறிந்து கொண்டேன். அதோடு, இவ்விதமான அனுபவத்தைக் கண்ட எனது சிநேகிதர் சிலரும் எனக்கு உதவியது எனக்குக் கிடைத்த வாய்ப்பாகும்.

• 82 •

அறிந்து கொண்டேன். அதோடு, இவ்விதமான அனுபவத்தைக் கண்ட எனது சிநேகிதர் சிலரும் எனக்கு உதவியது எனக்குக் கிடைத்த வாய்ப்பாகும்.

46

தேவன் தந்த ஈவுதான் எங்களின் மூன்று பிள்ளைகள்

சுமார் மூன்று வருடங்கள் ஜெபித்து நாங்கள் எங்களை ஜெபத்தில் ஒப்புக் கொடுத்துக் காத்-திருந்து போது, எங்கள் மூத்த மகள் ஏஞ்சலினா 1987 மார்ச் 25-ல் பிறந்தாள். தேவனுடைய ஆசீர்வாதம் எங்கள் குடும்பத்தில் மிளிர்ந்ததைக் கண்டு நாங்கள் மிகுந்த மகிழ்ச்சி அடைந்-தோம். வாழ்வின் உயர்முனையை எட்டிப்பிடிக்க பல வளைவுகளையும் படிக்கற்களையும் தாண்டிச் செல்ல வேண்டும். என் மகள் பிறந்து சில நாட்களிலேயே எனது Estrogen மற்றும் Progesterone அளவுகள் குறைந்து, அதன்விளைவாக எனது மனநிலை உயர்ந்து தாழ்ந்து காணப்பட்டது பல தவிப்புகள், இறுக்கங்கள், துயர அனுபவங்கள் எரிச்சல் போன்ற உணர்வுகள் என்னை ஆட்கொண்டன. இது பிரசவத்தின் பின்பு ஏற்பட்ட ஒரு நிலையா-கும். இவைகளைத் தொடர்ந்து கர்த்தர் எங்களுக்கு இரண்டாவது மகள் ஆட்லினைத் தந்து எங்களை ஆசீர்வதித்தார். தொடர்ந்து எங்கள் மூன்றாவது குழந்தை ஜாஷ்வா எங்களுக்-குப் பிறந்தான். என் விண்ணப்பத்தைக் கேட்டு மூன்று குழந்தைகளையும் சுக பிரசவத்தோடு பெற்றெடுக்க தேவன் கிருபை செய்தார். அவருக்கே மகிமை உண்டாவதாக.! மூன்று குழந்-தைகளுமே அபுதாபியில் (UAE) தான் பிறந்தார்கள். அவர்கள் மூவரும் நான் 1985-யிலி-ருந்து கற்றுக் கொடுத்து வந்த அதே பள்ளியில் படித்து வந்தார்கள்

47

கனடா கனவில் ஏற்பட்ட திருப்பம்

எங்கள் வாழ்வின் மடிப்புகளில் அதிசயப் பிரகாரமான மாற்றங்களும், திருப்பங்களும், அற்புத வழிநடத்துதல்களும் ஏற்பட்டன. எங்கள் வாழ்க்கையின் இந்தக் காலக்கட்டத்தில் எங்கள் மூன்று குழந்தைகளும் மற்ற எல்லாக் குழந்தைகளைப் போன்றே வளர்ந்து வந்தார்கள். அவர்கள் தங்கள் அன்றாடப் பணிகளையும், பள்ளிப் பாடங்களையும், பிற எல்லாக் காரி-யங்களையும் பிறர் உதவி இன்றிச் செய்து வந்தார்கள். பிள்ளைகள் வளர்ந்து வந்தபோது நாங்கள் கனடாவுக்குக் குடிபெயரும் எண்ணத்தில் ஆழ்ந்தோம். கடல் கடந்து பணி மேற்-கொண்டிருந்த இந்த நாட்களில் நாங்கள் தென்னிந்தியாவில் கன்னியாகுமரி மாவட்டத்தில் ஒரு சொத்தை (நிலத்தை) சம்பாதித்திருந்தோம். தனிமைச் சூழலில் காணப்பட்ட இந்த நிலம் நகர்ப்புறத்தின் நெரிசலுக்கும் ஓசைக்கும் தூரமாக சற்றுத்தள்ளி ஒரு குன்றின் அடிவாரத்-தில் அமைந்திருந்தது. நானும் எனது கணவரும் எங்கள் மனதில் கொண்டிருந்த எண்ணம் என்னவென்றால், எங்கள் ஓய்வு காலத்தில் இந்த இடத்தில் வந்து வசிக்க இது எங்களுக்-குப் புகலிடமாக விளங்கும் என்று. ஒரு சந்தர்ப்பத்தில் நாங்கள் எங்களுக்குப் பாதுகாப்பாக, சார்பாக அமைந்திருந்த இந்த இடத்தை விலைக்கிரயம் செய்து, அதன் மூலமாக கனடா சென்று அங்கு பிள்ளைகளின் படிப்பை தொடரலாம் என்பதே. ஆகவே 2001 ஜூலை-யில் இந்த நிலத்தை விற்பதற்காக விளம்பரம் செய்தோம். அபுதாபியிலேயே வாழ்ந்து வந்த கலுங்கடியைச் சேர்ந்த ஒருவர் இதை விலைக்கிரயம் செய்து பெற்றுக்கொள்ள முன்வந்தார்.

48

எங்கள் குடும்பப் பாரம்பரியம்

பெற்றோராகிய நாங்கள் எங்கள் பிள்ளைகளின் அன்றாடக் காரியங்களின்போது அவர்கள் திரைக்காட்சிகளைக் கண்டுகளிக்கவும், தொலைக் காட்சிகளைக் காணவும் ஊக்கமளிப்பதில்லை. இதன் விளைவாக எங்களைச் சுற்றி அவர்களுக்கு அதிகநேரம் கிடைக்க வாய்ப்பு உண்டாயிருந்தது. நாங்கள் இரவு உணவிற்கு முன்பாக ஒன்றாகக் கூடி, குடும்ப ஜெபத்தில் இணைந்து, பாடல்பாடி தேவனை ஆராதிப்பது வழக்கம். வேத வசனங்களை வாசித்து அன்றாட நிகழ்வுகளைப் பகிர்ந்து கொண்ட பின்பு, எங்கள் இருவரில் ஒருவர் ஜெபிப்போம். அதன் பின்னரே இரவு உணவிற்குச் செல்வோம். பிள்ளைகள் வளர்ந்து வந்தபோது குடும்ப ஜெபம் மட்டுமல்லாமல் வார இறுதி நாட்களிலும் ஒன்றாகக் கூடி, பிறந்த நாட்கள், விடுமுறை நாட்களிலும் எங்கள் வீட்டின் முன் அறையில் ஒன்றாகக் கூடி, ஆர்கன், கிட்டார், வயலின் போன்ற இசைக் கருவிகளை மீட்டி கர்த்தரைத் துதித்துப் பாடி மகிழ்வோம். அந்த நேரங்களில் நாங்கள் எங்கள் நன்றி உணர்வுகளை வெளிப்படுத்தி, எங்கள் ஆசீர்வாதமான அனுபவங்களையும், தற்போது எங்களை வருத்துகிற பற்பல சவால்களையும், பிரச்சினைகளையும் குறித்துப் பேசிக்கொள்வோம். அதன் பின்னர் கர்த்தரின் வசனத்தை சத்தமாக வாசித்து எங்களுக்குள்ளேயே ஜெபிப்போம். நாட்கள் செல்லச் செல்ல இந்த முறையில் நாங்கள் ஒவ்வொருவரும் தங்கள் பிரச்சினைகளையும் அனுபவங்களையும் சத்தமாகச் சொல்லி ஒருவர் மற்றவருக்காக ஜெபிப்போம். பிறந்த நாட்களில் பிறந்த நாளுக்குரியவரை வாழ்த்தி, அந்நாளில் சிறப்புக் கூடுகையாகக் கூடி மகிழ்வோம். இந்தப் பாரம்பரியம் எங்கள் குடும்பத்தில் தொடர்ந்து கொண்டிருந்தது, இன்றும் தொடர்ந்து கொண்டிருக்கிறது. இந்த நடைமுறையின் பலனாக எங்கள் ஒவ்வொருவருக்கும் நல்ல ஆவிக்குரிய அனுபவம் ஏற்பட்டு, எங்கள் பிள்ளைகளும் இந்தப் பழக்க வழக்கங்களின் மூலமாகத் தங்கள் விசுவாசத்தை கையேடுகளில் குறித்துவைப்பார்கள். இந்த வழக்கத்தை அவர்கள் இன்னும் கைவிட்டுவிடவில்லை என நான் நம்புகிறேன்; அவர்கள் அதைத் தொடர்ந்து செய்ய வேண்டும் என நான் ஆசிக்கிறேன். இந்நாட்களிலும் நாம் பலவித பத்திரிகைகளை வாசிக்கிறோம். அச்சு வடிவில் ஊடகங்களிலும், வலைத்தளத்திலும் பல்வேறு நாளேடுகள் வடிவங்களில் அவைகள்

கிடைக்கப் பெறுகின்றன. நாங்கள் கடந்த காலங்களைத் திரும்பிப் பார்க்கும்போது இந்தப் பழக்கம் நாங்கள் எங்கள் பிள்ளைகளுக்கு அவர்களின் ஆரம்ப வயதிலேயே நல்ல மூல-தனத்தை வழங்குவதாக அமைந்திருந்தது.

எங்கள் வீட்டில் காணப்பட்ட மற்றொரு பாரம்பரியம் என்னவென்றால், குடும்ப ஜெபத்-திற்குப் பிறகு பிள்ளைகள் எங்கள் பாதங்களைத் தொட்டு வணங்கி, ஆசீர்வாதத்திற்காக வேண்டி நிற்பார்கள். அவர்கள் தேர்வு எழுதப்போவதற்கு முன்னும் பல மைல்கள் தூரப்ப-யணம் மேற்கொள்ளும்போதும், நேர்காணலை சந்திக்கப்போவது போன்ற பல முக்கியமான நிகழ்வுகளுக்கு முன்பாகவும் இந்த வழக்கம் தொடர்ந்து காணப்பட்டது. நாங்கள் ஜெபித்துப் பிரிந்து செல்லும்போது அவர்கள் குனிந்து எங்கள் பாதங்களைத்தொட்டு வணங்கும்-போது,பெற்றோர்களாகிய நாங்கள் அவர்கள் முன்னேறிச் செல்லவும், வாழ்வில் வளம் நிறைந்து வாழவும் அவர்களை வாழ்த்துவோம்.

இவ்வாறு பெற்றோர் மற்றும் முதியவர்களின் கால்களைத் தொட்டு வணங்குவதின் பொருள் என்னவென்றால், பெரியவர்கள் நம்மை விட அதிக நாட்கள் இந்தப் பூமியில் வாழ்ந்து நடந்து திரிந்தார்கள். ஞானத்தையும், நல்ல அனுபவங்களையும் அவர்கள் தாராள-மாகப் பெற்றுள்ளார்கள். இந்தச் செய்கையின் மூலமாக பிள்ளைகள் பெரியவர்களின் ஆசீர்-வாதங்களை நாடுவதினால் அவர்கள் பத்திரமாகப் பாதுகாக்கப்படுகிறார்கள். பெற்றோரும் ஜெபத்திலும் வேண்டுதலிலும் தொடர்ந்து அவர்களை ஒப்புக்கொடுக்க வேண்டும் என்பதா-கும்.

49

அபுதாபி தேசத்தில் எங்கள் சபை ஐக்கியமும் தேவ அழைப்பும்

அபுதாபியில் நாங்கள் ஆராதித்து வந்த சபையில் எங்களுக்கு நல்ல நண்பர்கள் பலரின் நட்-புறவும் ஐக்கியமும் உண்டாயிருந்தது. இந்த சபை ஐக்கியத்தில் 32 வெவ்வேறு நாடுகளைச் சார்ந்தவர்களாக, நாங்கள் ஒரு விசுவாசக் குடும்பமாக சபைச் செயல்பாடுகளில் பங்கெடுத்து வந்தோம். இந்த நண்பர்களுடைய பிள்ளைகளுக்கும் நல்ல நண்பர் குழு அமைந்திருந்தது. அபுதாபியில் வெள்ளிக் கிழமைகளிலேயே நாங்கள் கூடி ஆராதிப்போம் (அங்கு வெள்ளிக்-கிழமை ஓய்வு நாளாகும்). அந்த ஓய்வுநாளின் ஆராதனையில் வேதாகமத்தின் வெவ்வேறு புத்தகங்களிலுள்ள செய்திகள் பிரசங்கிக்கப்படும்.

1998-ம் ஆண்டு நாங்கள் இவ்வாறு ஒரு அமைதியான நிம்மதியான வாழ்க்கை முறை-யில் தொடர்ந்து வாழ்ந்து கொண்டிருந்தபோதுதான் நாங்கள் கனடாவுக்குக் குடியெயரும் காரியங்களும் திட்டமிடப்பட்டன. இந்த மாதங்களில் சபையின் பிரசங்கத்தில் புதிய ஏற்பாட்-டில் அப்போஸ்தலர் நடபடிகளிலிருந்து செய்தி வழங்கப்பட்டுக் கொண்டிருந்தது. அப்போஸ்-தலர்களின் அந்த வல்லமை நிறைந்த கிரியைகளும், ஆதிக் கிறிஸ்தவர்களின் பக்தி முயற்-சிகளும் நம்பிக்கையும், அவர்கள் தங்கள் அழைப்பின் சவால்களை சந்தித்த விதங்களும் எங்களில் பெரிய தாக்கத்தை ஏற்படுத்தின. இந்த அன்பு நிறைந்த செய்திகள் எங்கள் இரு-தயங்களை பற்ற வைத்து, இழந்துபோன ஆத்துமாக்களுக்கு சுவிசேஷத்தை எடுத்துச் செல்ல எங்கள் மனதில் கிளர்ச்சியை ஏற்படுத்தின. நாங்கள் குடும்பமாக பிள்ளைகளோடு இணைந்து இழந்துபோன ஆத்துமாக்களுக்கு சுவிசேஷத்தைக் கொண்டு செல்வதற்காக ஜெபித்தோம். சுவிசேஷத்தைக் கேட்ட நாங்கள் எந்தத் தாமதமும் இல்லாமல் நம் சகோதரர்களுக்குப் பணி செய்வது மிகவும் அவசரமானது என்றும், நற்செய்தியை நாம் பெற்றுக்கொள்வது மாத்திரமல்-லாமல் பிறருக்கு அதைக்கொண்டு செல்வதும் முக்கியம் என்பதையும் யோசிக்கத் தொடங்கி-னோம். இதைத் தொடர்ந்து பல நிகழ்வுகள் எங்களை வழி நடத்தி, அதாவது இழந்துபோன

ஆத்துமாக்களைத் தேடிச் செல்வது என்பதில் முனைப்பாயிருந்தோம். இயேசு கிறிஸ்துவின் சீடர்களின் வாழ்க்கைச் சரிதைகளை நாங்கள் நினைவில் கொண்டு வந்து, இயேசு கிறிஸ்துவின் சீடர்களில் ஒருவரான, 'சந்தேகப் பிராணி' என்று சொல்லப்படும் தோமா என்பவர் இந்தியா வந்து சென்னையில் இரத்த சாட்சியாக மரித்ததை நினைத்துப் பார்த்தோம். எங்கள் உள்ளத்தில் நமது மக்களுக்கு ஊழியம் செய்ய வேண்டும் என்ற ஒரு அசாதாரணமான உந்துதலினால் நாங்கள் ஆட்கொள்ளப்பட்டதால் நம் சொந்த நாட்டிலுள்ள மக்களுக்கு ஆண்டவருடைய இரட்சணியத்தின் வெளிச்சத்தை எடுத்துச்செல்ல வேண்டும் என்ற ஆவலில் ஆழ்ந்து போனோம். எங்களுடைய இந்த ஆவலை நாங்கள் எங்கள் பிள்ளைகளுடன் பகிர்ந்து கொண்டு, எங்கள் குடும்ப ஜெபத்தில் அவர்கள் இந்தப் பெரிய மாற்றத்திற்குத் தங்களையும் ஆயத்தப்படுத்திக் கொள்ள அவர்களை அமர்த்தினோம்.

சபையில் சொல்லப்பட்ட வல்லமையான பிரசங்கத்தினால் மாத்திரமல்லாமல் எனக்குத் தெரிந்த ஒரு பாட்டின் வரிகளும் பல நாட்களாக எனது இருதயத்தில் கிரியை செய்து கொண்டிருந்தது. இவ்வாறு பல வாரங்களாக, மாதங்களாக தேவனுடைய அழைப்புக்கும் அவர் சித்தத்திற்கும் பணிந்து நடக்கவும் நாங்கள் தூண்டப்பட்டோம். இவைகளோடு இரவின் அமைதியில் பற்பல தரிசனங்களும், திட்டங்களும் எங்களில் மிகப்பலமாக வளர்ந்து, எங்கள் ஆவி அவருக்குக் கீழ்ப்படியவும், அவருக்குச் சேவை செய்யவும் எங்களை அழைத்தார்.

மேற்கூறப்பட்ட எங்கள் அனுபவங்கள் எங்களின் உணர்வுகளைக் தூண்டி தேவன் எங்களை வழி நடத்தின இடத்தில் எங்களைக் கொண்டு சேர்த்தன. அதுவே மெய்யான அனுபவமாகவும் பெரிய இரகசியமாகவும் காணப்பட்டது. இப்போதும் கூட பல வருடங்கள் கடந்த பின்னரும் இந்த நினைவுகளில் நான் ஆழ்ந்து போய் விடுகிறேன். இப்போது நான் எங்கள் நல்ல நண்பர்களும், எங்கள் குடும்பத்தாரும் நாங்கள் இந்தியா செல்ல தீர்மானித்து ஆயத்தமானபோது ஊக்குவிக்காமல் ஏன் தடை பண்ணினார்கள் என்பதை நினைத்துப் பார்க்கிறேன். அவர்கள் நாங்கள் இவ்வாறான ஒரு துணிச்சலான காரியத்தில் ஈடுபடும்போது அதன் எதிர்மாறான விளைவுகளை நாங்கள் சந்திக்க வேண்டாம் என விரும்பியதே உண்மையாகும். தனிப்பட்ட முறையில் அவ்வாறான அனுபவங்களை நான் கடந்து செல்லும் போதெல்லாம் எனது திட்டமிடுதல் சரியான பாதையில்தான்செல்கிறதா என்று நான் திகைத்து நின்ற சமயங்கள் உண்டு. ஏனெனில் எனக்கு முன்பாக உள்ள எதிர்காலம் எதுவும் எவ்வளவும் அறியப்படாததும் பழக்கமில்லாததும் ஆகும். இதில் திகில் ஏற்படுத்துவது என்னவென்றால் நாங்கள் அமைதியாகச் சென்று கொண்டிருக்கும் சீரான பாதையிலிருந்து விலகி பின்வாங்குவதும் திரும்பிச் செல்வதும், செல்லும்போது அதைத் திருப்பிச் செலுத்த முடியாது என்பதாகும். இவ்வாறு செய்ய முயலுவது நாம் பயணம் செய்யும் படகையும் பின்னாலுள்ள பாலங்களையும் எரித்து போட்டதற்கு சமமாகும். மெய்யாகவே இது கடுங்குளிரான நீர் எனது நரம்புகளினூடே பாய்வதைப் போன்று ஒருவித பய உணர்வு தருவதாக அமைந்து முழுவதும் பயங்களும் பாதுகாப்பின்மையும் நிறைந்ததாகக் காணப்பட்டது . ஆனாலும் விசுவாசக் கண்களினூடே எதிர்காலத்தைக் காணும்போது எல்லாம் சாத்தியமானதே என்பதையும் நான் உணர்ந்து கொண்டேன்.

என்னை விசுவாசத்தில் கட்டி இணைத்துச் செல்வதில் இந்தப் பாடலின் வரிகள் பெரும்பங்கு வகித்தன. 'நானே கடல் மற்றும் ஆகாயத்தின் கர்த்தராயிருக்கிறேன்' என்ற உணர்வு-

களைத் தூண்டும் இந்தப் பாடலின் வரிகளும் வார்த்தைகளும் 'யாரை நான் அனுப்புவேன்', 'இதோ அடியேன், நீர் இரவில் அழைப்பதை நான் கேட்கிறேன்' இவ்வரிகள் என்னை மிக ஆழமாக சிந்திக்கத் தூண்டின. 'நான் போகிறேன், என்னை அழைக்கும்போது நான் ஆயத்-தமாக உள்ளேன், உமது மக்களை நான் என் இருதயத்தில் சுமந்துள்ளேன்' என்ற வரிகள் நான் சந்தேகத்தில் உழன்று கொண்டிருந்த வேளைகளில் என்னை வழி நடத்தின. இந்தப் பாடலே ஏசாயா. 6 : 8-லுள்ள வசனத்தைப் பிரதிபலிப்பதாக உள்ளது. இவைகள் தென்-னிந்தியாவில்இறச்சகுளத்தில் உள்ள அந்த அருமையான கிராமத்தின் பிள்ளைகளை நான் எண்ணிப் பார்க்க என்னை ஊக்குவித்தன. அவர்களுக்கு சேவை செய்வதே என் இருத-யத்தின் ஆவலாக இருந்து, ஒரு சில வருடங்களில் சிறிது சிறிதாக அது சாத்தியமானதே என்ற எண்ணம் என்னில் வேரூன்றத் தொடங்கியது. 'யாரை நான் அனுப்புவேன், யார் நமது காரியமாகப் போவார்?' என்ற வார்த்தைகளுக்கு நான் 'இதோ அடியேன், என்னை அனுப்பும்' என்று பதிலளித்தேன். கர்த்தர் மெய்யாகவே இந்தக் காட்சிகளின் மறைவிலிருந்து நான் முன்னேறிச் செல்லவேண்டிய செயல்பாடுகளில் எனக்குத் திசை காட்டினார். மனித வாழ்வின் ஒவ்வொரு தடத்திலும் ஒவ்வொரு நபருக்கும் கொடுக்கப்பட்டிருக்கும் வாழ்வுக-ளின் மூலமாக தேவன் தமது சித்தத்தை நிறைவேற்றுவதற்காகத் தொடர்ந்து செயல்படுகிறார். இப்போது நான் ஒருவிதமான கசப்பு உணர்வுகளுக்குள்ளானேன். அந்த நாட்களை நான் திரும்பிப் பார்க்கும் போது, நமது கர்த்தரும் இரட்சகருமானவருடைய அற்புதப் பிரசன்னத்தி-னால் மாத்திரமே இந்த எங்களது பயணம் சாத்தியமாயிற்று என்பதை நான் திடமாக அறிந்து கொண்டேன். எனது அனுபவங்கள் திகிலூட்டுவதாகக் காணப்பட்டாலும் அவரது மிகுதியான கிருபைகள் எங்களைச் சூழ்ந்திருந்தன. நமது கர்த்தராகிய இயேசுவின் கிருபையே எங்களது எல்லாப் பயங்களையும் சந்தேகங்களையும் விலக்கி, எங்களை இந்தப் பாதையில் ஊக்கு-வித்தது.

50

பயணம்

நான் நாள்காட்டியைக் கூர்ந்து கவனித்தபோது பள்ளியின் கோடை விடுமுறை ஜூலை 1ல் ஆரம்பமாகிறது என்பதை அறிந்து கொண்டேன். அபுதாபி இந்தியப் பள்ளியின் என் உடன் பணியாளர்களும் தங்களது வருடாந்திர விடுமுறைக்கான திட்டங்களை வகுத்து டிக்கெட் முதலானவைகளைப் பதிவுசெய்து கொண்டிருந்தார்கள். 18 வருடங்களாக நான் என் பிறந்த வீட்டிலிருந்து தூரமாகச் சென்று கணவரோடும் குழந்தைகளோடும் வாழ்ந்து வந்த நாட்களை நான் எண்ணிப் பார்த்தேன்.ஆரம்பத்தில் நான் எனது பிறந்த வீட்டையும் சொந்த குடும்பத்-தாரையும் அதிகமாகத் தேடினேன். இப்போது விடுமுறையில் ஊருக்குச் சென்று பெற்றோ-ரோடு சில நாட்களைக் கழிப்பது பொருத்தமானதாகவும் நல்லதாகவும் காணப்பட்டது. எனது 14 வயதான பெரிய மகள் ஏஞ்சலினா, மற்ற இரண்டு பிள்ளைகளுடனும் பள்ளிக்குக் காரில் சென்று கொண்டிருந்த போது எனது எண்ணத்தை நான் அவர்களிடம் பகிர்ந்து கொண்-டேன். அன்று இரவு அவர்கள் தன் தந்தையிடம் இவைகளைக் கூறிய போது கணவரும் முதலில் எதுவும் சொல்லவில்லை. இரண்டு நாட்களுக்குப் பிறகு அவர் எனது விடுமு-றைக்கான திட்டத்தை ஆமோதித்து, விமான டிக்கெட் பதிவு செய்வதற்கான முயற்சிகளில் ஈடுபட்டார். Gulf Air-ல் ஒரே ஒரு இருக்கை காலியாக இருந்தது. அதைத் தொடர்ந்து சொந்த ஊருக்குச் செல்லும் எனது எண்ணம் மெய்மையாகி அந்தக் கோடையில் நான் எனது பெற்றோரைக் காணும் ஆவலோடு இந்தியா நோக்கிப் பயணமானேன். நான் இந்தி-யாவுக்குப் பயணமானபோது என் கணவர் எங்கள் மூன்று பிள்ளைகளையும் மிகவும் பரிவா-கக் கவனித்துக் கொண்டார். எங்கள் சமீபகாலத் திட்டத்தின்படி நாங்கள் அபுதாபியிலிருந்து புலம் பெயர்ந்து கனடா நாடு செல்வதற்கான ஆயத்தங்கள் செய்ய வேண்டியதாயிருந்தது. ஆகவே நான் என் பெற்றோரை சந்திக்கவும் இறச்சகுளத்திலுள்ள சொத்து விற்பனையை கையாளவும் எண்ணியிருந்தேன். இந்த விற்பனைக் காரியம் விரைவாக நடந்தேறும் என்ப-தில் நாங்கள் நிச்சயமாக இருந்தோம்.

உணர்வுகளின் மத்தியில் ஆன்மீக நாட்டம்

ஒவ்வொரு பெற்றோரிடமும் தங்கள் பிள்ளைகளின் வாழ்விற்கான கனவுகளும் திட்டங்-களும் காணப்படுவது இயல்பு தானே? அது போலவே நாங்களும் எங்கள் பிள்ளைகளுக்கு நல்ல தரமான கல்வியை வழங்குவதற்காக கனடாவுக்கு இடம் பெயர்ந்து செல்லும் முனைப்-

பில் ஆழ்ந்திருந்தோம். தேவன் தமது பிள்ளைகளைத் தமது திருசித்தத்தின் படியே பிரித்து வைக்கிறார் தன்னை முழுவதுமாக ஒப்புக் கொடுத்த இருதயத்தைக் கர்த்தர் தமக்காகப் பிர-யோகிக்கிறார். இன்றும் அவர் தமது பணிக்காக நம்மை அழைக்கிறார், ஏனெனில் அறு-வடை மிகுதி, வேலை யாட்களோ கொஞ்சம். தேவன் மனிதரில் ஆவல்களை உருவாக்கு-கிறார். அதை நிறைவேற்றுகிறவரும் அவரே.

வெகுநாளாக என் கணவரும் நானும் நமது அன்பு மிகுந்த கர்த்தரும் இரட்சகருமா-னவருக்குச் சேவை செய்யவேண்டும் என்ற ஆழமான எண்ணத்தைக் கொண்டிருந்தோம். நாங்கள் அபுதாபியில் எங்கள் சபையில் தேவனுடைய வசனத்தைக் கேட்டபோது அவர் எங்கள் இருதயங்களை தமது சேவைக்காகப் பயன்படுத்தத் தூண்டினார். இந்தியாவிலுள்ள தேவை நிறைந்த மக்களுக்காக எங்கள் இருதயங்கள் உருகினபடியால் நாங்கள் வெறுமை-யாய் உட்கார்ந்துகொண்டு சேவையை நாங்கள் மட்டுமே பெற்றுக்கொண்டிருக்க வேண்டாம் என நினைத்தோம். நாங்கள் தேவகுரலுக்குக் கீழ்படிய வேண்டுமா? அல்லது வேண்டாமா? கீழ்ப்படியாமை என்பவைகளுக்கு மத்தியில் ஊசலாடி பல்வேறு உணர்வுகளினால் நிரப்பப்பட்-டிருந்தாலும் பரிசுத்த ஆவியானவரே நமது தீர்மானங்களை ஆண்டு கொள்ளுவார் என்பதை நாங்கள் உணர்ந்தோம்.

51

என் பெற்றோரோடு நினைவில் கொள்ளும் நாட்கள் - பாலைவனச் சோலை

சற்றும் எதிர்பாராதபடி, எந்த முன் ஆயத்தமும் இல்லாதபடி எனது கனவுகளுக்கு அப்பாற்-பட்டு, எந்த இடையூறும் இல்லாத வகையில் நான் பிறந்து வளர்ந்த வீட்டில் நானும், என் தந்தை, தாயுமாகக் கூடி மகிழ்ந்தோம். இது உண்மையாகவே ஒரு மகிழ்ச்சியான விடுமுறை என்று நான் சந்தோஷப்பட்டேன். இந்த அழகான, அருமையான அனுபவத்துக்கு ஈடாக வேறெதையும் கொடுக்க நான் தயாராயில்லை.

எனது பெற்றோர் எனக்கு ராஜ உபசரிப்புச் செய்தார்கள். உணவு வேளைகளில் நாங்கள் ஒன்றாக அமர்ந்து உண்டோம். என் தாயார் எனக்கு விருப்பமான உணவு வகைகளை சமைத்துப் பறிமாறினார்கள். நான் எந்த வேலையையும் செய்ய அவர்கள் அனுமதிக்க வில்லை. என் உடைகளை அவர்களே துவைத்துக் கொடுத்தார்கள். அந்த நாட்களில் சலவை எந்திரம் அவ்வளவாகப் பிரபலமாகவில்லை. ஆனாலும், முன்னாட்களைப் போல தண்ணீர் தட்டுப்பாடு இல்லாமல் தண்ணீர் தாராளமாகக் கிடைக்கப் பெற்றது. திருமணத்-திற்குப் பிறகு 18 வருடங்கள் வீட்டை விட்டுத் தூரமாகச் சென்று வாழ்ந்து வந்த பிறகு மறுபடியும் நான் எனது தாயாரின் அன்பைப் பூரணமாக உணர்ந்தேன். அற்புதப் பிரகாரமாக எனது தந்தையும் அதிகமான மாறுதலைப் பெற்றிருந்தார். அவர் என்னோடு அமர்ந்து எங்-கள் வாழ்க்கை முறை பற்றிய எல்லாக் காரியங்களையும் விசாரித்து உரையாடினார். அப்-போது என் பிள்ளைகள் 14, 13, 9 வயதினராயிருந்தனர். நான் நினைவு கூரும் காரியங்கள் எனது பெற்றோரின் முன்னாட்களின் அனுபவங்கள், முக்கியமாக அவர்களின் கடந்தகால அனுபவங்கள் ஆகும். அவர்கள் இருவரும் தங்கள் மனதைத் திறந்து தாராளமாக தங்கள் இருதயத்திலிருந்து பல காரியங்களை என்னிடம் பரிமாறிக் கொண்டார்கள். என் பெற்றோர்

70 மற்றும் 77 வயதுள்ளவர்களாகக் காணப்பட்டார்கள். அவர்களின் இருதயங்கள் பற்பல நினைவுகளிலும் வெளியே சொல்லாத எண்ணங்களிலும் நிறைந்து காணப்பட்டன. நான் அவைகளைக் கவனமாகக் கேட்டுக் கொண்டிருந்தேன். எனது தந்தை இரவில் சீக்கிரமாகப் படுக்கைக்குச் சென்று அது போலவே காலையில் சீக்கிரமாக எழுந்து விடும் பழக்கமுடை-யவர் ஆகையால் நாங்கள் இரவு உணவை விரைவாக முடித்துக் கொண்டு படுக்கைக்குச் செல்ல ஆயத்தமாவோம்.

இனி என்ன சம்பவிக்குமோ, என் நாட்கள் எப்படியிருக்குமோ என்பதில் எனக்கு எந்த அறிவும் இல்லாதிருந்தது. நான் என் பெற்றோரோடு, முக்கியமாக என் தாயாரோடு இறுதி-யாகக் கழிக்கும் நாட்கள் இதுவே என்பதை நான் உணராதிருந்தேன். அவர் தனது மூணார் நாட்களைப்பற்றியும், தன் பெற்றோரோடு தான் வளர்ந்து வந்த நாட்களைப் பற்றியும், தன் திருமண வாழ்வு மற்றும் என் தந்தையோடு அவர்கள் அருமையாகக் கழித்த நாட்கள் முத-லானவைகளையும் என்னிடம் பகிர்ந்து கொண்டார்கள். மேலும் என் தாயார் அவர்களின் மாமியார், அதாவது என் பாட்டி ஆனி ஐசக் சார்ந்த பல நினைவுகளையும் என்னிடம் பகிர்ந்து கொண்டார்கள். அப்போது என் தந்தை குறுக்கிட்டு, என்னிடம் உரையாடி அவரது வாழ்வின் சம்பவங்களையும், சவுதி அரேபியாவில் ஆரெம்கோவில் அவரது அனுபவங்க-ளையும் என்னிடம் கூறி, பின்னர் அவரது தந்தை, தாய் முதலானவர்களையும், அவர்கள் அவரை எப்படி வளர்த்தார்கள் என்பதைப் பற்றியும், அவரது ஐந்து சகோதர சகோதரிகளைப் பற்றியும், பல காரியங்களை என்னிடம் கூறினார்கள். இவ்வாறு அவர் தனது தாழ்மையான ஆரம்ப நாட்களையும் அவரது பெற்றோரின் தியாகங்களையும், அவர் தனது தந்தையிடமி-ருந்து பெற்றுக் கொண்ட ஒழுக்கமுறைகள், அவர் தந்தை நற்செய்திப் பணியாளராகப் பணி-யாற்றிய நாட்கள் முதலானவைகளை என்னிடம் எடுத்துக் கூறிய போது உண்மையாகவே நான் ஆசீர்வதிக்கப்பட்டிருந்ததாக உணர்ந்தேன். அதோடு என் தாயார் அவர் 500 கி.மீ தூரத்திலுள்ள மூணாரிலிருந்து வந்து என் தந்தையோடு தன் வாழ்வைப் பகிர்ந்து கொண்ட அனுபவங்களையும் என்னிடம் கூறிக்கொண்டார்கள். அதிசயமான பிரகாரமாக அவர்கள் இவைகளைத் திறந்த மனதோடு என்னிடம் பகிர்ந்து கொண்டு என் தாயார் எவ்வளவு கடின-மாக உழைப்பவர் என்பதையும் அவர் எல்லோராலும் விரும்பப்படுபவர் என்பதையும் குறித்து என்னிடம் உரையாடினார்கள். மேலும் எனது தாயார் தற்போது அவரின் காது சரியாகக் கேட்காமல் வருத்தம் அடைந்துள்ளார்கள் என்பதையும், அவர்களின் காதின் உட்புறம் பழு-தடைந்துள்ளது என்றும், அறுவை சிகிட்சையின் மூலமாகக் கூட அதைக் குணப்படுத்த முடியவில்லை என்றும் என்னிடம் கூறினார்கள். மேலும் என் தகப்பனார் தனக்கு நேர்ந்த சாலை விபத்தையும் அவர் அதனால் எதிர்கொண்டபலஅனுபவங்களையும் சிகிட்சைகளை-யும் தொடர்ந்து அவர் காலில் ஏற்பட்ட ஊனத்தையும் கண்ணீரோடு என்னிடம் விவரித்துக் கூறினார்கள். அப்போதுகூட அவரது நடையில் அந்தக் குறை வெளிப்பட்டதை நான் கண்-டேன். அவர் என் தாயிடம் பாராட்டிய அன்பு, என் தாயார் ஆஸ்பத்திரியில் அவரோடுகூட இருந்து அவருக்குச் செய்த பணிவிடைகள் போன்றவைகளை நினைவில் கொண்டு வந்து, இவ்வாறு அவர் தன் கணவரிடம் காட்டிய அன்பு, அவரின் தியாக உள்ளம் மற்றும் கடமை உணர்வு போன்றவைகளையும் என்னிடம் சொல்லி அவைகளைப் பிரதிபலித்தார்கள். சற்றும் எதிர்பாராதபடி நேரிட்ட அந்த விபத்தைக் குறித்து அவர் அதிகமாக வருந்தி, நீண்ட நாட்-

கள் தான் மருத்துவமனை யிலேயே கழிக்க வேண்டியிருந்ததையும், தான் கொஞ்சம் கொஞ்சமாகக் குணமாகி வந்ததையும் நினைவில் கொண்டு வந்தார்கள். மேலும் என் இளைய சகோதரி சுஜியைப் பற்றி என்னிடம் விசாரித்தார்கள். இப்போது என் இளைய சகோதரி திருமணம் ஆகி டில்லி-க்கு அருகாமையிலுள்ள குர்காவில் வசித்து வந்தார். என் ஒரே சகோதரன் மருத்துவக் கல்வி பெற்று மேற்படிப்பு மற்றும் கடினமான உழைப்பின் மூலம் உயர் நிலையை அடைந்ததைக் குறித்து அவர் மகிழ்ந்து, அதைப் பெருமையாக எண்ணிக் கொண்டார்கள். இப்போது என் சகோதரன் பிரசித்தி பெற்ற எலும்பு முறிவு சிகிட்சை நிபுணராக உள்ளார் என்பது குறிப்பிடத்தக்கது.

என் தந்தை திரும்பவும் தனது முற்கால சுறு சுறுப்பான வாழ்க்கையில் ஈடுபட்டு, வந்ததையும், ஊர் மக்களுக்கு மருத்துவ சேவை செய்து, அரசுப் பணிகளில் சில மேலதிகாரிகளோடு அவர் எதிர் கொண்ட தனிப்பட்ட சவால்களையும் அவர் நினைவில் கொண்டு வந்தார். அவர் எங்கள் சிறுபிராயத்தின் நாட்களைக் குறித்துப் பேசிக் கொண்டிருந்தபோது சிறு வயதிலேயே எங்களை விட்டுப் பிரிந்து சென்ற என் இளைய சகோதரி ஜிஜியை நினைத்து சில கணம் பேச்சற்று நின்றார். ஜிஜியின் மரணம் திரும்பவும் அவரைத் துயரத்தில் ஆழ்த்தியதை நான் கண்டேன். அவரால் எதுவும் பேச முடியவில்லை. ஒருவேளை தான் அவளிடம் அதிக அன்பு பாராட்டவில்லை என நினைத்தாரோ என்னவோ. அவள் 12 வயதில் மரித்துப்போவாள் என்று அவர் சற்றும் எதிர்பார்க்கவில்லை. அவர் தான் ஒரு மருத்துவராக இருந்தும் அவளைக் காப்பாற்ற முடியவில்லையே என்று நினைத்து மிகவும் சோர்ந்து போனார். என் பெற்றோர் இருவருக்கும் வயது ஏறிவிட்டபடியால் அவர்கள் தளர்ந்து போய் மிகவும் பலவீனமாகக் காணப்பட்டார்கள். ஆனாலும் அவர்கள் ஒருவரும் ஒருவருக்கொருவர் மிகவும் அன்புடன் துணைக்குத் துணையாக வாழ்ந்து வந்தார்கள்.

என் சிறுவயதில் மனதில் நான் என் தந்தையை ஒரு கடினமான மனிதனாக எண்ணியிருந்து அப்போது எனக்கு சற்று வித்தியாசமாகக் காணப்பட்டதாக உணர்ந்தேன். அவரது கோபகுணம் மற்றும் முரட்டு இயல்புகளின் நினைவுகள் பொடிப் பொடியாகத் தகர்ந்து விட்டன. இப்போது நான் அவரைப் போராட்டத்தில் வாழ்ந்து வரும் பிற பல மனிதரைப் போன்றே கண்டு அவர் இந்த வாழ்வை சமநிலையில் வாழ்ந்து, அதற்கு ஈடுகட்டிக் கொள்ள முனைவதையும் கண்டேன். மானுடராகிய நாம் வாழ்வின் சில சந்தர்ப்பங்களில் ஆவைகளை ஏற்றுக் கொண்டு. நமது கடந்த காலத்திற்கு நம்மை ஈடுகட்டிக் கொள்ளவேண்டும். இந்த நாட்கள் இவ்வளவு ஆழமான அனுபவங்களைக் கொண்டதாக அர்த்தம் நிறைந்ததாக உள்ளதை நான் கண்டு திருப்தியடைந்தேன். அந்நாட்களில் நான் மிகவும் மேலோட்டமான அனுபவங்களை நாடியிருந்தேன். என் வாழ்வின் ஆரம்பநாட்களின் பல அருமையான நேரங்களை நான் விருதாவாகச் செலவழித்து விட்டேனா என்று நான் மனஸ்தாப்பட்டேன். அன்போடும் பாசத்தோடும் யாராவது என்னைக் கட்டியணைத்து அன்பு காட்டமாட்டார்களா என்று நான் ஏங்கிய நாட்கள் உண்டு. என் தந்தையின் மடியில் அமர்ந்து நான் உறவாட வேண்டும் எனவும் நான் ஆசைப்படுவேன். இப்போது நான் அவைகளைச் சொல்ல முடியாது, அந்த உணர்வுகளும் நிறைவேறாத எதிர்பார்ப்புகளும் ஒரு தெருப்பிள்ளையின் மனப்பாங்காக, அனாதைக் குழந்தையின் மனநிலையாகச் சென்று போயிற்று. அது என் மனதில் ஒரு பெரும் சுமையாக இருந்து வந்தது. இப்போதைய நிலையில் நான் அவைகளைத்

தானாகவே மறந்து, மன்னிக்கவும் அதைப் பெற்றுக் கொள்ளவும் என்னை மாற்றிக்கொண்டு, அவ்வாறான பொறிகளின் பிடியிலிருந்து என்னை விடுவித்துக் கொண்டேன். இந்த வெளிப்-பாடுகளின் உண்மை என்னவென்றால் எனது தந்தையும் ஒரு மானிடனே, பௌதீக அளவில் இவ்வுலகில் வாழ்ந்து வரும் ஒரு நபர் என்பதாகும். இந்த நாட்கள் தேவனின் மன்னிப்புகள் நமது வாழ்வில் காணப்பட்ட அனுபவங்களாகும். தேவனின் கையெழுத்து எங்கள் வேதனை-கள், ஏக்கங்கள் மத்தியில் மிளிர்ந்ததைக் கண்டேன்.

அது ஒரு நல்ல ஐக்கியமாகக் காணப்பட்டு, ஒரு புதிய உறவைக் கட்டுவித்ததை நான் கண்டேன். அது ஒரு பூரண நிலையை ஏற்படுத்தி இயற்கையின் காரியங்களை நிறைவு செய்வதாகவும் காணப்பட்டது. எப்போதும் இல்லாதபடி இப்போது அன்பும், நெருக்க உணர்-வும் எங்கள் இருவரின் மத்தியில் உதயமானதையும் நான் கண்டேன். மேலும் அதிக நேரம் எங்களுக்கு இல்லை என்பதை அப்போது நான் உணர்ந்து கொள்ளவில்லை. உண்மை-யாகவே பழைய சரிதைகள் என் வாழ்வின் பரம்பரையில் முழுமை அடைவதை நான் கண்டேன். என் தாயார், என் இளைய சகோதரி சுஜியைக் காண ஆவலாயிருந்தார்கள். எல்லாப் பெற்றோரைப்போன்றே என் தாயாரும் தன் மகளைக் காண ஆசையாயிருந்தார்-கள். இது ஒரு தாயின் இயற்கை உணர்வுகள் ஆகும். அவர் தன் குடும்பத்தின் மக்களை ஒரு தடவையாவது கண்டுமகிழ வேண்டும் என்று வாஞ்சையாய் இருந்தார்கள். ஆனால் அது நிகழவேயில்லை. வேதனையும் வருத்தங்களும் அவர் மனதைச் சூழ்ந்து கொண்டன. ஆனால் அவரில் நான் கண்ட அருமையான சுபாவம் என்னவென்றால் அவர் எப்போதும் முன்னோக்கிச் செல்ல சித்தங்கொண்டிருந்தார்கள் என்பதே. எப்படியும் நல்லதும் பொல்லா-ததுமான நிகழ்வுகளே நம் வாழ்க்கைப் பாதையை உருவாக்குகின்றன. நமது ஒரே இரட்சக-ரான தேவனை நாம் நம்பி அவரையே சார்ந்து வாழும்போது அவர் அவைகளை சீர்ப்படுத்தி மாற்றியமைப்பதில் வல்லவர்.

இந்த மிக அருமையான நிகழ்வுகளோடுகூட பின்னாலுள்ள காலங்கள் அதே போன்று காணப்படவில்லை. அவைகளை நான் மூன்று மாதங்களுக்குப் பின்னர் கண்டபோது அவை-கள் எல்லாம் பெரிதும் மாறி விட்டிருந்தன. எனது தந்தை மறதி (Alzheimer's) எனும் நோயினால் பாதிக்கப்பட்டிருந்தார். அவரால் என்னை அடையாளம் கண்டு கொள்ள முடிய-வில்லை. என் தாயாரும் தன் செவித்திறனை இழந்து விட்டிருந்தார்கள். இவைகள் எனக்கு மிகவும் துக்கத்தை தந்தது. பின்னர் சில மாதங்களுக்குப் பின்னர் அவர் எங்களை விட்டுக் கடந்து சென்றுவிட்டார்.

52

தேவ அழைப்பின் முன் மனிதத் தீர்மானம்

ரோமர் 8 : 28-ன் படி யாவற்றையும் தேவன் நன்மையாகவே செய்து முடிக்கிறார். 2001ம் ஆண்டு ஜூலை மாதத்தில் நான் எங்கள் பெற்றோரைக் காண வந்திருந்தேன். அந்த நாட்-கள் உண்மையிலேயே எப்போதும் நினைவில் கொள்ளும் நாட்களாகும். என் பெற்றோருடன் மேஜையைச் சுற்றி அமர்ந்து கொண்டு. சம்பாஷித்து, அவர்களின் கடந்த காலங்களின் விப-ரங்களைக் கவனித்துக் கேட்பது மிகவும் சந்தோஷமாக இருந்தது. ஒரு வாரத்திற்குப் பிறகு நான் தனியாகவே வந்து இறச்சகுளத்திலுள்ள எங்கள் நிலத்தை விற்றுப் பணமாக்கும் முயற்-சியில் ஈடுபடுவது என்பது எனது திட்டமாக இருந்தது. காரணம் கனடா செல்லும் திட்டத்தை செயல்படுத்திக் கொண்டிருந்த நாட்கள் அவை.

இறச்சகுளத்தில் அமைந்திருந்த எங்கள் நிலத்தில் நின்று கொண்டு இந்த நிலத்தை வாங்குபவருக்காகக் காத்திருந்தேன். அபுதாபியில் வசிக்கும் அவர் 2001 ஜூலை 7 அன்று வந்து என்னை சந்திப்பதாகச் சொல்லியிருந்தார். அவரும் விடுமுறையில் இந்தியாவுக்கு வந்-திருந்தார். ஆனால் எதிர்பாராத விதத்தில் அவர் வரவேயில்லை. அந்தக் காலை வேளை-யில் அற்புதமான ஒரு தேவ செயல் நிகழ்ந்தது. நான் அந்த நிலத்தில் கால் வைத்து, கேட்-டிலிருந்து சில அடிகள் தள்ளி நின்று கொண்டிருக்கும்போது தேவ ஆவியானவர் என்னோடு பேசி எனக்கு அவரின் சித்தத்தை வெளிப்படுத்தினார். நாங்கள் திருப்பணிக்குச் செல்லவும் இந்த ஊரிலுள்ள சிறு பிள்ளைகளுக்கு ஒரு பள்ளிக்கூடத்தை நிறுவி அதை நடத்தவும் தேவன் என் மனதில் வெளிப்படுத்தினார். அந்தக் குறிப்பிட்ட வேளையில் நான் அவரு-டைய சித்தத்தை அறிந்து கொண்டேன். அது மிகவும் தெளிவாக இருந்தது.

எனது ஆத்துமா ஆவியின் ஆழத்தில் ஒரு வலிமையான ஒரு திடமான சத்தத்தைக் கேட்டு உணர்ந்து கொண்டது. அதற்கு எதிர்த்து நிற்க வேண்டாம் என்று நான் தீர்மானித்து, அதற்குக் கீழ்ப்படிந்து, அவர் எங்களை வழி நடத்திச் செல்லுமிடமெல்லாம் அவரைப் பின்-பற்றவும், அவர் சொல்லுக்குக் கீழ்ப்படியவும் தெரிந்து கொண்டேன். இந்த எனது எண்-ணத்தை (தரிசனத்தை) நான் என்னுள்ளத்தில் மறைத்து வைத்துக் கொள்ளவும் நான் எண்-ணியதுண்டு. ஆனால் இந்த தெய்வீக அழைப்போ மிகவும் பலமாகவும் உண்மையாகவும்

என்னை ஆட்கொண்டு விட்டபடியால், எனது வருங்காலத்தைப் பற்றிய நிச்சயமற்ற நிலை-யிலும் நான் அதற்குக் கீழ்ப்படிந்து என்னை அதற்கு ஒப்புக் கொடுத்தேன். எல்லாத் திசைக-ளிலுமிருந்து எதிர்ப்புகளும் தடைகளும் இடையூறுகளும் காணப்பட்டாலும், தேவனின் திவ்-யப் பிரசன்னத்தில் மட்டுமே சமாதானம் உண்டு என்பதை நான் உணர்ந்தேன். தொடர்ந்து எந்தத் தாமதமும் செய்யாமல் நான் அபுதாபிக்குப் பயணமானேன். எங்கள் குடும்பத்திற்கா-கக் தேவன் கொண்டிருந்த அழைப்பை நான் என் தாயாரிடம் சொன்னேன்.அவர் தனது காதுகளினால் கேட்டுக் கொண்ட கடைசியான வார்த்தைகள் அதுவே என்று நான் எண்-ணுகிறேன். அவரும்கூட என்னிடம் பதிலுரையாகக் கூறியது, 'நீ அபுதாபிக்குப் புறப்பட்டுப் போ, நான் உனக்காகவும் நீ ஆரம்பிக்கப் போகிற பள்ளிக்காகவும் ஜெபித்துக் கொள்வேன்' என்பதே. நிச்சயமாக அவர் எங்களது Mt. Sinai பள்ளிக்காகவும் அதன் எதிர்காலத்திற்கா-கவும், எங்கள் எல்லாருடைய எதிர்காலத்திற்காகவும் ஜெபித்தார் என்று நான் நம்புகிறேன்.

கர்த்தருடைய சித்தத்திற்குக் கீழ்ப்படிவதும் அதைப் புரிந்து கொள்வதும் சில சமயங்களில் கடினமானதாகவே காணப்படுகிறது. ஏனெனில் அதற்குத் திடமான விசுவாசமும் நீடிய பொறுமையும் வேண்டியதாயிருக்கிறது. நாம் தேவசித்தத்தை உடனே அறிந்து கொள்ள ஆவலாயிருப்பது இயல்பே. ஆனால் தேவனுடைய கிருபை வேறு விதமாக வெளிப்படுகிறது. அவர் படிப்படியாகத் தம்மை நமக்கு வெளிப்படுத்துகிறார். ஒவ்வொரு அடியும் நகர்வும் விசு-வாசத்தில் அமைந்து. நாம் தொடர்ந்து அவரைப் பற்றிப்பிடித்துக் கொள்ள உதவுகிறது. இதில் முக்கியமான காரியம் என்ன வென்றால் நாம் அவரது திசை காட்டுதலுக்குக் காத்திருக்கும்-போது நாம் அறிந்துள்ள நல்ல காரியங்களைச் செய்வதில் சுறுசுறுப்பாகக் காணப்படுகிறோம். யாக்கோபு 4 : 17-ம் வசனம் இவ்வாறு உள்ளது:'ஒருவன் நன்மை செய்ய அறிந்தவனாயி-ருந்தும் அதைச் செய்யாமற் போனால் அது அவனுக்குப் பாவமாயிருக்கும்'.

1 சாமுவேல் 15::22 - 'கர்த்தருக்குக் கீழ்ப்படிவதைப் பார்க்கிலும் சர்வாங்க தகனங்களும் பலிகளும் கர்த்தருக்குப் பிரியமாயிருக்குமோ, பலிகளைப் பார்க்கிலும் கீழ்ப்படிதலும் ஆட்-டுக்கடாக்களின் நிணத்தைப் பார்க்கிலும் செவி கொடுத்தலும் உத்தமம்' என்றுள்ளது.

ஆகவே நான் எனது அபுதாபி பயணத்தை சற்று முன்னதாக ஏற்படுத்திக் கொண்டு எனது குடும்பத்தாரோடு இணைந்து கொண்டேன். முதலில் நான் எனது விசுவாச அனுபவத்-தையும் நான் கர்த்தரை சந்தித்த விதத்தையும் அவர்களிடம் விவரித்துச் சொல்வதற்கு தயக்-கம் கொண்டேன். ஆனால் நான் வீட்டைச் சென்றடைந்தபோது, குடும்பத்தாரோடு சேர்ந்து அமர்ந்து, என் ஆவியில் ஏற்பட்ட தேவனின் தூண்டுதலையும் அந்தக் கிராமத்தில் ஊழியம் செய்வதற்கான அவரது அழைப்பையும் அவர்களிடம் விளக்கமாகக் கூறினேன். நான் எனது எண்ணங்களை அவர்களிடம் வெளிப்படுத்தியபோது என் கணவரும் பிள்ளைகளும் அந்த அழைப்பின் பின்னால் காணப்பட்ட தெய்வீக வல்லமையை உணர்ந்து கொள்ளத் தொடங்-கினார்கள். நாங்கள் முதன் முதலாகக் குடும்பமாகச் செய்த காரியம் என்னவென்றால் சில நாட்கள் தேவனின் ஆலோசனையை நாடி ஜெபத்தில் அவரின் ஒப்புதலுக்குக் காத்திருந்-ததாகும். நான் என் உள்ளில் மகிழ்ச்சியாக, அவரின் தொடுதலை உணர்ந்து காணப்பட்-டேன். ஆயினும் எனது உள்ளில் கர்த்தர் என்னிடம் பேசினதுண்டானால் அதற்கான திட்-டத்தையும் நிச்சயமாக வைத்திருப்பார் என்று நம்பினேன். நான் செய்ய வேண்டியதெல்லாம் அவர் அழைப்பில் உறுதியாக இருப்பதே. நாங்கள் குடும்பமாக இணைந்து அடுத்த இரண்டு

மாதங்களில் உபவாசித்து ஜெபித்தோம். இறுதியாக இவைகளை அபுதாபியிலுள்ள சபையில் விசுவாசிகளோடு பகிர்ந்து கொண்டோம். சபையாரும் எங்களுக்காக ஜெபித்தார்கள். இப்-போது நாங்கள் எங்களது பணியிலிருந்து விடுபடுவதற்காக அந்தக் காரியத்தை ஜெபத்தில் வைத்தோம்.

நாங்கள் எங்கள் பணியிலிருந்து விடுபடுவதில் பல தடைகள் ஏற்பட்டாலும் தேவன் அது சாத்தியமாகக் கிருபை செய்தார். ஆரம்பத்தில் எங்களது அதிகாரிகள் நாங்கள் பணியிலி-ருந்து விடுபடுவதை விரும்பவில்லை. ஆனால் ஒரு சில சந்திப்புகளுக்குப் பிற்பாடு அவர்-கள் எங்கள் வேண்டுதலைக் கேட்டு, எங்கள் ராஜினாமா கடிதங்களை 2001 செப்டம்பர் 11 அன்று ஏற்றுக் கொண்டார்கள். இப்போது எங்களது விசுவாச எண்ணத்தையும் திட்டத்தை-யும் எங்கள் நண்பர்களிடமும் குடும்பத்தாரிடமும் சொன்னபோது நாங்கள் மனம் பேதலித்-துவிட்டதாக அவர்கள் எண்ணினார்கள். வளைகுடா நாடுகளில் ஒரு பணியில் அமர்வது அந்நாட்களில் மிகவும் அரியதாகக் காணப்பட்டது. அநேகர் நாங்கள் வளைகுடா நாட்டை விட்டுச் செல்லவேண்டாம் என்று அறிவுரை கூறினார்கள். 1980, 1990 களின் அந்த நாட்களில் பணிக்காக வெளிநாடுகளுக்குச் செல்வது, முக்கியமாக வளைகுடா நாடுகளில் வாய்ப்பு பெறுவது, மிகச் சிறந்த வாய்ப்பாக எண்ணப்பட்டது.எங்களுடைய உலகப் பிரகா-ரமான பணி மிகவும் வசதியாக அமைந்திருந்தது. அதை ராஜினாமா செய்வது என்பதை நாங்கள் கனவில் கூட நினைக்கவில்லை. ஆனால் அவருடைய திராட்சைத் தோட்டத்-தில் பணி செய்வதற்காக அவரின் தெய்வீக அழைப்பை நாங்கள் பெற்றுக் கொண்டபோது எங்களால் அதற்கு மறுப்புத் தெரிவிக்க முடியவில்லை. நாங்கள் எல்லாவற்றையும் விட்டு அவரைப் பின்பற்றினோம். அந்த நிகழ்வுத் தொடர்களை இப்போது சிந்தித்துப் பார்க்கும்-போது மோசேக்கு ஏற்பட்ட அழைப்பைவிட மேலான ஒரு அழைப்பு இது என்பது என்-றும். பார்வோனின் குமரன் என்று அழைக்கப்படுவதைவிட தனது மக்களோடு துன்பப்ப-டுவதையே அவன் தெரிந்து கொண்டதையும் நாங்கள் உணர்ந்து கொண்டோம். - எபி. 11 : 24, 25 'விசுவாசத்தினாலே மோசே தான் பெரியவனான போது பார்வோனுடைய குமா-ரத்தியினுடைய மகன் எனப்படுவதை வெறுத்து, அநித்தியமான பாவ சந்தோஷங்களை அனுபவிப்பதைப் பார்க்கிலும் தேவனுடைய ஜனங்களோடே துன்பத்தை அனுபவிப்பதையே தெரிந்து கொண்டான்'.

53

பல்வேறு கரிசனைகளை எதிர்கொண்ட வழிமுறை

எங்கள் பணிகளைக் குறித்து பலரின் வேடிக்கையான பேச்சுகளும், மேற்கொண்ட உணர்வுகளும், நாங்கள் தொடர்வதற்காக நினைத்திருந்த எங்கள் பிரயாணத்திலிருந்து எங்களைத் தடம் புரண்டு போக முயற்சித்தன. எங்கள் முன்னால் காணப்படும் பணியின் கூர்மையை நாங்கள் உணர்ந்த போது, நாங்கள் இந்தியாவிற்குக் கர்த்தரின் சேவைக்காகச் செல்ல ஆயத்தமாகிக்கொண்டி ருந்தபோது அந்தக் கரிசனைகள், தேவைகளைக் குறித்த பரவலான எண்ணங் கொண்டிராமல் அவைகளை ஒவ்வொன்றாகப் பட்டியலிடவும், அவைகளை வரிசைப்படுத்தவும் எங்கள் உள்ளங்களையும் நினைவுகளையும் ஒருமுகப்படுத்தினோம் பின்னர் அவைகளை சுருக்கமாகக் குறித்து, மிக முக்கியமாகக் காணப்பட்ட காரியங்களுக்காக ஜெபித்து, எங்கள் புறப்படுதலுக்கு ஆயத்தமானோம். நாங்கள் யாவரும் அவைகளைக் கர்த்தரின் சந்நிதியில் வைத்து ஜெபித்தபடியால் எங்களது மனச்சுமையும் பாரமும் மிகவும் இலகுவானது. எங்கள் பணிக்காய் தொடர்ந்து ஜெபித்தோய். நாங்கள் பின்னால் திரும்பிப் பார்த்து. கடந்த 20 வருடங்களை நினைத்தபோது தேவன் உண்மையான தந்தையாக உள்ளார் என்பதை நாங்கள் உறுதிப்படுத்திக் கொண்டோம். அதற்கு எந்த சந்தேகமும் இல்லை. அவர் நம்மை ஒரு போதும் கைவிட்டதில்லை.

குறிப்பிட்ட ஜெபங்கள் குறிப்பிட்ட பதிலைத் தருகின்றன. இயேசு பிறவிக்குருடனான பர்தொலோமேயுவைக் குணப்படுத்தும் முன்பாக அவன் கர்த்தரின் தயைக்காக வேண்டி நின்றபோது அவனிடம் கேட்டது? 'நான் உனக்கு என்ன செய்ய வேண்டுமென்று விரும்புகிறாய்?' என்பதே.அதற்கு அவன், 'நான் பார்வை அடைய வேண்டும்' என்றான்.இயேசு சொன்னது, 'போ, உன் விசுவாசம் உன்னை இரட்சித்தது' (மாற்கு.10 : 49 - 52).

54

ஜெபக்குறிப்புகள் - இதுவே வெற்றியின் முதல் படிக்கல்

கல்வி ஊழியத்தில் நல்ல தாக்கத்தோடு செயல்படுதல் - எங்களது அனுபவம், திறமைகள், அறிவு, படிப்பு முதலியவைகள் மூலமாக இறச்சகுளத்திலுள்ள மக்களுக்குக் கல்வி அளித்து, கிறிஸ்துவின் அன்பிலும் அறிவிலும் வளர்ப்பது. 50 குழந்தைகளைக் கொண்ட ஒரு KG வகுப்பை ஆரம்பித்து, அவர்களுக்கு போக்குவரத்து வசதியும் செய்து கொடுப்பது. பிள்ளைகளிடம் அன்பு பாராட்டும் நல்ல அர்ப்பணிப்போடு எங்களோடு இணைந்து உண்மையாக உழைக்கும் தேவபயம் கொண்ட, அனுபவம் பெற்ற பணியாளர்களை ஆசிரியர்களாக நியமிப்பது. கிராமத் தலைவர்கள், அரசியல் தலைவர்கள், பொது மக்கள், சமூக மக்கள் முதலானவர் களின் கூட்டுறவோடும் ஆதரவோடும் உண்மையான உதவியாளர்களையும், பொறியியல் துறை வல்லுனர்களையும், கணக்கீட்டாளர்களையும் ஒரு குழுவாகத் தெரிந்து கொள்வது. எங்கள் பள்ளியின் திட்டப்பணிகளில் இயேசுவை மெய்மையாகக் காண்பிப்பது. நாங்கள் உள்ளூர் மக்களோடு இணைந்து பணி செய்யவிருப்பதால் அவர்கள் தொடக்கத்திலிருந்தே எங்களது தரிசனத்தை நன்கு தெளிவாகக் கண்டு கொண்டு, எங்களுக்கு ஆதரவு அளிக்க ஒரு நல்ல சபை ஐக்கியம், இடைவிடாத அக்கறையும் ஆதரவும் சபைத்தலைவர்களிடமிருந்தும் உடன் விசுவாசிகளிடம் இருந்தும் பெற்றுக்கொண்டு எங்களது இந்த அர்ப்பணிப்புக்கு எங்களோடு துணை நிற்பது. ஜெபப் பங்காளர் எங்களது குறிக்கோளை உணர்ந்து செயல்படவும், நமக்குக் கொடுக்கப்பட்ட இந்த அருமையான பணியில் நல்ல உக்கிராணக்காரர்களாகச் செயல்படவும்.

எங்கள் பிள்ளைகள் ஏஞ்சலினா, ஆட்லின், ஜாஷ்வா இவர்களை அன்பான ஆசிரியர்கள், நல்ல நண்பர்கள் கொண்ட நல்லக் கிறிஸ்தவப் பள்ளியில் சேர்க்கை செய்து, அவர்கள் இங்குள்ள கலாச்சாரம், சுற்றுச்சூழல் போன்றவைகளை அறிந்து கொண்டு அவைகளுக்கு அனுசரித்து நடக்க உதவுவது. எங்கள் பிள்ளைகளும் தங்கள் தனிப்பட்ட வாழ்வில் ஒரு

தரிசனம் கொண்டு அவைகளைக் கையாளுவது. அவர்களின் வாழ்வில் கிறிஸ்துவின் அன்-பையும் மதிப்பீடுகளையும் சுமந்து கொள்வது.

ஊரில் தற்போதுள்ள வசதிகளின்படி இரண்டு படுக்கைகள் கொண்ட ஒரு வீட்டை எழுப்புவது. தேவன் எங்களில் ஏற்படுத்தி யுள்ள அழைப்பையும் தரிசனத்தையும் தொடர்ந்து மனிதபலம், செல்வாக்கு, அச்சுறுத்தல், ஆற்றல், அதிகாரங்கள் போன்றவைகள் எங்களை விசுவாசத்திலிருந்து விலக்கிவிடாமல் செய்ய உறுதியாயிருப்பது. தற்காலிகமான வசதியின்-மைகளும், சச்சரவுகளும் எங்களை உற்சாகமிழந்து போகாமலிருக்கச் செய்யவும். மாறாக நாங்கள் எங்களை பலப்படுத்தி நம்பிக்கையூட்டி தேவனை முழுவதுமாகச் சார்ந்திருக்கச் செய்வது எங்கள் பிள்ளைகளுக்கு மாதிரிகளாகச் செயல்பட்டு, நாங்கள் கட்டி எழுப்ப பிர-யாசிக்கும் பள்ளிக்கூடத்தில் பிரசங்கிப்பதைச் செயலில் காட்டவும் முயல்வது. எங்கள் திட்-டத்தில் நீண்ட பார்வையைக் கொண்டிருந்து, 1 வருடம், 5 வருடம், 10 வருடங்கள், 20 வருடங்கள், 50 வருடங்கள் என்று எங்கள் உள்ளத்தில் ஒரு நிச்சயமான குறிக்கோளைக் கொண்டிருப்பது.

எங்களைச் சுற்றியுள்ள பிற பள்ளிகளோடு போட்டியாகச் செயல்படாமல் அவைகளி-லிருந்து புதிய காரியங்களையும் அறிவையும், தேவையானால் உதவி, ஆதரவு போன்ற-வைகளையும் பெற்றுக் கொள்வது. எங்களுக்குக் கிடைக்கப்பெறும் பண வசதிகளில் நல்ல உக்கிராணக்காரராக் செயல்பட்டு, ஆண்டவரின் ஞானம் தரும் உதவியை மாத்திரம் சார்ந்-திருப்பது. எரேமியா. 17 : 9 ல் சொல்லப்பட்டுள்ள 'எல்லாவற்றைப் பார்க்கிலும் இருதயமே திருக்குள்ளதும் மகா கேடுள்ளதுமாயிருக்கிறது. அதை அறியத் தக்கவன் யார்?' என்பதற்கு எச்சரிக்கையாயிருப்பது.

கர்த்தர் இயேசுவின் இரத்தத்தால் எங்களைச் சுற்றிக் காணப்படும் தீமைகள். இருண்ட வல்லமைகள், விக்கிரக ஆராதனை. சுடுகாடு போன்றவைகள் சுத்திகரிக்கப்பட்டு, இந்தச் சொத்துகள் நன்கொடை ஆகவே அல்லது தேவ ராஜ்ஜியத்தின் பணிக்காகவோ மாற்றிய-மைக்கப்பட வேண்டும். பரிசுத்த ஆவியான வரின் உதவியாலும் வேத வசனங்களின் மூல-மாகவும் மக்களின் மோசமான நோக்கங்களை அடையாளம் கண்டுகொண்டு அவைகளுக்கு எந்தத் தாமதமும் இல்லாமல் தீர்வு காண்பது.

நமது கர்த்தரின் சமூகத்தில் செலவழிக்கும் அமைதியான நேரத்தை மறந்துவிடாமல் அவரின் தொனியையும் வார்த்தையையும் கவனமாகக் கேட்டு, அதன் மூலம் பலப்படுத்தப்-படுவது. முழுமையான உயிரான உறவுகளை நாள் முழுவதும் கர்த்தரோடு கடைபிடிப்பது. உண்மையான அன்போடு குடும்பமாகக் காரியங்களைச் செய்து, உள்ளார்ந்த பலத்தை உரு-வாக்கி, எதிரியை எதிர்க்கவும் வீழ்த்தவும் பலம் பெறுவது. நாங்கள் இருவரும் தேவனுடைய வார்த்தைகளில் வேரூன்றியிருப்பதால் தேவனின் சர்வாயுதவர்க்கத்தைத் தரித்துக் கொண்டு, ஒவ்வொரு நாளும் எங்களை பலப்படுத்திக் கொள்வது.

இந்நாளில் நமது சமூகத்தில் காணப்படும் வரதட்சணை போன்ற வழக்கங்களை நாடா-மல், எங்கள் பெண் குழந்தைகளுக்கு அர்ப்பணிப்பு கொண்ட வாழ்க்கைத் துணைவர்களைத் தெரிந்து கொள்வது.

நாங்கள் இயேசுவின் பாதங்களில் விழுந்து, கர்த்தர் அவரது ராஜ்ஜியத்தில் எங்களைப் பயன்படுத்தும்படியாகவும், எல்லாவற்றையும் அவருக்கு ஒப்புவித்தோம்.

55

இறுதி நகர்வின் போது ஏற்பட்ட துக்கச் செய்தி

வாழ்வின் பெரிய தீர்மானங்களுக்கு பெரிய மாறுதல்கள் தேவையாயிருக்கிறது. அபுதாபியை விட்டு வருவதற்கு நாங்கள் எங்கள் உடமைகளைக் கட்டிக் கொண்டிருந்தபோது காலை 2 மணியளவில் எங்களுக்கு வந்த தொலைபேசி அழைப்பில் என் தாயாருக்குக் காதில் புற்றுநோய் ஏற்பட்டிருப்பதாகவும், அவருக்கு இன்னும் கொஞ்சநாட்களே கொடுக்கப் பட்டிருக்கிறது என்றும் சொல்லப்பட்டது. அந்தச் செய்தியின் காயத்தைச் சுமந்துகொண்டே நாங்கள் எங்கள் பயணத்தைத் தொடர்ந்தோம். அந்த மோசமான செய்தி எங்களைத் தாக்கி எங்கள் ஒவ்வொருவரையும் துக்கம் சூழ்ந்து கொண்டது. நாங்கள் திருவனந்தபுரம் விமான நிலையத்தில் வந்து சேர்ந்தபோது எங்கள் சகோதரன் எங்களை வரவேற்கக் காத்திருந்தார். சுங்கம் முதலானவைகளைச் சமாளிக்கப் பல மணி நேரம் ஆனதால் அன்று மாலையில் தான் நாங்கள் என் தாயாரைக் காணச்செல்லமுடிந்தது. அவர் அந்த வேதனையிலும் எங்களைக் கண்டபோது புன்முறுவலோடு எங்களைக் கட்டி அணைத்தார். என் தாயாரின் அருகில் என் தந்தை அமர்ந்திருந்து கண்ணீர் வடித்ததை நான் கண்டேன். அவர்கள் மத்தியில் நான் ஆறுதலோ உதவியோ அற்றுப்போய் அழத் தொடங்கினேன். எதிர்பார்த்திராத நிகழ்வுகள் எங்கள் முன்னால் நிகழத் தொடங்கின. நாங்கள் களத்தில் இறங்கும் முன்பாகவே யுத்தம் ஆரம்பமாகிவிட்டதைக் கண்டோம்.நான் சிந்திக்கத் தொடங்கினேன். நான் என் தாயாரை சந்தித்து எனது நல்ல நினைவுகளை அவருடன் பகிர்ந்து கொள்ள எனக்கு வாய்ப்புக் கிடைக்கவில்லை என்றே நான் கூறுவேன். அந்தச் சூழல் மிகக் கடினமானதாக இருந்தது. எங்கள் பிள்ளைகளும் அதை மிகவும் உணர்ந்தார்கள்.

நான் மிகவும் உடைந்துபோனேன். ஏனெனில் என் தாயாரே எப்போதும் வாழ்க்கைப் பயணத்தில் எனக்குத் துணையாக நின்று அந்நாளில் கைபேசி, வாட்சப் போன்றவைகள் இல்லாமலிருந்தபோதும் நாங்கள் இரண்டு வாரங்களுக்கு ஒரு முறை தபால் மூலமாக தொடர்பில் இருந்து கொள்வோம். இப்போது புதிய நம்பிக்கையின் எல்லா எதிர்பார்ப்புகளும் முடிந்து போனதாக எனக்குக் காணப்பட்டது. அப்போது என்னுள்ளில் ஒரு பயங்கரப் போராட்டம் உருவாயிற்று. நான் மனதளவில் இதைப் போன்ற ஓர் காரியத்திற்குத் தயாரா-

யிருக்கவில்லை. நான் இந்தியா வர ஆயத்தமானபோது என் மனதில் பல காரியங்களை கற்பனை செய்து என்னிலேயே என் தாயாரிடம் உரையாடிக் கொண்டிருந்தேன். 'நான் அவருக்காகக் கொண்டுவந்துள்ள பரிசுகளைக் கண்டு அவர் சந்தோஷப்படுவார் என்று எண்ணி அவரோடு பல காரியங்களை சம்பாஷிக்கும் எண்ணத்தைக் கொண்டிருந்து அந்த அருமையான நாட்களுக்காக காத்திருந்து மகிழ்ந்திருந்தேன். ஆனால் அந்த இனிமையான நினைவுகளும் நேரமும் ஒரு சில கணங்களிலேயே அமிழ்த்தப்பட்டு விட்டது. அவர் நான் சொல்வதை காது கொடுத்துக் கேட்க முடியாது என்பதை என்னால் நினைத்துப் பார்க்க முடியவில்லை. அவரது உட்புறக் காது மிகவும் பழுதடைந்திருந்தது. நாம் நமது பரம எஜமா-னரின் கைகளில் அடங்கியிருக்கும் போது பல காரியங்களைப் புரிந்துகொள்ள முடியாமலும். நம் வாழ்வின் போக்கை அறிந்துகொள்ள முடியாமலும் இருக்கிறோம். குயவனின் கைகளில் கொடுக்கப்பட்ட களிமண்ணாக நாம் காணப்படுகிறோம். அவர் நம்மை நொறுக்கி. உருக்கி, வனைந்து உருவாக்குகிறார்.அந்தப் பரம எஜமானரைக் கேள்விகள் கேட்க நான் யார்?

56

அபுதாபியிலிருந்து விடை பெற்று தாயகம் வருதல்

கர்த்தர் இயேசுவின் தெய்வீக அழைப்பின்படியும் அவருடைய திட்டத்தின்படியும் நாங்கள் இருவரும் எங்கள் வேலைகளை ராஜினாமா செய்து, 2001 செப்டம்பர் 11-ல் அலுவலகப் பிரகாரமான எங்கள் பணிகளிலிருந்து விடுவிக்கப்பட்டோம். இப்போது நாங்கள் எங்கள் எல்லா உடைமைகளையும் கட்டிக் கொண்டு எங்கள் சொந்த தேசத்திற்குப் பயணம் தொடர்ந்தோம். நமது கர்த்தர் தமது சித்தத்தின்படி தமது சொந்த வழிகளில் திரும்பச் செய்-தார். நாங்கள் கனடாவுக்குக் குடிபெயரும் எண்ணங்களையெல்லாம் விட்டு விட்டு சொந்த ஊர் நோக்கிப் பயணமானோம். தேவன் சர்வ வல்லவர், தமது தெய்வீகக் கரங்களில் நமது வாழ்வின் கடிவாளத்தைப் பிடித்துள்ளார்.

எங்களது கனவுகளைச் சுமந்து கொண்டு அக்டோபர் 31அன்று மாலை 7 மணி அளவில் நாங்கள் இந்தியா வந்து சேர்ந்தோம். இங்கே நாகர்கோவிலில் ஒரு வாடகை வீட்டை எங்க-ளுக்காக ஏற்படுத்தியிருந்தோம். அடுத்த 8 மாதங்களுக்கு இதுவே எங்களது புதிய வீடாகும். அவ்வாறே அடுத்த எட்டு மாதங்களில் நாங்கள் இறச்சகுளத்தில் அமைந்திருந்த எங்கள் நிலத்தில் பள்ளிக்கட்டிடம் மற்றும் வேறு சில வசதிகளையும் தயார்படுத்தும் பணியில் ஈடு-பட்டோம்.

57

முதல் தினமும் தொடங்கிய பணிகளும்

செப்டம்பர் மாதம் 30-ம் தேதி திருவனந்தபுரம் விமான நிலையத்திலிருந்து கிளம்பி என் அம்மாவை சந்தித்து விட்டு பின் நாகர்கோவிலில் வாடகைக்கு அமர்த்தப்பட்டிருந்த வீட்டில் குடிபுக ஒரு லாரி நிறைய வீட்டுச்சாமான்களோடு அந்தப் புதிய இடத்தை நோக்கி நாங்கள் சென்று கொண்டிருந்தபோது பகல் வெளிச்சம் மறைந்து இருள் சூழத் தொடங்கியிருந்தது. பாரம் நிறைந்த உள்ளங்களோடு நாங்கள் அந்த வீட்டின் முதல் மாடியில் சென்றபோது ஒரு வனாந்திரத்தின் நடுவில் முன் பின் தெரியாதவராக புது அமைப்பின் நடுவில் எங்களைக் கண்டோம். அந்த இரவில் எங்கள் பெட்டி படுக்கைகள் எங்களைச் சுற்றியிருக்க, விமான நிலையத்தில் அடுத்த சேவைக்காகக் காத்திருக்கும் பயணிகள் போலக் காணப்பட்டோம்.

காலை உதயமான போது 1 கி.மீ தூரத்திலுள்ள பள்ளியில் எங்கள் பிள்ளைகளை சேர்க்கை செய்வதற்காகப் புறப்பட்டோம். 2001 நவம்பர் 1-ன் அந்த நாள் பழக்கப்பட்ட சூழ-லிலிருந்து தூரமாகப் பயணிக்கும் ஆரம்ப நாளாகக் காணப்பட்டது. கணவரும் நானும் பிள்-ளைகளை பள்ளிக்கு அழைத்துச் சென்று சேர்க்கை சம்பந்தமான எல்லா காரியங்களையும் நிறைவேற்றி, நாகர்கோவிலிலுள்ள சி.எஸ்.ஐ. மெட்ரிக்குலேசன் பள்ளியில் பிள்ளைகளை சேர்க்கை செய்தோம். அவர்களும் கொஞ்சம் கொஞ்சமாக அந்தப் பள்ளியில் பழகி தேவை-யானபடி தங்களை அதில் ஈடுபடுத்திக் கொண்டார்கள். இவ்வாறாக எங்கள் பிள்ளைகளின் கல்வி தொடர்ந்து, ஒரு சில சவால்கள் மத்தியிலும் அவர்கள் தங்கள் கடமைகளை சிறப்-பாகச் செய்து முன்னேறினார்கள். அதேநாள் நாங்கள் எங்களுக்குச் சொந்தமான நிலத்திற்-குச் சென்று அதில் ஆரம்பப் பணிகளைத் தொடங்கினோம். வாடகைக்கு எடுக்கப்பட்டிருந்த வீட்டில் 8 மாதங்கள் தங்கியிருந்த பின்பு புதிய வளாகத்திற்குக் குடி பெயர்ந்தோம். பின்-னாட்களில் இந்த இடத்தை ஒரு ஓய்வுகால வளாகமாக மாற்ற நாங்கள் எண்ணங் கொண்-டிருந்தோம்.

மிக முக்கியமாக, நாங்கள் இனிமையான கனவுகளோடு கனடாவுக்குக் குடிபெயர்ந்து செல்வதை மறந்திருந்த இச்சமயத்தில் நாங்கள் ராஜாக்களின் இருதயங்களை நீர்க்கால்களை போல அவருடைய சித்தத்தின்படி திருப்புகிறவர் என்பதற்கிணங்க கர்த்தர் எங்களை திசை

திருப்பி, அவரை அறிந்து கொள்ளக் கிருபை செய்தார். அவருடைய அநாதி தீர்மானத்-தின்படி அவருடைய தெய்வீகக் கரங்களில் எங்களுடைய வாழ்க்கை அமைந்திருந்தது. எல்-லாவற்றிற்கும் மேலாக இந்த அனுபவங்கள் எங்களை மிகவும் திகிலடையவும் செய்தன.

எங்கள் மனவிருப்பத்தை செயல்படுத்துவதற்கு முன்பு சுமார் 3 மாதங்கள் ஜெபத்தோடும் உபவாசத்தோடும் அவருடைய வழிநடத்துதலுக்காக இக்கிராமத்திற்காக தேவன் வைத்திருக்-கும் திட்டத்திற்காக நாங்கள் காத்திருந்தோம். தேவனுடைய வழி நடத்துதலின் படி எங்க-ளுடைய நண்பர்கள், சபை அங்கத்தினர்களிடையே எங்களுடைய திட்டங்களைப் பகிர்ந்து கொண்டோம்.. ஏறக்குறைய பத்து ஆண்டுகளுக்கு முன்பே தேவன் தமது திட்டத்தின்படி இந்த இறச்சகுளம் பகுதியில், மலையடி வாரத்திலுள்ள ஒரு நிலத்தை சொந்தமாக வாங்கி, அதைச் சுற்றி மதில் எழுப்பி பாதுகாப்பாக அமைத்திருந்தோம். இதில் வாட்ச்மேன் அறை-யையும் கட்டியிருந்தோம். இதன் அருகாமையிலிருந்த சிறிய கிராமங்கள் கிட்டத்தட்ட நாகர்-கோவில் என்ற இடத்திலிருந்து சுமார் ஆறு கி.மீ தூரத்தில் காணப்பட்டிருந்தது. இந்தக் கிராமத்தில் வாழ்ந்த மக்கள் கல்வியறிவு இல்லாமல் விக்கிரக ஆராதனை, குடிப்பழக்கம், வறுமை மற்றும் விபச்சாரத்திற்கு அடிமைப்பட்டவர்களாய் வாழ்ந்து வந்தனர். குழந்தைகள் கல்வி பயிலுவதற்கு சற்று தூரத்தில் ஒரு அரசு தொடக்கப்பள்ளி மாத்திரம் அமைந்திருந்-தது.

நாங்கள் விடுமுறைக்காக இங்கு வரும்போது இங்குள்ள குழந்தைகள் எங்கள் கவனத்-தையும் உள்ளத்தையும் ஈர்க்கத் தொடங்கினர். நான் ஒரு அனுபவமிக்க தேர்ச்சி பெற்ற ஆசிரியையாயிருந்த படியினால் இக்கிராமத்திலுள்ள குழந்தைகளுக்கு எப்படியாவது கல்வி புகட்டி அவர்களை ஒரு உயர்வான இடத்திற்குக் கொண்டு வரவேண்டும் எனத் தீர்மானித்-தேன். ஏனென்றால் நான் கல்வியைத் தவிர வேறொன்றையும் சம்பாதிக்கவில்லை. தேவன் நம் ஒவ்வொருவருடைய வாழ்விலும் ஒரு மேன்மையான திட்டத்தை வைத்து அதைச் செயல்படுத்தும் வகையில் நம்மைப் பின்தொடர்ந்து வந்து கொண்டிருக்கிறார். இதை செயல்-படுத்துவதோ அல்லது மறுப்பதோ நம்முடைய பொறுப்பும் நமது பங்குமாகும்.

58

பள்ளி சேர்க்கைக்காக குழந்தைகளை சந்தித்தல்

முதற்கட்டமாக, நாங்கள் தொடங்கவிருக்கும் பள்ளியில் குழந்தைகளை சேர்ப்பதற்காக, நானும், எனது கணவர் மற்றும் மூன்று பிள்ளைகளும் அருகாமையிலுள்ள கிராமங்களிற்கு நடந்து சென்று அங்குள்ள மக்களை சந்தித்தோம். இந்த அனுபவங்கள் எங்கள் கண்களைத் திறந்தன. இங்குள்ள கிராமங்களிலுள்ள மக்களின் வாழ்க்கை நிலையானது. ஒரே அறையில், சுகாதாரமற்ற நிலையில், கோழி, ஆடுகள், நாய்கள் இவற்றோடு சேர்ந்து, மண்தரை மற்றும் ஒலைகளினால் வேயப்பட்ட மேற்கூரைகளை கொண்ட வீடுகளில்தான் காணப்பட்டது. வீடு- களின் சுற்றுப்புறங்கள் பாறைகள் நிரம்பிய மலையடிவாரத்தைக் கொண்டு அமைந் திருந்தது. மழைக்காலங்களில், வெள்ளப்பெருக்கு ஏற்படும் போது, வீடுகள் தண்ணீரால் நிரம்பி, மக்கள் கொஞ்சம் கொஞ்சமாக அந்த தண்ணீரை வெளியேற்றுவதும் மிகக் கடினமாகவே இருந்தது. கோடைகாலங்களில் வீடுகளில் தகரங்களினால் வேயப்பட்ட மேற்கூரைகள் மற்றும் பாறைக- ளும் வெப்பமடைந்து, மக்கள் இங்கு வாழ்வது ஒரு சவாலாகவே காணப்பட்டது.

நாங்கள் இக்கிராமங்களில் உள்ள மக்களை சந்தித்தபோது, அவர்கள் அன்போடு, பரி- வோடு எங்களை வரவேற்று அவர்களிடமிருந்து நல்ல விருந்தோம்பலை அனுபவித்தோம். அந்த அன்பை ஒருநாளும் எங்களால் மறக்க முடியாது. குழந்தைகள் உடுத்துவதற்கு சரி- யான உடையின்றி வெளியே சுற்றித்திரிந்து விளையாடுவதை நாங்கள் கண்டோம். அந்- நாட்களில் குறைந்தபட்சம் ஒரு மணி நேரமாவது செலவழித்து நாங்கள் பெற்றோர்களையும் குழந்தைகளையும் சந்தித்து அவர்களுடைய நிலைமைகளைத் தெரிந்துகொண்டோம். இவ்- வாறு ஆறு மாதங்களாக பெற்றோர்களையும், குழந்தைகளையும் நாங்கள் தொடர்ந்து சந்- தித்தோம். முதற்கட்டமாக ஒரு பள்ளி அலுவலகம் மற்றும் மூன்று வகுப்பறைகளுடன் பள்ளி கட்டப்பட்டது. அந்த நாட்களை நான் ஞாபகத்திற்குக் கொண்டு வரும்பொழுது, நாங்கள் வாழ்ந்த இந்த இடமானது ஒரு விளைச்சல் இல்லாததாகவும், கரடு முரடான பாறைக- ளால் சரிசமமற்று மேடுபள்ளமாகவும், தனியாகவும் காணப்பட்டது. இதைத் தொடர்ந்து பள்ளி முன்னேற்றத்திற்காக வாட்ச்மேன் தங்குவதற்காக ஒரு அறையையும், ஒரு கிணற்றையும் தோண்டி எங்கள் வேலையை ஆரம்பித்தோம். கொஞ்சம் கொஞ்சமாக நாங்கள் இதை விரி-

வாக்கம் செய்து அதில் நாங்கள் குடும்பமாக வாழ்ந்து வந்தோம். இதில் ஆச்சரியம் என்-னவென்றால் நாங்கள் எங்களுக்காக ஒரு வீட்டைத் திட்டமிட்டோ, அஸ்திபாரம் போட்டோ ஆரம்பிக்கவில்லை. வாட்ச்மேன் அறையுடன் தொடங்கப்பட்ட வீடுதான் பிற்பாடு ஒரு வீடாக் கட்டி முடிக்கப்பட்டது.

நாங்கள் திடீரென இடம் பெயர்ந்ததாலும், தங்கள் வாழ்க்கையில் ஏற்பட்ட மாற்றங்களி-னாலும், கல்வி மாறுபாட்டாலும், நண்பர்களின்றி தனிமையாக காணப்பட்டதாலும் எங்கள் பிள்ளைகளின் வாழ்க்கை முறை மிகவும் பாதிப்புக்குள்ளானது. இருப்பினும் அந்தக் கஷ்-டங்களை மேற்கொண்டு தங்கள் வாழ்க்கை முறையை அதற்கேற்ப சமாளித்து கொண்டனர்.

இந்தச் சூழ்நிலையில் நாங்கள் எங்கள் பள்ளியை அரசாங்க விதிகளுக்குட்படுத்தி, மவுண்ட் சீனாய் தொடக்கபள்ளி என்று பெயரிட்டு, கிராமங்களுக்கு சென்று பெற்றோர்க-ளையும், குழந்தைகளையும் சந்தித்தது மட்டுமின்றி, கிராமத்தலைவர்களையும் பஞ்சாயத்து தலைவர்களையும் நேரடியாக சந்தித்து நாங்கள் தொடங்கியுள்ள பள்ளியைபற்றியும், அரசி-டமிருந்து இதற்கான ஒப்புதல் கிடைக்கவும் முயற்சி செய்தோம். ஆனால் பல திசைகளில் இருந்து எங்களுக்கு எதிர்ப்புகளும் தடைகளும் வரத் தொடங்கின. நாங்கள் எதிர்பார்த்த அளவுக்கு இந்தப் பள்ளியை தொடர்ந்து நடத்துவது என்பது மிகக் கடினமாகவே அமைந்-தது. இருப்பினும் தேவாதி தேவன் எங்களோடு நின்று யுத்தம் பண்ணினார். பலர் எங்களை நோக்கி, நீங்கள் இந்த பள்ளியை நாகர்கோவிலில் ஆரம்பித்திருக்கலாமே? ஏன் கலாச்சா-ரமற்ற, குடிநீர் வசதியற்ற, தெருவிளக்குகள், சாலை வசதிகளற்ற இந்த இடத்தில் ஆரம்-பித்தீர்கள் என்பதாகக் கூறினர். இவைகளின் மத்தியிலும் தேவன் எங்களோடிருந்து, நல்ல பள்ளிக்கூடத்தை சிறப்பம்சங்களுடன் கட்டி முடிக்கக் கிருபை செய்தார். எங்கள் பள்ளிக் குழந்தைகளின் கல்வித்திறன், பாடல்கள் மற்றும் வசனங்கள் மூலமாக தேவன் மகிமைப்-படுவதைக் கேட்கும்போது இதை ஒரு விலையேறப்பெற்ற தருணமாகக் கருதினோம். தேவ னுடைய விலையேறப்பெற்ற தெய்வீகப் பாதுகாப்பு எங்களோடிருந்தபடியால் அவர் எங்களை பலப்படுத்தி எதிர்ப்புகளையும் தடைகளையும் தாண்டி தைரியமாய் முன்னேறிச் செல்ல வழி-காட்டியது.

பல எதிர்ப்புகளின் மத்தியில் பள்ளி கட்டி முடிக்கப்பட்டு ஜூன் 4, 2002-ல் பிரதிஷ்டை செய்யப்பட்டது. ஆரம்பத்தில் 24 மாணவர்கள் பள்ளியில் சேர்க்கப்பட்டு அவர்களுக்கு பள்ளிச் சீருடைகள் வழங்கப்பட்டது. பள்ளிக்கு வரும் குழந்தைகளின் பெற்றோருடைய மனநிலை, கல்வியறிவு இவை மிகவும் வருந்தத்தக்கதாகவும் இருந்தது. குறிப்பாக மனமு-டைந்து பிரிந்த நிலையில், வெறுப்புடன் வாழும் பெற்றோர், வறுமையால் தாக்கப்பட்ட நிலை, குடிப்பழக்கம், துன்மார்க்க செயல்கள் இவற்றால் பாதிக்கப்பட்ட பெற்றோர், தற்கொலை தான் முடிவு என்ற மனநிலையுடைய பெற்றோரின் குழந்தைகளுக்கும் பள்ளியில் சேர்க்கை வழங்-கப்பட்டது.

இறுதியாக நாங்கள் அரசு ஒப்புதலுடன் எங்கள் பள்ளியை தொடக்கப்பள்ளியாக உயர்த்தி எங்களுடைய சம்பாத்தியத்தையும் சேமிப்பையும் தேவனுடைய பலிபீடத்திற்கு முன்-பாக சமர்ப்பித்து அதைச் செலவு செய்தோம். பல மாணவர்கள் எங்கள் பள்ளியில் சேர்க்கை பெற்றிருந்தனர். ஒவ்வொரு வார இறுதியிலும், விடுமுறைநாட்களிலும், மாலை நேரங்களி-லும் நாங்கள் எங்கள் குழந்தைகளுடன், பெற்றோர்களை சந்தித்து, பிள்ளைகளைப் பள்ளி-

யில் சேர்க்கும்படி கேட்டுக் கொண்டோம்.

அரசிடமிருந்து அனுமதி கிடைப்பதற்காக, கிராமத் தலைவர் களிடமும், பஞ்சாயத்துத் தலைவர்களிடமும் உதவியை நாடினோம். வாடகைக்காக ஒரு ஆட்டோவை ஆயத்தப்ப-டுத்தி மாணவர்களை காலையில் பள்ளிக்கு அழைத்து வரவும் மாலைவேளையில் அவர்-களை வீட்டிற்கு அழைத்து செல்லவும் ஏற்பாடு செய்திருந்தோம். மாணவர்களுக்கு கல்வி புகட்டுவதற்காக தேர்ச்சிப் பெற்ற, அனுபவமிக்க ஆசிரியர்களைஅருகாமையிலுள்ள கிரா-மங்களிலிருந்து ஏற்பாடு செய்தோம்.

ஆசிரியையைகளுக்கு, மாணவர்களுடன் அன்புடனும் பொறுமையுடனும் நடந்துகொள்ள பயிற்சி அளிக்கப்பட்டு, குழந்தைகளுக்கு எந்தவித அடித்துத் துன்புறுத்தும் தண்டனைகள் இன்றி, தேவையற்ற வார்த்தைகளையும் பயன்படுத்தாமல் நல்லமுறையில் மாணவர்களுக்கு கல்வி புகட்டவும் போதிய பயிற்சி அளித்திருந்தோம். இதுதான் எங்களுடைய நோக்கமாயும், குறிக்கோளாயும் இருந்தது. ஆசிரியர்களும் எங்களோடு இணைந்து குழந்தைகளை மரியா-தையுடனும் மதிப்புடனும் வழிநடத்தப் பழகிக் கொண்டனர். ஆசிரியையைகள் இதை நடை-முறைக்குக் கொண்டு வருவதற்கு பல நாட்கள் ஆனது. கல்வி புகட்டுவதற்கு முன்பு குழந்தைகளைச் சரியாக புரிந்து கொண்டு அவர்கள் மேல் அன்பு மற்றும் அக்கறை கொண்-டிருப்போமானால் இந்த சமுதாயத்தில் விலைமதிப்பேறிய ஒரு கருவியாக நாம் அவர்களை உருவாக்க முடியும்.

சில சமயங்களில், மாணவர்கள் கூட ஆசிரியர்களை மிரட்டுவதை என் அனுபவத்தில் பார்த்திருக்கிறேன். மாணவர்கள் கீழ்ப்படியாமல் இருப்பதுகூட எங்களுக்கு ஒரு சவாலாகத் தான் காணப்பட்டது. குழந்தைகள் சிறு வயதிலேயே எதிர்க்கிறவர்களாகவும், உண்மையற்ற-வர்களாகவும், திருடுகிற பழக்கம் உடையவர்களாகவும் காணப்பட்டனர்.

நான்கு வயது நிரம்பிய ஒரு மாணவனைப்பற்றி நினைவுபடுத்த விரும்புகிறேன். ஒருநாள் வகுப்பறையில் அவனை உட்கார வைக்க முயற்சித்தபோது, அவன் கீழ்ப்படியாமல் ஒரு ஆசி-ரியையின் கையைக் கடித்து வைத்துவிட்டான்.

பள்ளியின் செயல்பாடுகள்

- தரமான ஆங்கில வழிக் கல்வி.
- மாநில வாரியக் கல்வித் திட்டம்
- விளையாட்டு முறைக் கல்வி (Play Way method)
- மாணவர் மையப்படுத்திக் கற்பித்தல். (Child Centerred Education)
- செயல்முறைக் கல்வி (Using Teaching Aid)
- வாரத்திற்கு ஒருமுறை குழந்தைகள் சுவிசேஷ ஐக்கிய குழுவிலிருந்தும், (CEF)
- வேதாகமச்சங்க (SU) உறுப்பினர்களும் வந்து குழந்தைகளுக்கு கதைகளையும், வேத வசனங்களையும், பாடல்களையும் கற்பித்தல். (வயதிற்கேற்ப)
- மாணவர்களுக்கு டியூசன் கற்றுக்கொடுத்தல்
- பாடத்திட்டங்கள் நிர்ணயித்தல்.
- வகுப்புவாரியாக கல்வி கற்பித்தல்.

விளையாட்டில் ஆர்வமிக்க குழந்தைகளுக்கு பயிற்சி அளித்தல், ஆங்கிலம் சரளமாக பேசக் கற்றுத் தருதல், பாடல் வகுப்புகள், இசை, நடனம் கற்றுத்தருதல் போன்றவை பள்ளி-யின் ஒரு முக்கிய அம்சமாகக் கருதப்பட்டது. மாலை நேரங்களில் மாணவர்களுக்கு கணினி வகுப்பு, மற்றும் பயிற்சி. இதன் மூலமாக பல மாணவர்கள் பயனடைந்துள்ளனர்.

எங்களுடைய தேவைகள் அதிகரித்த வேளையில் நாங்கள் எல்லாவற்றையும் தேவனு-டைய சமூகத்தில் ஒப்படைத்தோம். தேவன் தம்முடைய தூதர்களை அனுப்பி ஏற்ற சமயத்-தில் எங்களுக்கு உதவி செய்தார். அபுதாபியில் இருந்து எங்களுடைய நண்பர்களும், பிற நண்பர்களும் எங்கள் பள்ளியை சந்தித்து எங்களுக்கு ஊக்கமளித்தார்கள். தேவன் அருளிய இந்த உதவிக்காகவும், கடந்த நாட்களிலே எங்களுக்குக் கொடுத்த சகல ஆசீர்வாதங்களுக்-காகவும் நான் நன்றி கூறுகிறேன். நாங்கள் ஒருபோதும் பசியடைந்ததுமில்லை, தாகமடைந்-ததுமில்லை. தமது கிருபையால் தேவன் எங்களைப் பராமரித்து வந்தார். இதற்கு நாங்கள் சாட்சியாயிருக்கிறோம். 'எல்ஷடாய்' எங்கள் வாழ்வின் எல்லாத் தேவைகளையும் தேவன் சந்தித்தார். நீதிமொழிகள் 30 : 8 & 9-ன்படி 'மாயையையும் பொய் வசனிப்பையும் எனக்கு தூரப் படுத்தும். தரித்திரத்தையும் ஐசுவரியத்தையும் எனக்கு கொடாதிருப்பீராக. நான் பரிபூர-ணம் அடைகிறதினால் கர்த்தர் யார் என்று சொல்லாதபடிக்கும் தரித்திரப்படுகிறதினால் திருடி என் தேவனுடைய நாமத்தை வீணிலே வழங்காதபடிக்கும் என் படியை எனக்கு அளந்து என்னைப் போஷித்தருளும்'. அவ்வண்ணமே தேவன் எங்களை அற்புதமாகவே வழி நடத்-தினார்.

எங்களுக்கு நேரிட்ட சில சோதனைகள்

இவைகளினிடையே எங்களுடைய மகன் ஜாஷ்வா மிகவும் சோர்வடைந்து, கல்வி வேறு-பாட்டினால் படிப்பில் கவனம் செலுத்த முடியாமல், பள்ளிக்குச் செல்ல மறுத்துவிட்டான். நானும் எனது கணவர் டேவிட்டும் மவுண்ட் சீனாய் பள்ளியில் சுறுசுறுப்பாக இயங்கி வரும் வேளையில் எங்கள் குழந்தைகள் பயிலும் பள்ளியின் முதல்வரிடமிருந்து அழைப்புகள் எங்-களுக்கு வந்ததுண்டு. எங்கள் மகன் ஜாஷ்வா சுகவீனத்துடன் இருப்பதாகவும் அவனை வீட்டிற்கு அழைத்துச் செல்லும்படியாகவும் பள்ளி முதல்வர் கூறினார். பள்ளியைக் குறித்த ஒருவித பயம் தான் ஜாஷ்வாவை பாதித்தது என்பதை நாங்கள் பின்புதான் புரிந்துகொண்-டோம். இந்தச் சூழ்நிலைகளிலும் தேவன் எங்களையும், எங்கள் பிள்ளைகளையும் நோயி-னின்று பாதுகாத்தார். இவ்விதமாக நாங்கள் எவ்வித ஓய்வுமின்றி குடும்பமாக பள்ளியில் பணி செய்து கொண்டிருந்தோம்.

நாங்கள் குடும்பமாக பள்ளி சேவையில்

எனது கணவர் இயற்கையாகவே நல்ல சுபாவம் கொண்டவர். தைரியமானவர். ஒரு திற-மைசாலி. எதையும் சிந்தித்துத் திறன்படச் செய்பவர். எங்களுடைய பிள்ளைகளுக்காக அவர் 'வயலின்' என்ற இசைக்கருவியை வடிவமைத்ததை நான் மறக்கவே முடியாது. நல்ல ஒரு ஜெபவீரராகவும் சற்றும் களைப்படையாமல் மாலை நேரங்களில் கிராமங்களுக்குச் சென்று அங்குள்ள மக்களுக்கு ஆலோசனை வழங்குவார். எங்கள் பள்ளியில் பயிலும் மாணவ மாணவிகளுக்கு வேத வகுப்புகளை அவரே நடத்துவார். தன்னால் இயன்ற வரையிலும் பள்ளி மேம்பாட்டிற்காக ஒத்துழைப்பு அளித்தார்கள்.

எங்களுடைய பிள்ளைகளும் அவர்களுக்கு ஓய்வு கிடைக்கும் நேரத்தில், அந்த வாய்ப்-பைப் பயன்படுத்தி, பள்ளியில் பயிலும் மாணவர்களின் வீடுகளை சந்திப்பதிலும், பள்ளிக் காரியங்களிலும் முழுமையாக தங்களை ஈடுபடுத்திக்கொண்டார்கள். எங்களுடைய மூத்தமகள் ஏஞ்சலினா மாணவர்களுக்கு ஆங்கிலம் மற்றும் பாடல் வகுப்புகளை நடத்தினார்கள். எனது இரண்டாவது மகள் ஓவியக்கலையில் மிகுந்த ஆர்வம் கொண்டிருந்ததால் ஓவியம் வரை-யவும் கணித பாடமும் கற்றுக் கொடுத்தார்கள். எங்கள் மகன் ஜாஷ்வா Aerospace-ல் M-Tech. முடித்து வேலைக்காக காத்துக்கொண்டிருந்த சமயத்தில் கடந்த 5 வருடங்களாக கணிதம் மற்றும் ரோபோட்டிக்ஸ் விளையாட்டு, இசை மற்றும் பாடல் வகுப்புகளையும் நடத்தி எல்லா மாணவர்களையும் கவரும் வகையில் தன்னை ஈடுபடுத்திக் கொண்டான்.

நான் பள்ளியின் நிர்வாகக் காரியங்களைக் கவனித்துக் கொண்டேன். அதாவது திட்டமி-டுதல், ஒருங்கிணைத்தல், திசை காட்டுதல், மேற்பார்வை செய்தல், ஆய்வு செய்தல், மதிப்-பீடு செய்தல் போன்ற காரியங்கள். அதோடு இலக்கு நிர்ணயித்தல்,. திரும்பிப் பார்த்தல், மறு ஆய்வு செய்தல், புதிய கண்டுபிடிப்புகள் போன்றவைகளையும் நான் கவனித்து வந்தேன். உண்மையாகவே ஆண்டவரின் தாராளமான கிருபையும் இரக்கங்களுமே. நான் இவ்வாறாக அதிசயப் பிரகாரமான முறையில் அவரின் ஆளுமை, ஞானம், புரிதல் போன்றவைகளால் ஆசீர்வதிக்கப்பட்டு வருகிறேன். பற்பல சவால்கள். சோதனைகள் மத்தியில் நான் தனிப்பட்ட முறையில் தேவனின் ஆதரவுகரத்தைக் கண்டுள்ளேன். இப்போது பல நாட்களாக கர்த்த-ரின் கிருபையால் அவர் எனது மன எழுச்சிகளை சீர்படுத்தி, என்னில் பெரிய மாற்றத்தை ஏற்படுத்தியுள்ளார். இப்போதும் அவர் என்னை வடிவமைத்து நான் அவ்வாறான ஒரு பாத்-திரமாக உருவாக என்னைப் பயன்படுத்துகிறார்.

நாங்கள் பள்ளியில் 6-வது வகுப்பைத் தொடங்க எண்ணியிருந்த சமயத்தில், அதிகாரிக-ளிடமிருந்து வந்த எதிர்ப்புகளினால் அது நிறுத்தப்பட்டது. 2018-ம் ஆண்டு வரை விடாமு-யற்சி செய்தும், இரண்டு அதிகாரிகள் எங்களிடம் எதிர்ப்பார்த்த பணத்தைச் செலுத்தமுடியாத காரணத்தினால் அது தாமதமாகி, என் கணவர் இது சம்பந்தமாக அதிகாரிகளை சந்தித்த-போது அவர்கள் பணம் கொடுக்காதவரையில் உங்கள் தேவைகள் நிறைவேற்றப்படாது என கூறினர். நானும் எனது கணவரும் பிறரிடம் கடன் வாங்கவோ அல்லது லோன் வாங்கவோ கூடாது என்ற தீர்மானத்தின் அடிப்படையில்தான் இப்பள்ளி பணியை ஆரம்பித்தோம்.

2018-ம் வருடம் நானும் எனது கணவர் டேவிட்டும் பலவீனமடைந்து காணப்பட்டதால் மேற்கொண்டு பள்ளியை நடத்துவதற்கு எங்கள் மூத்த மகள் ஏஞ்சலினாவும் அவரது கணவர் கோஷி மேத்யூவும் தேவனிடத்தில் ஜெபித்துத் தீர்மானம் எடுத்தனர். அச்சமயத்தில் எங்கள் மகள் உளவியல் நிபுணராக பெங்களூரில் பணிசெய்து கொண்டிருந்தாள். அவளது கணவர் Yahoo இணையதளத்தில் மேலாளராகப் பணியாற்றிக் கொண்டிருந்தார். இருவரும் தங்கள் பணியை ராஜினாமா செய்துவிட்டு திரும்பிச் செல்ல எந்தவொரு இணைப்புமின்றி எல்-லாவற்றையும் விட்டுவிட்டு 2018-ம் வருடம் பிப்ரவரி மாதம் பள்ளிப்பொறுப்பை ஏற்றுக் கொண்டார்கள். தங்களுடைய குழந்தைகளோடு இந்த திராட்சை தோட்டத்திலே தொடர்ந்து பணி செய்து நாங்கள் முன்னேற்றமடைவதைக் கண்டோம். சர்வ வல்ல தேவனுடைய கரம் கடந்த 20 வருடங்களாக எங்களை வழி நடத்தியதை அனுபவ பூர்வமாக உணர்ந்து கொண்-டோம். தேவனுடைய இந்த அரிய பெரிய செயல்களுக்காக நாங்கள் குடும்பமாக அவருக்-

குச் சாட்சியாக நிற்கிறோம். 2004-ம் வருடத்திலிருந்து எங்களிடம் பயின்ற பிள்ளைகள் சமுதாயத்தில் ஓங்கி நிற்பதையும், இயேசுவின் ஒளி அவர்களில் பிரகாசிப்பதையும் பார்த்து கர்த்தருக்குள் மிகுந்த மகிழ்ச்சியடைகிறோம்.

இங்கு, நமது இரட்சகராகிய தேவனுடைய மகிமைக்காக ஆலயங்கள் எழுப்பப்பட்டு அதில் எங்கள் பள்ளியில் பயின்ற மாணவர்களும் அவர்களின் பெற்றோர்களும் சபை அங்கத்தினர்களாக இருந்து தேவனை ஆராதித்து வருகிறார்கள். மகிமையான தேவனே இந்தக் காரியங்களைச் செய்தார். பரலோக வாசலிலே அவர்களைக் காண்பது எவ்வளவு பெரிய ஆனந்தம்! 2020-ம் வருடம் மார்ச் மாதம் ஏற்பட்ட கொரோனா என்ற கொள்ளை நோயின் காரணமாக தொடர்ந்து பள்ளியை நடத்த முடியவில்லை. போதுமான வலைத்தள வசதியில்லாத காரணத்தினால் ஆன்லைன் வகுப்புகளும் நிறுத்தப்பட்டு பள்ளி மூடப்பட்டது.

கேள்விகளும், சந்தேகங்களும் நம் மனதில் எழும்பி கொண்டிருந்தாலும் நமக்கென்று ஒரு எதிர்காலம் உண்டு, நம்முடைய தேவன் யோகோவாயீரே, எல்ஷடாய். தற்சமயம் பள்ளி தொடர்ந்து செயல்படாவிட்டாலும், இது எல்லாவற்றிற்கும் ஒரு முடிவு அல்ல. ஒவ்வொரு நாளும் நம்மைப் போஷித்து பராமரிக்கிற தேவனுடைய அடுத்த வழிநடத்துதலுக்காக நாம் காத்திருப்போம். நாம் நம்புகிற தேவன் நமக்கு வழிகாட்டுவார்.

கடந்த 20 ஆண்டுகளாக எங்களிடம் பயின்ற மாணவர்கள் இன்றும் நம்பிக்கையோடும், மதிப்பிற்குரியவர்களாக காணப்படுவதை நேரடியாக காணும்போது நாங்கள் எவ்வளவு மகிழ்ச்சியடைகிறோம் என்பதை விவரிக்க முடியாது.

கர்த்தருக்கு ஸ்தோத்திரம். எங்கள் பள்ளியின் மூலம் அநேக கிறிஸ்தவ பிள்ளைகள் ஜீவனுள்ள, உண்மையான தேவனை ஆராதித்து கொண்டிருக்கிறார்கள். அநேகருடைய வாழ்க்கை மாற்றமடைந்து மறுரூபமாக்கப்பட்டுக் கொண்டிருக்கிறது. இது எங்களால் அல்ல. தேவனுடைய ஆவியினாலே ஆயிற்று.

ஆமென்! அல்லேலூயா!

59

என் தாயாரின் வேதனை நிறைந்த நாட்கள்

நான் என் தாயாரை சந்திக்கவும் அவரோடு நேரத்தைச் செலவிடவும் மிகவும் ஆவலாக இருந்தேன். ஆனால் பள்ளி புதிதாக ஆரம்பிக்கப்பட்ட வேளையில் எங்கள் பிள்ளைகளும் புதிய அமைப்பில் வாழத் தொடங்கிய காலத்தில் அது இயலாததாகக் காணப்பட்டது. ஆகவே என் கணவர் பள்ளியில் என் இடத்தை நிரப்பி மாதத்திற்கு இருமுறை நான் என் தாயாரைச் சென்று காண உதவினார். இப்போது என் பெற்றோர் இருவரும் என் சகோத- ரனின் பாராமரிப்பில் அவர்களுக்குத் தேவையான மருத்துவ உதவிகளோடு அங்கு தங்கியி- ருந்தார்கள். எனது தாயார் மிகவும் வேதனையோடு காணப்பட்ட சமயங்களில் நான் மிக- வும் துயரமடைந்தேன். அவர்கள் தன் வியாதியோடு போராடிக் கொண்டிருந்தபோது இந்த உலகத்தை விட்டுச்செல்ல தன்னை ஆயத்தப்படுத்திக் கொண்டிருந்தார்கள். எனக்கு அதி- சயமாகக் காணப்பட்ட ஒரு காரியம் என்னவென்றால் அவர் ஆஸ்பத்திரியில் பலவீனமாகக் காணப்பட்ட வேலையாயிலும் கூட பெலவீனமான குரலில் என்னிடம் பேசத்துடித்தார். அவர் செல்லவிருக்கும் அற்புத வீட்டைப் பற்றிய தன் கனவை என்னிடம் படம் பிடித்துக்காட்டி அதை என்னிடம் பகிர்ந்து கொண்டார். அது எனக்கு மிகவும் ஆறுதலாக இருந்தது. அவ்- வாறான ஒரு சந்திப்பின் போது அவர் தான் கண்ட கனவில் தபால் அட்டையைக் குறித்து என்னிடம் பேசினார். அதில் அவர் மூன்று குறிப்புகளை எழுதியிருந்ததைக் கண்டதாக- வும் 'நான் இந்த மூன்று பாவங்களையும் ஒழித்துக்கட்டவேண்டும் என்றும் (மன்னிப்புப் பெற வேண்டும்) கூறினார்கள். நான் அவரிடம் பேசுவதற்கு வழியின்றி காணப்பட்டேன். ஆயினும் எனது உதடுகள் கைகளின் அசைவுகள் மூலமாக நான் அவரிடம் பேசி அவரை ஆறுதல்- படுத்தினேன். அவரும் நான் சொன்னதைப் புரிந்துகொண்டார். அவரின் புன்னகை நிறைந்த முகமும் அவரது மனப்போக்குகளும் இன்றும் என் நினைவில் நிற்கின்றன. அவர் மிகவும் வேதனையோடு காணப்பட்டு, எடை குறைந்து. பசியின்மையால் மிகவும் பாதிக்கப்பட்டிருந்- தார். நான் அவரைக் கடைசியாக சந்தித்த போது அவர் என்னிடம் கூறியது : 'எனக்கு வீடு ஆயத்தமாயிருக்கிறது. அதோ அந்தப் பிரகாசமான விளக்குகளைப் பார்'. இவ்வாறு கூறி அவர் மேற்கூரையின் மூலையைச் சுட்டிக்காட்டினார். அந்த அழகிய இடத்தைக் காண

என்னிடம் சொன்னார்.

நானும் அதற்குத் தலையாட்டி புன்சிரிப்போடு ஜாடையாக அவரிடம் அவர் அனுப-வத்தைப் பகிர்ந்து கொண்டேன். உண்மையான விசுவாசிகளாக இந்த நிலையில்லா சரீ-ரத்தின் வேதனைகளை நாம் காணும்போது அந்த மகிமையோடு ஒப்பிடத் தக்கவைகள் அல்ல. அவரின் நம்பிக்கைகளையும் அவைகளைத் தாண்டியுள்ள எதிர்கால வாழ்வையும் நான் பகிர்ந்துகொண்டேன். அவரது வாழ்வின் அஸ்தமன காலத்தில் நான் அவரோடு அதிக நேரத்தைச் செலவிட விரும்பினேன். அவரது பரலோகப் பிரயாணத்தின் கடைசி நிகழ்வு-களைக் கேட்டு கவனிக்க முடிந்ததை நினைத்து நான் சந்தோஷப்பட்டேன். அவரது இந்-தத் தவிப்பு நிறைந்த நிலையில் தேவதூதர்கள் அவரைச் சுற்றி நின்றி ருப்பார்கள் என்று நான் நிச்சயமாக நம்புகிறேன். இந்த வேதனை நிறைந்த கடினம் நிறைந்த உலக வாழ்விற்கு அப்பாற்பட்டு நமக்காக ஆயத்தம் பண்ணப்பட்டிருக்கிற அந்த வீட்டில் நாம் பிரவேசிக்கும் அந்தப் பெரிய தருணத்தை நாம் கண்டு அனுபவிப்பது எத்தனை பெரிய சிலாக்கியம்!

சூரிய அஸ்தமனம் இல்லாமல் சூரிய உதயம் ஏற்படுவதில்லை. ஒரு மகிமையான அற்பு-தமான சூரிய உதயத்தை தேவன் நமக்காக வாக்குத்தத்தம் பண்ணியிருக்கிறார். மனத்தாழ்ச்-சியான தருணங்களில் ஒருவிதமான நிழல் நமது பாதைகளில் விழுகிறது.

நம்பிக்கையின் கடைசி வெளிச்சம் நமது பாதையிலிருந்து மறைந்து போகிறது. இரவின் குளிர் நம்மைச் சுற்றிப்படரும் போது சூரிய அஸ்தமனம் அதன் வெளிச்சத்தோடும் மகிமை-யோடும் நமக்காகக் காத்திருக்கிறது என்பதை நாம் நினைவில் கொள்ள வேண்டும். எந்த மாதிரியான சூரிய அஸ்தமனத்தை நீங்கள் எதிர் கொள்ள வேண்டியிருந்தாலும் கர்த்தர் நம்மை இரவின் அந்தகாரத்தினூடே நடத்தி மேலான ஒரு பகலுக்குக் கொண்டு வருவார் என்பதை நான் அன்று அறிந்து கொண்டேன்.

என் தாயாரின் மரணம்

அன்று நேரமாகிவிட்டது. நான் திரும்பிச் சென்று என் குடும்பத்தினரைக் கண்டு, என் பிள்ளைகளைச் சேர்ந்து கொள்ளவேண்டும், என் தாயார் கடைசியாக என்னிடம் என் பிள்-ளைகளைக் கவனித்துக் கொள்ளவேண்டும் என்று என்னிடம் சொன்னார்கள். எனது எதிர்-காலத்துக்காகவும் எங்களது முயற்சிகளுக்காகவும் என் குடும்பத்துக்காகவும் ஜெபித்தார்கள். அவர் என் இரண்டு கைகளையும் பிடித்து என்னை முத்தம் செய்தபோது நானும் குனிந்து அவர் முன் நெற்றியில் கடைசியாக முத்தமிட்டேன். அவரது ஜெபத்தையும் ஆசீர்வாதத்-தையும் பெற்றுக்கொண்ட நான் திரும்பவும் அவரை வந்து காணுவதாகக் கூறிச்சென்றேன். ஆனால் அந்த வாரத்திலேயே கிறிஸ்துமஸ் தினத்தின் அடுத்த நாளில் இந்தப் பூமிக்குரிய வீட்டை விட்டுவிட்டு. மேலுள்ள அவரது வீட்டிற்கு அவர் சென்று விட்டார். நாங்கள் குடும்-பமாக எனது தாயாரின் இழப்பை நினைத்து துக்கம் அனுசரித்தோம். இவ்வுலகில் அவரே எனது ஒரு ஆறுதலும் நம்பிக்கையுமாக இருந்தார். ஆனால் இப்போதோ மேலும் மகி-மையான ஒரு இடத்துக்கு அவர் சென்றுவிட்டார். நான் அவரிடமிருந்து பெற்றுக்கொண்ட அன்பின் வல்லமையினால் ஆழமாகப் பாதிக்கப்பட்டேன். பல வருடங்களாக எனது இரு-தயத்தைப் பற்றவைத்த அன்பின் ஜுவாலைகள் இப்போது அணைக்கப்பட்டுவிட்டன. மனித வாழ்வின் சுவாசம் நின்று போயிற்று. நான் அவரது உயிரற்ற சரீரத்தைப் பார்த்துக் கொண்-டிருந்தபோது நினைவுகள் பேரலைகளாகப் பாய்ந்து என் உள்ளத்தைச் சூழ்ந்து கொண்டன.

ஆனாலும் நான் அவர்களைக் குறித்து துக்கப்படவேண்டாம் என்று நான் கருதினேன். ராஜாதி ராஜன் இந்த அரிய வெகுமதியை எனக்கும் எங்கள் குடும்பத்தினருக்கும் அரு-ளினார். அவர் இந்தப் பூமியில் அன்பை வெளிப்படுத்தும்வண்ணமாக அவரை இவ்வுலகில் தயவாய் தந்தருளினார் என்று எண்ணி தேவனை வாழ்த்தினேன். நமது தேவன் 'எல்ஷெ-டாய்' என்பவராக உள்ளார்.

60

வனாந்திரம் நீர்ப்பாய்ச்சலான தோட்டமாய் மாறியது

'உனக்கு எதிராக எழும்பும் எந்த ஆயுதமும் வாய்க்காதே போகும்' என்று கர்த்தர் சொல்-லியுள்ளபடி அவரே தம் பிள்ளைகளைச் சுற்றி கோட்டையும் மதிலுமாகக் காணப்படுகி-றார். ஆரம்பத்தில் இந்த நிலம் ஒரு திறந்த வெட்டவெளியாக இருந்து, முழுவதும் பாறைக-ளும், கற்களும், எலும்புத் துண்டுகளும் நிறைந்ததொரு பாழ்நிலமாகக் காணப்பட்டது. மாலை 4 மணிக்கு மேல் இங்கு வரவேண்டாம் என்று இவ்வூரிலுள்ள மக்கள் என் கணவரிடம் எச்சரித்திருக்கிறார்கள். நாங்கள் இதன் முன் சரித்திரத்தை அறிந்திருக்கிறபடி, இது ஒரு கொள்ளைக்காரர்களின் மறைவிடமாகவும், கொலைக்காரர்கள் வாழ்ந்த பகுதியாகவும், உள்-ளூரில் சாராயம் காய்ச்சும் இடமாகவும், வேசித்தனம் நிறைந்த இடமாகவும், கர்த்தர் வெறுக்-கிற காரியங்கள் நிறைந்த இடமாகவும் அறியப்பட்டிருந்தது. இது மனிதர் குடியிருப்புக்கு ஏற்றதாகக் காணப்படவில்லை. இங்கு நீர்வசதியோ, மின் இணைப்போ, நல்ல சாலை-களோ, தெரு விளக்குகளோ எந்த வசதியும் காணப்படவில்லை. எங்கும் இருள் சூழ்ந்-திருந்தது. ஆவிக்குரிய பிரகாரமான இருளும்கூட நிறைந்திருந்தது. கூப்பிட்டு அழைக்கும் தூரத்தில் எந்த மனிதக் குடியிருப்பும் இல்லாதிருந்தது. ஒரே ஒரு குளமும், பக்கத்தில் ஒரு மலைத்தொடரும் மற்றப் பக்கத்தில் சுடுகாடும் அமைந்திருந்தது. இதுதான் இந்த இடத்தின் காட்சி, சுருக்கமாகச் சொல்லப்போனால் கிராம மக்களின் குடியிருப்பு ஒரு கிலோ மீட்-டர் தூரத்தில் அமைந்திருந்தது. உண்மையாகச் சொல்லும்போது இந்த இடத்தில் எங்களது நகர்வு பாதுகாப்பாக இருக்காது என்றே சொல்லலாம். ஆனால் எங்களைப் பொறுத்தமட்-டில் இங்கு வசிக்கும் பிள்ளைகளும் மக்களுமே எங்களது ஒரே இலக்காக இருந்தார்கள். தேவனின் மக்களாக ஊழியர் ஒருவரும் இங்கு துணிந்து செயல்படாத நிலையில் இந்த மக்கள் சமுதாயத்தில்-மறக்கப்பட்டு புறக்கணிப்பட்டு விடுவார்கள். இந்த வருடங்களினூடே நாங்கள் பல போராட்டங்களைக் காண வேண்டியிருந்தாலும் எங்கள் விசுவாசத்தில் நாங்கள்

உறுதியாயிருந்தோம். இந்தப் பகுதியில் காணப்பட்ட இருளும் சுடுகாடும் மலைத்தொடரு-மாகக் காணப்பட்ட சூழல் உண்மையாகவே எங்களிடம் பீதியைக் கிளப்பியதுண்டு. பகலில் மேக ஸ்தம்பமும் இரவில் அக்கினி ஸ்தம்பமுமாக எங்களை வழிநடத்தின. கர்த்தரின் சமூ-கம் எங்களைச் சூழ்ந்து கொண்டு, கோட்டையாக நின்று எங்களைப் பாதுகாத்து வந்தது. இப்போது நாங்கள் அவைகளைப் பற்றி சிந்திக்கிறபோது அவரது சமூகமே கோட்டையும் அரணுமாக எங்களைச் சுற்றியிருந்து பாதுகாத்து வழிநடத்தியது என்று நாங்கள் சொல்லு-வோம். நாங்கள் ஒருபோதும் தனிமையாக இருப்பதாக உணர்ந்ததில்லை. எப்போதும் வழி-காட்டுதலும் ஆதரவும் தொடர்ந்து காணப்பட்டு, அற்புதப் பிரகாரமாகக் காக்கப்பட்டோம். பரிசுத்தாவியானவரின் மாறாத வல்லமையினால் நாங்கள் ஒன்றுமில்லாமையிலிருந்து எங்-கள் ஊழியத்தை ஆரம்பித்தோம். அதற்கு எங்கள் விலைமதிப்பேறிய நேரமும், ஆற்றலும், முயற்சியும் முதலீடாக அமைந்தன. கர்த்தர்என் கணவருக்கு குறிப்பாக எதிர்கால அவச-ரங்களைக் காணும் முன் யோசனையையும், நல்ல மனப்பக்குவத்தையும் அருளியிருந்தபடி-யால் அவர் மேலும் சில பணியாளர்களோடு இணைந்து முக்கியமான திட்டமிடுதல்களை-யும் கையால் செய்து முடிக்க வேண்டிய பணிகளையும் திறம்படச் செய்துவந்தார். இன்றும் இவைகளைத் தொடர்ந்து செய்து கொண்டிருக்கிறார். காலையில் வேலைகளை ஆரம்பித்து மாலையின் கடைசி மணிநேரம் வரை அவர் வேலை செய்து கொண்டிருப்பார். அவர் தனது கைகளாலேயே பெரும்பாலான வேலைகளைச் செய்து வந்தபடியால் அவருடைய கைகளும் விரல்களும் தடித்துப் போய், மஞ்சள் நிறத்தில் மாறிவிட்டிருந்தன. தொடுவதற்கு முரடாகக் காணப்பட்டன. அவரது தோல் தடிமனாகி தொடுதல் உணர்வு குறைந்து போய் கொப்புளங்-கள் போன்றவை எழும்பியிருந்தன. ஆனால் அவர் ஒருபோதும் இந்தக் கிராமப்பகுதியில் வந்து பணியாற்றியதை நினைத்து சோர்ந்து போகவில்லை.

உலகப் பிரகாரமான கண்களோடு இவைகளைக் காணும்போது எவரும் எங்கள் நிலையை ஏற்றுக் கொள்ளமுடியாது. நாங்கள் எல்லாவற்றையும் விட்டு இந்தியாவிற்கு வந்-தது ஏன் என்றே சொல்லத் தோன்றும். வெளிநாட்டில் வசதியாக வாழ்ந்து வந்த நாங்கள் இந்தியாவிற்கு வரும்போது எல்லா சொகுசுகளையும் விட்டு விட்டு,இந்தக் கிராம மக்களின் மத்தியில் வாழ்வதை ஏன் தெரிந்து கொண்டோம் என்பதே எல்லோருடைய கேள்வியாக இருந்தது. ஆனால் நாங்கள் இந்தக் கிராமத்தில் வாழ்ந்து இவ்வூர் மக்களோடு ஒன்றியிருந்-ததைக் கண்ட அவர்கள் மிகவும் ஆச்சரியப்பட்டுப் போனார்கள். நாட்கள் செல்லச் செல்ல காரியங்களில் மாறுதல் ஏற்படத் துவங்கியது. நாங்கள் சில வருடங்களாகத் தொடர்ந்து இந்த இடத்தில் குடியிருந்து வந்த நிலையில் ஒரு காலத்தில் வெடிப்புகளும், சரளைக்கற்களும், எலும்புத் துண்டுகளும் நிறைந்து காணப்பட்ட இந்த இடம் நீர்ப்பாய்ச்சலான தோட்டமாக மாறிவிட்டது. இப்போது இது ஒரு கிறிஸ்தவப் பள்ளியாக உருவெடுத்து, இந்தப் பள்ளியே நாங்கள் இந்த மக்களை அணுகவும் அவர்களோடு விசுவாச உறவில் திளைக்கவும் எங்-களுக்கு உதவியது.

61

கடந்த கால அனுபவமும் தேவனிடம் நாங்கள் கொண்ட நம்பிக்கையும்

கர்த்தர் எங்களை எங்கு வழிநடத்திச் சென்றாரோ அங்கெல்லாம் நாங்கள் அவரைப் பின்பற்றிச் சென்றோம். என்றும் உண்மையுள்ள தேவன் இந்நாள் வரை எங்களைப் பத்திரமாகப் பாதுகாத்து வருகிறார். பல தடைகளும், இருதய வேதனைகளும் எங்களுக்கு ஏற்பட்டாலும் எங்கள் இருதயங்களில் காணப்பட்ட தெளிவான மனப்போக்கை விவரித்துச் சொல்ல முடியாது. நாங்கள் ஐந்து பேரும் எங்களிடையே சொல்லிக் கொள்ளும் வாசகம் எனக்கு நினைவுக்கு வருகிறது 'நாங்கள் கோட்டையைப் பிடித்துள்ளோம்'. சில வேளைகளில் நிதிக் குறைபாட்டையும் அனுபவிக்க நேர்ந்தது. எங்கள் பிள்ளைகள் இவ்வாறான சந்தர்ப்பங்களில் எங்களையூக்கமளிக்கும் வார்த்தைகளைச் சொல்லி எங்களை ஆறுதல்படுத்துவார்கள். அந்த நிதிப்பற்றாக்குறை எவ்வளவு பெரிய சவால் என்பதை அவர்கள் அறிவார்களோ என்று நான் நினைத்ததுண்டு. அவர்கள் இளம் வயதினராக இருந்தபோதே நாங்கள் அவர்களை ஒழுங்காக குடும்ப ஜெபத்தில் வழி நடத்துவோம். எங்கள் பிள்ளைகளின் நேர்மையான தாழ்மையான ஜெபங்களை நாங்கள் கேட்கும்போது எனது இதயம் உடைந்து போவதாக நான் உணர்ந்தேன். அவர்கள் மூலமாக வெளிப்பட்ட விசுவாசம் என்னை சிலவேளைகளில் வெட்கப்படச் செய்தது. மேலும் அவர்கள் இருதயங்கள் ஆசீர்வதிக்கப்படுவதாக! நாங்கள் எப்போதுமே குறைவடைந்திருக்கவில்லை. எந்த அடிப்படைத் தேவைகளுக்கும் குறைச்சல் காணப்படவில்லை. தேவனும் எங்களை ஒருபோதும் மறந்ததில்லை. கர்த்தர் தொடர்ந்து எங்களுக்கு நல்ல மேய்ப்பராய் இருந்து வருகிறார்.

இந்த இடம் மலைகளுக்கு அருகாமையில் இருந்தபடியால் காட்டு விலங்குகள், விஷ ஜந்துக்கள் முதலானவைகள் எங்களைப் பல சமயங்களில் உபத்திரவித்ததுண்டு. ஆனாலும் வானத்திலும் பூமியிலும் சகல அதிகாரங்களையும் கொண்டுள்ள கர்த்தர் எங்களைப் பத்திரமாகப் பாதுகாத்து வருகிறார். ஒரு சில சமயங்களில் அந்த விஷ ஜந்துக்கள் எங்கள் வளா-

கத்தினுள்ளும் நுழைந்ததுண்டு. 6 ஆடி நீளமுள்ள நாகப்பாம்பு ஒன்று என் கணவருக்கு அருகில் சுமார் 2அடி தூரத்தில் காணப்பட்ட பயங்கரமான சந்தர்ப்பத்தை நான் நினைவில் கொண்டு வருகிறேன்.அவ்வாறான சமயங்கள் எங்கள் முன் பயங்கரமாகத் தோற்றமளித்தன. தேவன் தமது தூதர்களை அனுப்பி அவரைப் பாதுகாத்துக் கொண்டார்; அவரை எந்தத் தீங்கும் அணுகாமல் காத்துக் கொண்டார். முன்னொரு சமயத்தில் மலைப்பாம்பு ஒன்று எங்கள் முயல்களைப் பிடித்துத் தின்று விட்டது. மற்றொரு தடவை எங்கள் கோழிகள் பண்ணையிலிருந்து திருடப்பட்டுவிட்டன. சில வருடங்கள் ஊரின் குடிநீர் எங்களுக்கு மறுக்கப்பட்டிருந்தது. நமது காலங்கள்அவர் கரத்திலிருக்கிறபடியால் எந்தத் தீங்கும் நம்மை அணுக முடியாது. அவர் தம் உள்ளங்கைகளில் நம்மை வரைந்துள்ளார். அனைத்துத் தேசங்களின் கோத்திரங்களிலுமிருந்து தேவன் கீழ்ப்படிதலுள்ள இருதயங்களைக் கவனித்துக் கொண்டிருக்கிறார். இயேசுவின் இரத்தத்தால் மீட்கப்பட்டவர்கள், அவருடைய திராட்சைத்தோட்டத்தில் பணி செய்வதற்குக் கீழ்ப்படிகிறவர்களை அவர் தமது காரியமாக அழைக்கிறார். இயேசு சிந்திய இரத்தம் நாம் பெரிய காரியங்களுக்காகத் துணிவோடு முன் செல்லவும், அவரைப் பற்றிப் பிடித்துக்கொள்ளத்தக்கதாகி நமக்கு அதிகாரத்தை வழங்குகிறது (ஏசாயா 35 : 1-8).

62

இரவிலும் தேவதூதரின் ஊழியம்

———— ✲ ————

ஒருநாள் மாலை நேரம் என் கணவரும் நானும் ஒரு விசாரணைக்காக அழைக்கப்பட்டிருந்-
தோம். அதற்காக நாங்கள் 4 மணிக்குச் சென்று அதிகாரி ஒருவரைக் காண வேண்டும்.
அவர் மிகவும் முரட்டுத் தொனியில் கடினமான பாவனையில் எங்களிடம் பல கேள்வி-
கள் கேட்டுத் துளைத்தெடுத்தார் - நாங்கள் இங்கு வந்தது, எங்கள் பணி, எங்கள் நோக்-
கம், எங்கள் குடும்பம் முதலானவைகளைப் பற்றி. விசாரித்தார். அப்போது எங்கள் மகன்
ஜாஷ்வா தனிமையாக வீட்டில் இருந்தான். நாங்கள் மிகவும் நேரம் தாழ்ந்து, விடியற்காலை
2 மணியளவில் பாரமான இருதயத்துடன் வீடு சென்றடைந்தோம். அப்போது எங்கள் வீட்-
டின் தரைவழி தொலைபேசி மணி அடித்தது. நாங்கள் அதை எடுத்தபோது மறுபக்கத்திலி-
ருந்து ஒருவர் சங்கீதம் 91-ஐ மெதுவாக மிகவும் ஆறுதலான குரலில் வாசித்தார். அவ்வா-
றான ஒரு குரலை நான் முன்னால் எப்போதும் கேட்டதில்லை. அவரது ஆறுதலளிக்கும்
பிரசன்னத்தை எனக்கு உணர்த்துவதற்காகவே இது நிகழ்ந்தது என்பதை நான் உணர்ந்து
கொண்டேன். சங்கீதத்தின் கடைசி வசனம் வரை நான் கேட்டுக்கொண்டிருந்தேன். அந்த
வசனங்கள் இப்போதும் என் காதுகளில் தொனித்துக் கொண்டிருக்கிறது. இதை நான் என்
பக்கத்தில் நின்று கொண்டிருந்த என் கணவரிடம் கூறினேன். எங்கள் இருவரின் ஆத்து-
மாக்களுக்கும் அது ஆறுதலளிக்கும், குணமளிக்கும் பிசின் தைலமாக அமைந்தது. இன்றும்
கூட அன்று தொலைபேசியில் பேசிய நபர் யார் என்பதைக் குறித்து நான் அதிசயப்படுகி-
றேன். அது கர்த்தரின் தூதன் என்று நான் நிச்சயமாக நம்புகிறேன்.

சூன்யக்கார வைத்தியர் எங்கள் வளாகத்தில் - சங். 91 : 7

'உன் பக்கத்தில் ஆயிரம் பேரும் உன் வலது பக்கத்தில் பதினாயிரம் பேரும் விழுந்தாலும்
அது உன்னை அணுகாது'.

நாங்கள் தளர்ந்து காணப்பட்ட ஒரு மாலை வேளையில் முதியவர் ஒருவர் எங்கள்
வீட்டின் கேட்டில் நின்று தட்டிக் கொண்டிருந்தார். அவர் ஒரு மந்திரவாதி. ஏற்கெனவே
அவர் ஊரில் பலரிடம் நாங்கள் இந்தக் கிராமத்திலிருந்து துரத்தப்படுவோம் என்று எங்க-
ளுக்கு எதிராக சவால் விடுத்திருந்தார். எங்களுக்கு எதிராக அன்று மாலையில் அவர் என்

கணவருடன் உரையாடிக் கொண்டிருந்தபோது நாங்கள் இந்தத் தனிமைச் சூழலில் எவ்வாறு வாழ்ந்து வருகிறோம், எங்கள் இளங்குழந்தைகளோடு எந்த அயலகத்தாரின் துணையுமின்றி எங்களால் எவ்வாறு தனிமையாக வாழமுடிகிறது என்று அவர் ஆச்சரியப்பட்டுப் போனார். அவரது வார்த்தைகள் அவர் எங்களது நிலைமையைக் கண்டு அதிசயப்படுவதாக இருந்-தது. பேச்சின் இறுதி வரை நாங்கள் இந்தப் பள்ளி வளாகத்தில், இரவிலும் கூட நாங்கள் எவ்வாறு பத்திரமாக இருக்க முடிகிறது என்பதை திரும்பத் திரும்பச் சொல்லிக் கொண்டி-ருந்தார். அப்போது என் கணவர் அவரிடம் 'உங்களது கேள்விக்குப் பதில் வேண்டுமானால் நீங்கள் தயவு செய்து இரவு வந்தபின் இந்த வளாகத்தினுள் வந்து பாருங்கள்'. அதைக் கேட்ட போது அவர் மேலும் ஆச்சரியத்துக்குள்ளானார். இப்போது அவரிடம் 'நமது கர்த்தர் தேவதூதர்களோடும், அக்கினி மயமான இரதங்களோடும் அக்கினிமதிலாக எங்களைச் சுற்றி அமர்ந்துள்ளார். அதன் மூலமாகவே நாங்கள் எதைப்பற்றியும் எவரைப்பற்றியும் பயப்படாமல் பாதுகாப்பாக உள்ளோம்' என்று விளக்கமாகக் கூறினார். எங்களுக்குத் தொல்லை கொடுப்-பதற்கு யார் உள்ளே நுழைந்தாலும் இந்த எங்களது தெய்வீகப் பாதுகாப்பினால் எங்கள் மீது எவரும் ஒரு விரலையும் கூட நீட்ட இயலாது, வைக்க முடியாது என்று ஆணித்தரமாக கூறினார். இதைக் கேட்ட அவர் எதுவும் கூறாமல் தலையை அசைத்து ஆமோதித்து எங்-களிடமிருந்து விடை பெற்றுச் சென்றார்.

63

26 வருடங்களாக குணமாகுதலுக்காகக் காத்திருந்த ஒரு தாயின் நொறுங்கிய உள்ளம்

எனது இரண்டாவது மகள் ஆட்லின் பிறந்து 50 நாட்கள் ஆன போது அவள் ஒருவித தோல் ஒவ்வாமையினால் பாதிக்கப்பட்டிருந்தாள். இதற்காக நாங்கள் 26 வருடங்களாக தாகத்தோடும் தவிப்போடும் அழுது உபவாசித்து ஜெபித்து வந்தோம். அவள் சரீரம் நல்ல குணம் பெறுவதற்காக நாங்கள் பலவிதங்களில் முயன்றோம். பல பரிசோதனைகள் மேற்-கொண்டு, தோல் நிபுணர்கள் பலரை சந்தித்தோம். ஆனாலும் கர்த்தர் குணமாகுதலை அவளிடமிருந்து தூரமாகவே வைத்திருப்பதாக எனக்குக் காணப்பட்டது. அவள் குழந்தையா-யிருந்தபோது சரியாக உணவு உட்கொள்ள முடியவில்லை. உறங்க முடியவில்லை. இவ்வாறு தூக்கமின்மையால் அவள் அவதியுற்றிருந்தபடியினால் அவள் படிப்பிலும் பின் தங்கியிருந்-தாள். நல்ல மதிப்பெண்கள் பெறவும் முடியவில்லை. ஆனாலும் அவள் தேவனை நேசித்த-படியினால் உண்மையான உள்ளத்தோடு ஊக்கத்துடன் விடுதலைக்காக ஒழுங்காக ஜெபித்து வந்தாள். அவள் சுகவீன நிலை மேலும் மோசமடையாமலிருக்க அவள் தனக்கு விருப்-பமான பல உணவு வகைகளைத் தவிர்க்க வேண்டியிருந்தது. அவள் அதை மீறி அந்த உணவுகளை எடுத்துக் கொண்டாலோ அதன் விளைவுகளை அவள் சரீரத்தில் காணநேரி-டும். அவள் தேவனிடம் கொண்டிருந்த அன்பும் குடும்பத்தில் அவள் கொண்டிருந்த பாச-மும் அவளைத் தொடர்ந்து வழி நடத்தின. நாங்கள் ஒவ்வொரு நாளும் கர்த்தரின் கிரு-பையில் வளர்ந்து வந்தோம். கர்த்தருக்கு சாட்சியாக வாழ்வதும் அவரை மகிழ்விப்பதும் எங்கள் நோக்கமாயிருந்து, நாங்கள் எங்களை மேலும் அதிகமாகப் பரிசுத்தத்தில் காத்துக்-கொள்ள விரும்பினோம். எங்கள் குழந்தை மிக வேதனை அடைந்திருந்தபடியால் பல இடங்-கள் அலைந்து திரிந்து பின்பு மருத்துவம் மற்றும் ஜெப உதவிக்காக நாங்கள் 'பெரியவரான

அந்த மருத்துவரை' மட்டுமே அணுகி ஆறுதல் பெற முடியும் என்பதை உணர்ந்தோம். இதன் மூலம் கடந்த 26 வருடங்களில் நாங்கள் பொறுமை, கர்த்தரைப் பற்றிக் கொள்ளுதல், தாழ்மை, கீழ்ப்படிதல் போன்ற தெய்வீகக் குணங்களைப் பெற்றுக் கொண்டுள்ளோம். நாங்கள் ஒவ்வொரு நாளும் கர்த்தரையே நம்பி அவரையே சார்ந்துள்ளோம். தேவனைக் கேள்விகள் கேட்க நாம் யார்? நாம் அவரின் உள்ளங்கைகளில் வரையப்பட்டுள்ளோம். அவர் கைகளிலிருந்து எவரும் நம்மைப் பிரிக்க முடியாது. தேவன் ஆட்லினின் சரீரத்தில் இந்த வேதனையை ஏன் அனுமதித்தார் என்பதை நான் ஒருநாள் அறிந்து கொள்வேன். அவள் வயதுள்ள மற்றப்பிள்ளைகள் எல்லோரையும் போல உணவு, உறக்கம், நல்ல மதிப்பெண்கள், ஆடைகள் போன்றவைகளை அனுபவிக்கும் போது, ஆட்லின் மட்டும் பருத்தி உடைகளையே அணிய வேண்டியிருக்கிறதே என்று வேதனையுற்றோம். 26 வயதிற்குப் பின் தேவன் அற்புதமான விடுதலையை என் மகளுக்கு கொடுத்தார். நாங்கள் குடும்பமாக தேவ சித்தத்திற்கு அடி பணிந்து அவர் திட்டப்படி நடக்க ஒவ்வொரு நாளும் எங்களை அவருக்கு ஒப்புக் கொடுத்தோம்.

64

நடைமுறையிலுள்ள கலாச்சாரத்தைத் தவிர்ப்பது

நாங்கள் அபுதாபி இந்தியன் பள்ளியில் பணியிலிருந்தபோது எங்கள் இந்திய நண்பர்கள் பெரும்பாலானோர் பொன்னும் பொருளும் தங்கள் பெண்குழந்தைகளுக்காகச் சேமித்து வைப்-பது வழக்கமும் நடைமுறையுமாயிருந்தது. தமிழ்நாட்டுக் கலாச்சாரத்திலும் நீண்ட நாட்களா-கவே வரதட்சணை எனப்படும் முறை காணப்பட்டதால் பெற்றோர் தங்கள் பெண்குழந்தைக-ளின் எதிர்காலத்திற்காக சேமித்து வைப்பதை ஆரம்பத்திலிருந்தே கடைபிடித்து வந்தார்கள். ஆனால் எங்களின் முன்னுரிமை வேறுவிதமாகவே அமைந்திருந்தபடியால் எங்கள் வாழ்வில் அது சற்று வித்தியாசமாகக் காணப்பட்டது. தேவனே எங்கள் செல்வம், எங்கள் குடும்பத்தின் எதிர்காலத்திற்குப் தேவன் போதுமானவர் என்று எங்களுக்குக் காண்பிக்க விருப்பமாயிருந்-தபடியால் அது அவ்வாறு காணப்பட்டதாக அதை அர்த்தப்படுத்திக் கொள்ளலாம். பணம், பொருள் முதலானவைகளை எங்கள் பெண் குழந்தைகளுக்காக சேமித்து வைக்காமல் நாங்-கள் தேவனுடைய ராஜ்ஜியத்தில் முதலீடு செய்வதைத் தெரிந்து கொண்டோம்.

எங்கள் வாழ்வில் இவைகளையெல்லாம் நினைத்துப் பார்க்கும்போது வளைகுடா நாட்டை விட்டு, ஒரு நல்ல காலத்தை எதிர் நோக்கி நம் நாட்டிற்கு வருவதற்கான காலம் நெருங்கிக் கொண்டிருந்தது. அந்த வேளையில் மேலே சொன்ன காரியம் வாழ்வில் முக்கியத்துவம் பெற்றிருப்பதாக நான் உணரத் தொடங்கினேன். எனது உடன் பணியாளர்களும் பிற நண்-பர்களும் வரதட்சணைக்காகப் பணம் சேமித்து வைக்காத பட்சத்தில் நாங்கள் கடுமையான எதிர்காலத்தைக் காண நேரிடும் என்பதை எங்களுக்குத் தெளிவுப்படுத்தத் தொடங்கினார்கள். எங்கள் நண்பர்களில் சிலர் நாங்கள் எங்கள் பெண்களுக்கு பொன்னும் பொருளும் சேர்த்து வைக்காதது எங்களை ஒரு பெரிய கஷ்டத்துக்குள் ஆக்கிவிடும் என்று எங்களை எச்ச-ரித்தார்கள். இது எங்களை எப்போதும் உறுத்திக்கொண்டிருக்கும் ஒரு பெரிய சுமையாகத் தொடர்ந்தது.

நாங்கள் வளைகுடா நாட்டைவிட்டுத்திரும்பும் தீர்மானத்தை நாங்கள் ஒன்றாக அமர்ந்து எழுதி, அதை ஜெபத்தோடு கர்த்தர் கையில் ஒப்புக் கொடுத்தோம். அவர் அதை எடுத்து நடத்தும்படி விட்டு விட்டோம். எங்கள் ஜெபம் இவ்வாறு காணப்பட்டது : கர்த்தாவே, நாங்-

கள் எங்கள் பெண்மக்களுக்கு வரதட்சணை வழங்குவதற்காக பணமும், பொன்னும் சேர்த்து வைக்கவில்லை. நீர் இதைக் கண்ணோக்கி, எங்கள் தேவையைக் கண்டு, எங்கள் வேண்டு-தலை நிறைவேற்றுவீராக. இந்தியாவுக்குப் புறப்பட்ட இந்த வாரத்தில் எங்களை அழுத்திவ-ரும் பிற பல காரியங்களுடன் நாங்கள் ஜெபித்து வந்த முக்கியமான பொருள் இதுவேயாகும். எங்கள் மூத்த மகள் ஏஞ்சலினா தனது பாடங்களைக் கவனமாக படித்து, தனது பள்ளி இறுதி வகுப்பை நல்ல மதிப்பெண்கள் பெற்று நிறைவு செய்தாள். மருத்துவம், பொறியியல். கலை மற்றம் அறிவியல் கல்லூரி என்று நல்ல பலனளிக்கும் கல்விகளில் ஆவல் காண்பிப்-பது வழக்கமாயுள்ள இந்தக் காலத்தில் ஏஞ்சலினாவோ சென்னையிலுள்ள YWAM(Youth With a Mission) ──Beach Centre-ல் தனது படிப்பைத் தொடர்ந்து தன்னை ஆயத்-தப்படுத்தி, DTA (Discilpeship Training School) மற்றும் MLDS (Ministry and Leadership Development) என்ற கல்வியைக் கற்று, YWAM-ல் 2 வருடங்கள் பணி-யிலமர்ந்தாள். பின்னர் அவள் BBA (Bachelors in Business Administration) என்ற படிப்பை (University of Madras) தொலைதூரக்கல்வியில் தொடர்ந்தாள். கல்வி உதவித் தொகையையும் அதனோடு கல்விக் கடனும் அவள் வங்கி மூலம் இந்திய அரசாங்கத்திட-மிருந்து பெற்றுக் கொண்டாள். தொடர்ந்து சிங்கப்பூர் சென்று M.B.A. (Raffless College of UK Universsity) கற்று, பின்னர் IGNOU (Indra Gandhi Open University)-ல் M.A. Psychologyபடித்து சிங்கப்பூரில் பணியில் இணைந்தாள். Khoo Tech Paut Hospital (KTPH)-ல் 2 வருடம் சேவை செய்யும் வாய்ப்பைப் பெற்றாள். இந்த சமயத்தில் அவள் தனது மாணவர் கல்விக் கடனை அடைக்க முடிந்தது.

2014-ல், 13 வருடங்களுக்குப் பிறகு, கோஷி மேத்யூ என்பவர் எந்தப் பண எதிர்பார்ப்பும் இல்லாமல் எங்கள் மூத்தமகளைக் கரம்பிடித்தார்.எல்லாவித இடறல்கள் மத்தியிலும் ஏஞ்ச-லினாவின் திருமணம் 2014 ஜூலை 28-ல் நடந்து முடிந்தது. திருமணத்தின்போது எங்கள் மகளும் பொன் ஆபரணங்களில் அதிகமான ஆர்வம் காண்பிக்காமல் தான் வாழ்ந்து வந்த சமுதாயத்தில் ஒரு முன்மாதிரியாகத் தன்னைக் காண்பித்தாள். நாங்கள் 13 வருடங்களுக்கு முன்னர் ஏறெடுத்திருந்த ஜெபத்திற்கு இது உண்மையாகவே நல்ல பதிலாக அமைந்தது. நம் கர்த்தர் உண்மையாகவே எல்லாவற்றையும் தருகிறார், அவர் யெகோவாயீரே. ஏஞ்சலினா இப்போது சிங்கப்பூரிலிருந்து இந்தியாவிற்கு வர தன்னை ஒப்புவித்தாள். அவள் மகிழ்ச்சியா-கத் தனது திருமண வாழ்வைத் தொடர்ந்து, அவிதன் மேத்யூ, சூரியல் மேத்யூ மற்றும் லியம் மேத்யூ என்ற மூன்று பிள்ளைகளின் தாயாகும் பாக்கியத்தைப் பெற்றுக் கொண்டாள்.

65

ஆட்லின், ஐரோப்பா செல்வதற்கான தனது கனவுகளோடு

எங்கள் இரண்டாவது மகள் கலைகளில் அதிக ஆர்வம் கொண்டிருந்து, பல வடிவங்களை வரைவதிலும், வண்ணமிடுதலிலும் தன்னை ஈடுபடுத்திக்கொண்டு, வீடியோக்களையும் பதிவு செய்து வந்தாள். அவள் சிறந்த பாடகியுமாவாள். ஆனால் அவள் வளர்ந்து வந்துபோது எந்த இசை வகுப்பிலும் சேர்ந்து தன் குரல்வளத்தை மேம்படுத்த அவளுக்கு வாய்ப்பு கிட்ட வில்லை. அதோடு அவளுக்கு தோல் ஒவ்வாமை (Skin Alergy) ஏற்பட்டிருந்தபடியினால் அவள் உறக்கமின்மையினாலும் கஷ்டப்பட்டாள். ஆனால் அவள் கடினமாக உழைப்பாள். நாகர்கோவிலில் தனது பள்ளிப் படிப்பை முடித்த பின்னர், சென்னை Beach Centre-ல் YWAM Course -யைச் செய்தாள். தொடர்ந்து பெண்கள் கிறிஸ்தவக் கல்லூரியில் Visual Communication வகுப்பில் சேர்ந்து, பட்டப்படிப்பை முடித்தாள். ஆட்லினின் தோல் ஒவ்வாமையும், இறச்சகுளத்தின் தட்பவெப்ப நிலையும் அவளது ஆரோக்கியத்திற்கு ஊறு விளைவித்தன. அவள் தனது சரீர சுகத்திற்காக ஜெபித்து வந்ததோடு, தனது மேற்படிப்பையும் தொடர விரும்பினாள். அப்போது ஒருநாள் பெற்றோராகிய எங்களிடம் முது கலை படிப்பிற்ககாகத் தான் ஐரோப்பா செல்ல விரும்புவதாகக் கூறினாள். அந்த நேரத்தில் எங்களுக்கு அது எட்டாக் கனியாக, எங்கள் நிலைமைக்கு மிஞ்சிய ஒரு காரியமாகவே காணப்பட்டது. இது பெற்றோராகிய எங்கள் விசுவாசத்தின் இறகுகளை மேலும் விரித்து உயரப் பறந்து செல்ல வழிவகுத்தது. அற்புதப் பிரகாரமாக கர்த்தர் அதற்கான வழிகளைத் திறந்தபடியால் அவள் கல்விக் கடனுக்காக விண்ணப்பித்தாள். தொடர்ந்து காரியங் கள் ஒவ்வொன்றாக நகரத் தொடங்கினபடியால் அவளுக்கு Collateral Loan கிடைக் கப் பெற்றது. London Brunal University -ல் முதுகலைப் பட்டப் படிப்பை Media and Communication-ல் தொடர்ந்து, அதை வெற்றிகரமாகக் கற்றுத் தேர்ந்தாள். ஆனால் அவள் எதிர்பார்த்தபடி லண்டனில் வேலைவாய்ப்பு கிடைக்கவில்லை.

ஆகவே அவள் இந்தியாவுக்குத் திரும்பி வந்து தனது வாய்ப்பிற்கான அடுத்தவாசல் திறப்பதற்காகக் காத்திருந்தாள். அப்போது அவள் எங்களது Mt. Sinai பள்ளியில் பள்ளிக் குழந்தைகளுக்கு Art and Craftசொல்லிக் கொடுத்தாள்.2 வருடங்களுக்குப் பிறகு சென்னையில் ஒரு கலைக் கல்லூரியில் பேராசிரியையாகப் பணி கிடைக்கப் பெற்றாள்.அவள் அந்தக் கல்லூரியில் பணி செய்து கொண்டிருந்த போது, International Intersession Conference ஒன்றிற்கு அழைப்பு வந்தது. அங்கு அவள் தனது கலைத்திறன்களை மேடையில் காண்பித்தாள் (Live Programme-ல்). அந்த நிகழ்வுக்கு பற்பல நாடுகளிலிருந்து பார்வையாளர் பலர் அழைக்கப் பெற்றிருந்தனர். நான்கு நாட்கள் தொடர்ந்த அந்த மாநாட்டில் ஆட்லினோடு எங்கள் மகன் ஜாஷ்வாவும் கலந்து கொண்டிருந்தான். அதில் ஆட்லினின் கைவினைப் பெருட்கள், கலைப்பொருட்கள் முதலானவைகள் வைக்கப்பட்டிருந்தன. அங்கு வந்திருந்த பார்வையாளர்களில் ஒருவர் அந்தக் கலை பொருட்கள் வெளிப்படுத்திய செய்திகளால் தொடப்பட்டு, அவைகளில் ஒன்றை விலைக்குப் பெற்று, அதைத் தனது தாய்நாட்டிற்கு எடுத்துச்சென்று,அங்கு அதைத் தனது நண்பர் குழுவில் காண்பித்தார். மத்திய ஐரோப்பாவில் உள்ள ஒருவர் இந்த விசேஷமான கைவினை கலைப் பொருட்களிலும், அதன் செய்திகளிலும் அதிகமாக ஈர்க்கப்பட்டு, ஆட்லினைத் தொடர்பு கொள்ள (வலைத்தளத்தில்) முயற்சித்து வந்தார். 5 மாதங்கள் கடந்த பின்னர் அவர் அவளை ஐரோப்பாவுக்கு அழைப்பு விடுத்து, அங்கு தனது சபை மக்களிடம் பழகுவதற்கு அவளை ஊக்குவித்தார். பின்னர் அவர் சுவிட்சர்லாந்தில் மொழிக்கல்விக்காக அவளுக்கு அழைப்பு விடுத்தார். மேலும் ஆட்லினை தனிப்பட்ட பிரகாரமாக அறிந்து கொள்வதற்காக அவர் தனது சபைப்போதகரோடும் பெற்றோரோடும் வந்து எங்கள் ஊரில் எங்களை சந்தித்தார். இவைகளின் மூலம் அவர் எங்களையும் எங்கள் குடும்பத்தையும், இந்தியாவில் எங்கள் பணியையும், எங்கள் பள்ளியையும் குறித்து அறிந்து கொண்டார். ஒரு வருட காலத்தில் அவர் எங்கள் மகளைத் திருமணம் செய்துகொள்ள விருப்பம் தெரிவித்தார். அதைத் தொடர்ந்து, அந்த வருடம் நவம்பர் 12-இல் ஒரு அழகான, இனிமையான திருமணம் சுவிட்சர்லாந்தில் நடைபெற்றது.

ஆட்லின் கலைப்பொருட்களோடு தனது நாட்களைச் செலவிட்டு, வலைத்தளத்தில் அந்தப் பணியைச் செய்து வருகிறாள். அவளுக்கு ஆக்கபூர்வத் திறமைகள் அதிகம் உண்டு. அவளுக்கு காலேப் (4 வயது) என்ற மகனும், அமைய ஷாய்டி என்ற 2 வயது மகளும் உண்டு. தற்போது அவள் வாழ்வின் ஒரு முக்கியமான செய்தி என்னவென்றால், பல நாட்களாக அவளைத் துன்புறுத்தி வந்த ஒவ்வாமை எனும் நோய் அவள் சரீரத்திலிருந்து முற்றிலுமாகக் குணமாயிற்று. இந்த சுகம் தாமதமாகக் கிடைக்கப் பெற்றாலும் அந்தப் பெரிய ஆரோக்கியம் அவளது சரீரத்திலும், ஆத்துமாவிலும், உள்ளத்திலும் ஆசீர்வாதத்தைத் தந்துள்ளது. இது உண்மையாகவே ஒரு விடுதலையையும் மொத்த சுதந்தரத்தையும் அவளுக்கு வழங்கியுள்ளது.

66

ஏஞ்சலினாவும் குடும்பமும் எங்களுடன் பள்ளியில் இணைந்து கொண்டது

ஏஞ்சலினா அவளது திருமணத்திற்குப் பிறகு IJM(International Justice Mission) ல் Psychologistஆகப் பணியிலமர்ந்தாள். 2018-ல் அவர்கள் குடும்பமாக ஜெபித்து, கர்த்த-ருக்குக் காத்திருந்தபோது தேவனின் கரத்தால் வழிநடத்தப்பட்டு, Mt. Sinai School-க்கு வந்து எங்கள் பள்ளியின் பணிகளிலும் எங்களுக்கு ஆதரவு கரம் தந்தார்கள். அவர்கள் இங்கு வந்தபோது தங்களது முழு சேமிப்பையும் பள்ளியில் முதலீடு செய்தனர். பள்ளியின் வளர்ச்சிக்காக மிகவும் சிறந்தமுறையில் செயல்பட்டனர். அவர்களுக்கு 8 வயதிற்கும் குறை-வான 3 பிள்ளைகள் உள்ளனர். அவர்கள் பள்ளி வளாகத்திலேயே தங்கியிருக்கிறார்கள். பள்ளியின் நிர்வாகத்திலும் அமைப்பிலும் அவர்கள் மிகச் சிறப்பான பணியைச் செய்தார்கள். இப்போதும் அவர்கள் பள்ளியிலேயே எங்களோடு தரித்திருக்கிறார்கள். ஆனால் உலகெங்-கும் இன்னல் விளைவித்த கொரோனா பெருந்தொற்று பள்ளி அமைப்பில் ஒரு மிகப்பெ-ரிய மாற்றத்தை ஏற்படுத்திவிட்டபடியால் இப்போது பள்ளி மூடப்பட்டு வகுப்புகள் online-ல் நடந்தேறுகின்றன. எந்த வருமானமும் இல்லாமல் நாங்கள் உணர்வு பூர்வமாக திகிலடைந்து காணப் பட்டாலும் நம் தேவன் நம்மைப் பராமரிக்கிறவர் என்பதை அறிந்துள்ளபடியால் நாங்-கள் அவரோடு சமாதானமாக உள்ளோம். ஏனெனில் அவர் யெகோவாயீரே!

67

மார்ச் 25, 2020-ல் கோவிட் ஆரம்பமானது

கொரோனா எனப்படும் இந்தப் பெருந்தொற்று ஆரம்பித்தபடியால் ஒழுங்கான அட்டவணை முறையில் காணப்படும் வாழ்வு முறையில் ஒரு விழிப்பை ஏற்படுத்தி, வேறு விதமான அமைப்பில் நம்மை நிறுத்தியுள்ளது. மரணங்கள், வேலை வாய்ப்புகள் இழக்கப்படல், வருமானம் குறைந்து போதல், ஊரடங்கு போன்ற கட்டுப்பாடுகள், நம்மை அச்சுறுத்துகின்றன. இந்தப் பெருந்தொற்று தனிமைப்படுத்தப்படல், வருமானம் இழப்பு போன்றவைகளின் விளைவாக எல்லோர் இதயத்திலும் அச்ச உணர்வு ஏற்பட்டு, பயம் மற்றும் பாதுகாப்பின்மை போன்ற உணர்வுகள் மக்கள் மத்தியில் அதிகரித்துள்ளது.

68

கால் இடறி விழுதலும் எலும்பு முறிவும்

ஆகஸ்ட் 2021-ன் அந்தக் கடைசி ஞாயிறன்று என் கணவரும், நானும் வீட்டின் வெளிவா-சலிலுள்ள பெஞ்சில் அமர்ந்து கொண்டு, மாலை நேர குளிர்ந்த காற்றை அனுபவிக்கவும், எங்கள் காம்பவுண்டு சுவரின் பின்புறமுள்ள இறச்சகுளம் மலைக்குன்றுகளினூடே சூரியன் அஸ்தமனம் ஆகும் காட்சியை ரசித்துக் கொண்டு அமைதியாக ஓய்வெடுத்துக் கொண்டி-ருந்தோம். சற்றுநேரம் கழித்து நான் பெஞ்சிலிருந்து எழுந்து பின்புறத்தைச் சுற்றி நடந்து முன்பக்கம் வந்து கொண்டிருந்தபோது எனது இடது கால் வழுக்கி, (6அங்குலச் சரிவில்) நான் விழுந்து விட்டேன்.

எனது இடதுகால் கணுக்காலின் மேல்பாகத்தில் முறிவு ஏற்பட்டு நான் ஒரு தனியார் மருத்துவமனைக்குக் கொண்டு செல்லப்பட்டேன். அதனால் ஏற்பட்ட வலியை என்னால் சகித்துக் கொள்ள முடியாமலிருந்தபடியால், இரவும் பகலும் தொடர்ந்து இரண்டு வாரங்க-ளுக்குப் பிறகு என்னை மார்த்தாண்டத்திலுள்ள ஐசக் எலும்பு முறிவு சிகிட்சை ஆஸ்பத்-திரிக்கு எடுத்துச் சென்றார்கள். அங்குதான் எனது சகோதரன் ஐசக் முதன்மை அறுவை சிகிச்சை நிபுணராக உள்ளார். அந்த மருத்துவமனையின் உரிமையாளரும் அவரே. எனது காயத்தின் சிக்கலை உணர்ந்து கொண்ட அவர் அறுவை சிகிட்சையை மேற்கொண்டார்.

இப்போது பல நாட்களாக நான் அங்குமிங்கும் நடந்து செல்ல முடியாத நிலையில் Crutches-யின் உதவியோடு நடக்க வேண்டியதாயிற்று. வாக்கர் மற்றும் சக்கர நாற்காலியும் எனது தோழிகளாயின. வாரந்தோறும் மாதந்தோறும் பரிசோதனைகள் மேற்கொள்ளப்பட்டன. நான் சிறிது சிறிதாக ஆனால் தொடர்ந்து முன்னேற்றமடைந்தேன். இதை நான் எழுதும் போது எனது அறுவை சிகிட்சை முடிந்து எட்டாவது மாதத்திலுள்ளேன். எனது சரீரம் இலகுவாக்கப்பட்டதை நான் உணருகிறேன். படிகளில் ஏறுவதும் நீண்ட நேரம் நின்று கொண்டிருப்பதும் இப்போது எனக்கு ஒரு சவாலாகவே உள்ளது. இப்போது நான் நமது சிருஷ்டிகரின் மகா பெரிய ஞானத்தை நோக்கி எனது மனதைச் செலுத்துகிறேன். நமது சரீ-ரத்தை அவர் உருவாக்கினதில் மிகச் சிக்கலான ஆனால் நுட்பமான அமைப்பைக் கண்டு நான் அதிசயிக்கிறேன். அந்த விபத்து ஏற்பட்டதிலிருந்து எனது அசைவுகள் கட்டுப்ப-

டுத்தப்பட்டபடியால் நான் வலைத்தளத்தில் இதன் நுட்பமான விபரங்களை ஆய்வுசெய்-யத் தொடங்கினேன். காயம் குணமடைவதின் படிமுறைகளும், அதைச் சார்ந்த நிகழ்வுக-ளும் ஒரு குறிப்பிட்ட கட்டாய இடைவெளியைக் கடந்துச் செல்லத்தான் வேண்டும் எனக் காணப்பட்டது. எனது நகர்வுகள் கட்டுப்படுத்தப்பட்டு, எனது செயல்பாடுகள் மட்டுப்படுத்-தப்பட்டன. இவ்வாறு கேள்விகளை எழுப்புவதையும் சந்தோஷமற்றுக் காணப்படுவதையும் தவிர்த்து, நன்றியுடையவளாகக் காணப்படவும், எனது கடந்த நாட்களைத் திரும்ப நினைவில் கொள்ளவும், ஓடி, குதித்து, தாண்டி குதூகலமாக வேலைகளில் ஈடுபடும் அந்த நாட்களை நினைவுகூரவும், தேவனின் கிரியைகளை நினைத்து மகிழ்ந்து பாடவும் தெரிந்து கொண்-டேன். நமது சரீரத்தின் பல்வேறு அங்கங்களையும், உணர்வுகளையும் அதிலுள்ள ஆசீர்வா-தமான சூழல்களையும் மனதில் கொண்டு வர தாராளமாக நேரம் கிடைத்தது. அவைகளை ஒவ்வொன்றாக நினைக்கும்போது எனது நினைவுத்தடங்களில் ஆழமாகக் குடிகொண்டுள்ள எண்ணஅலைகளில் குதிக்கத் தூண்டப்படுகிறேன். தேவனுடைய கிருபையும் இரக்கங்களும் என்னை முற்றிலும் ஆட்கொண்டு விட்டன. எனது மிக நல்ல ஆரோக்கிய வாழ்விற்காக நன்றியுள்ளவளாகக் காணப்பட்டு, கடந்து போன வருடங்களின் ஆரோக்கியத்தின் பொக்கி-ஷங்களை மறந்துவிடாமலிருக்கக் கற்றுக் கொண்டேன். தற்போதைய எனது காலத்தை தேவ அன்பு, மன்னிப்பு என்பவைகளினால் சூழப்பட்டுள்ள இந்த அரிய வாய்ப்பைப் பயன்படுத்திக் கொள்ளும் சமயமாக நான் கருதுகிறேன்.

எனது கணவரும், மகன் ஜாஷ்வாவும் இச்சமயத்தில் என்னிடம் காட்டிய பரிவும் பாசமும் வார்த்தைகளுக்கு அப்பாற்பட்டது என்பதை நான் இங்கு சொல்லாமலிருக்க முடியாது. அவைகள் தேவதூதர்களுக்கு அடையாளமாக உள்ளன. Covid-19 - னால் உண்டான ஊரடங்கு மற்றும் அதைச் சார்ந்த கட்டுப்பாடுகளின் விளைவாக நண்பர்கள் குடும்பத்-தார் போன்றவர்களிடமிருந்து எந்த மனித உதவியும் கிடைக்க வசதியில்லாத நிலைமை ஏற்பட்டிருந்தது. ஆனால் கர்த்தர் உன்னதத்திலிருந்து தமது ஒத்தாசையை அனுப்பி என்-னைக் கவனித்துக்கொண்டார். நண்பர்கள் மற்றும் சபையாரிடமிருந்து கிடைக்கப் பெற்ற மிக வளமான ஜெபம் எனும் ஆதரவு எனக்கு ஒரு வரப்பிரசாதமாகவும், பாலைவனச் சோலை-யாகவும் திகழ்ந்தபடியால் நான் அதில் மிக மகிழ்ச்சியாயிருக்கிறேன்.

இந்த இடைவெளியில் எனது மூத்த மகள் என்னை BSF-க்கு அறிமுகப்படுத்தி online வகுப்புகளில் சேர வசதி ஏற்படுத்தினாள். நாங்கள் வேதாகமத்தின் முதல் புத்தகத்தைப் படித்-தபோது அது என்னை அந்த நேரத்தில் சுறுசுறுப்பாக இயங்க உதவியது. அதன் மூலம் குறிப்புகள் எடுக்கவும் ஒவ்வொரு வகுப்புகளின் பிற்பாடும் வரையறை செய்யப்பட்ட கேள்-விகளையும் விரிவுரைகளையும் அந்த வகுப்புகளுக்காக ஆயத்தம் செய்யவும் வசதி ஏற்பட்-டது. உண்மையாகவே நான் இந்த வகுப்புகளின் மூலம் நல்ல பயன்பெற்று, பெலனடைந்து, அதனால் ஏற்பட்ட ஐக்கியம் மகிழ்ச்சி ஏற்படுத்துவதாகவும் எனது ஆவிக்கு ஆரோக்கியம் அளிப்பதாகவும் காணப்பட்டது. இந்த வகுப்புகளில் கற்பிக்கப்பட்ட வாழ்வின் தத்துவங்கள் ஊக்கமளிப்பதாகவும் உற்சாகம் தருவதாகவும் காணப்பட்டன.

69

எல்லாவற்றையும் நேர்த்தியாய் செய்கிற கர்த்தர்

எனது மகன் ஜாஷ்வா, கோயம்புத்தூரில் உள்ள காருண்யா பல்கலைக்கழகத்தில் Aerospace துறையில் முதுகலை பட்டம் பெற்றவர். ஆனால் கல்வி தகுதிக்கேற்ற பணி அவருக்கு கிடைக்கவில்லை. 2018ல் எங்களுடன் இணைந்து மவுண்ட் சீனாய் பள்ளியில் ஆசிரியராக இணைந்து மாணவர்களுக்கு கணிதம் மற்றும் ரோபோட்டிக்ஸ் கற்றுக் கொடுத்-தார். கோவிட் - 19 காரணமாக 2020 மார்ச் இறுதியில் பள்ளி நிறுத்தப்பட்டது. கோவிட் காரணமாக பெற்றோர்கள் வேலையிழந்து பொருளாதாரம், வாழ்வாதாரம் பாதிக்கப்பட்ட சூழ-லில் தேவஆலோசனையின்படி தொடர்ந்து இப்பள்ளி செயல்பட இயலாததை எண்ணி தயக்-கமடைய வேண்டியதாயிற்று. இருப்பினும் எங்களிடம் பயின்ற மாணவர்களுக்கு வாழ்வின் அடித்தளமாகிய எதிர்கால இலக்கை நோக்கி பயணிக்கக் கற்றுத் தந்ததை நினைத்து மகிழ்ச்-சியடைகிறோம். இவ்விதமாய் இருபது வருடங்கள் வாசல்கள் அடைப்பட்ட நேரத்திலும் வாசல்களைத் திறந்து இடுக்கண்கள், போராட்டங்கள், பிரச்சனைகளின் மத்தியிலும் தேவன் எங்களோடு இருந்து அவருடைய சித்தத்தின்படி கீர்த்தியும் புகழ்ச்சியுமாக வைத்து கல்விப்-பணியை சிறப்புடன் செய்து முடிக்கக் கிருபை செய்தார். தொடர்ந்து இப்பள்ளி செயல்படா-விட்டாலும் இங்கு பயின்ற, பயில ஆர்வம் கொண்ட பிள்ளைகளுக்கு அரசாங்கமே ஆங்கில வழிக்கல்வியுடன், கல்வி சம்பந்தமான அனைத்து உதவிகளையும் செய்து, மேற்கல்விக்கான இடஒதுக்கீடு போன்ற நல்ல திட்டங்களை வகுத்துச் செயல்படுத்துவதை எண்ணி பெருமிதம் அடைகிறேன். ஜாஷ்வா-க்காக நாங்கள் தொடர்ந்து ஜெபித்து கொண்டிருந்தபோது எல்லா-வற்றையும் அதினதின் காலத்திலே நேர்த்தியாய் செய்கிற கர்த்தர் ஜூன் 2021ல் கிரேஷ்யா என்ற பெண்ணை எனது மகனுக்காக ஆயத்தப்படுத்தினார். தேவனுடைய சித்தத்தின்படி எனது மகனுடைய திருமணம் டிசம்பர் 13, 2021-ல் நடைபெற தேவன் கிருபை செய்தார். எனது மருமகள் கிரேஷ்யா பொறியியல் துறையில் முதுகலைப்பட்டம் பெற்று 3 வருடங்-

களாக பெங்களூரில் பணிபுரிந்து வருகிறார். தேவன் அருளிய இந்த நல்ல ஈவுகளுக்காக அவருக்கு நன்றி செலுத்துகிறேன். தேவனுடைய திராட்சைத் தோட்டத்திலே பணிசெய்யும் ஊழியக்காரர்களாய் தேவன் அவர்களை எடுத்து பயன்படுத்துவாராக!

70

ஒரு நீண்ட பயணத்தின் உச்சம்

பிலிப்பியர் 2 : 13 ன் படி 'தேவனே தம்முடைய தயவுள்ள சித்தத்தின்படி விருப்பத்தையும் செய்கையையும் உங்களில் உண்டாக்குகிறவர்' என்பதற்கிணங்க என் வாலிப நாட்களில் என்னில் உருவான ஆவல்களை பூர்த்தி செய்து இன்றைக்கும் என் தேவைகளை நிறைவு செய்துகொண்டு இருக்கிறார். சில வேளைகளில் தேவன் நம் விண்ணப்பங்களை கவனியா-தவர்போல காணப்பட்டாலும் நிச்சயம் ஒருநாள் அவைகளுக்கு பதிலளிப்பார். அவருடைய பாதத்தில் பொறுமையாக நாம் காத்திருப்போம்.

என் சிறு வயதில் நான் மருத்துவராக மாறி மக்களுக்கு சேவை செய்ய வேண்டும் என ஆவல் கொண்டிருந்தேன். ஆனால் தேவன் தமது சித்தத்தின்படி மக்களுக்கு சேவை செய்து அதன் மூலமாக டாக்டர் பட்டம் பெற கிருபை செய்தார். என் கல்லூரி நாட்களில் ஆங்கிலப் புலமையில் தேர்ச்சிபெற்று முதுகலைபட்டம் பெற்று முனைவர் பட்டமும் பெற வேண்டும் என விரும்பினேன். 22 வருடங்களுக்கு பிறகு 1992-ம் வருடம் மதுரை காமராஜர் பல்கலைக்க-ழகத்தில் இணைந்து தொலைதூர கல்வி மூலமாக அபுதாபியில் ஆசிரியை பணியைச் செய்-துகொண்டே இரண்டு ஆண்டுகளில் ஆங்கில இலக்கியத்தில் M.A. முதல் வகுப்பில் தேர்ச்-சிபெற தேவன் கிருபை செய்தார். சுமார் 52ஆண்டுகளுக்குப் பின் இறச்சகுளத்தில் கல்வி பணி செய்து கொண்டிருக்கும்போது ஜெருசலேம் பல்கலைக்கழகம் எனது சிறந்த பணி,,நம்-பகத் தன்மை, தரம், முற்போக்கு இவற்றின் அடிப்படையில் எனது சேவையை பாராட்டி 2015-ம் வருடம் டாக்டர் பட்டம் வழங்கி என்னைக் கௌரவித்தது. நீதிமொழிகள் 13:12-ன் படி 'நெடுங்காலமாய் காத்திருத்தல் இருதயத்தை இளைக்கப்பண்ணும். விரும்பியது வரும்-போதோ ஜீவ விருட்சம்போல் இருக்கும்'. இவைகள் யாவும் என் வாழ்வில் வாய்க்க தேவன் கிருபை செய்தார். அவருக்கு கனமும் மகிமையும் உண்டாவதாக!.

இந்தக் காரியங்களையெல்லாம் ஒன்றன்பின் ஒன்றாக நினைக்கும்போது நான் எனது வாழ்வின் நினைவலைகளால் மேற்கொள்ளப்படுகிறேன். நான் தியானத்தில் மூழ்கும்போது பற்பல கடினமான சூழல்களும் வேதனைகளும் காணப்பட்டாலும் நான் ஒரு ஆசீர்வாதமான வாழ்வைப் பெற்றுள்ளேன் எனக் காண்கிறேன். என் வாழ்க்கைப் பயணத்தில் பல கேள்விக-

ளும் நிச்சயமற்ற தன்மைகளும் காணப்பட்டது. அகால மரணங்களும் இழப்புகளும் நேரிட்ட-
துண்டு.

நான் எவ்வளவு நாட்கள் வாழ்வேனோ எனக்குத் தெரியாது. ஆனால் எனக்குத் தெரிந்-
திருப்பது கர்த்தர் என் வாழ்வின் கடிவாளத்தைப் பிடித்து வைத்திருக்கிறார் என்பதே. எனது
வாழ்வு எப்போது முடியும், எப்போது எல்லா வேதனைகளும் கண்ணீர்களும் மறையும் என்-
பதை அவர் அறிந்திருக்கிறார். ஆனாலும் நான் என்னைப்பற்றி இவ்வாறு அறிந்திருக்கி-
றேன்; நான் ஒரு பாவி, நமது மகா உன்னத இரட்சகரும் கர்த்தருமான இயேசு கிறிஸ்து-
வின் விலை மதிக்கமுடியாத இரத்தத்தால் கழுவி சுத்திகரிக்கப்பட்டுள்ளேன். நமது கர்த்தரின்
மாறாத நினைவுறுத்தல்கள் அவர் என்னை ஒரு கணமும் தனியாக விட்டுவிடவில்லை
என்று என்னிடம் சொல்லிக்கொண்டிருக்கின்றன. எனது பாவங்களுக்காக மன்னிப்பை நான்
வேண்டியபோது அவர் அந்த நேரமே எனது கடந்த காலப் பாவங்களை மன்னித்தது மட்-
டுமல்லாமல் எனது எதிர்காலத்துக்கான நம்பிக்கையையும் அருளி, நித்திய நித்திய காலமாக
எனது இரட்சகரானார். இயேசுவையும் அவரது அன்பையும் பிறரிடம் சொல்லிப் பகிர்ந்து
கொள்வதையல்லாமல் நாம் செய்ய முடிவதோ நீண்ட கால பலனளிப்பதோ எதுவுமில்லை.
நாம் அதற்கான முழுமனதோடு முயற்சியில் ஈடுபடுவோமானால் அது அவ்வளவு கடினமான
காரியம் இல்லை. நம் அனைவருக்கும் தேவனுடைய அன்பும் கிருபையும் தேவையாயிருக்-
கிறது. நாம் நமது வாயையும் கைகளையும் பாதங்களையும் இருதயத்தையும் பயன்படுத்தி
தேவனின் மூலமாகச் செயல்படச் செய்ய வேண்டும்.

தேவனுடைய அன்புக் கரங்களில் நம்மை ஒப்புவிப்பதே மிகச் சிறந்ததும் இறுதியானது-
மான நமது இந்த நீண்ட பயணத்தின் உச்சக்கட்டமாகும். இறுதிப்படியே மிகச்சிறந்தபடியா-
கும். நம்மை எதிர் கொண்டு, சந்தித்து. வாழ்த்தி, அணைத்து அவரது உன்னத மகிமையில்
வரவேற்றுக்கொள்ள நம் தேவன் இருக்கிறார். அப்போது நாம் அந்த மொத்த மகிழ்ச்-
சியை ஒன்றாக அனுபவிப்போம். அந்தப் பெரிய நேரத்திற்காக நான் எனது ஏதிர்பார்ப்பைக்
கொண்டுள்ளேன்.

நாம் உடல் ஆலயில் முதிர்ந்து கொண்டிருக்கும்போது நமது உடல் வாழ்வின் பல அனு-
பவங்களினால் சோர்ந்து போகிறது. நமது இருதயம் தொடர்ந்து இயங்குவதாலும், நமது
தசைகளின் இயக்கத்தினாலும், நமது நரம்புகள் அந்த அழுத்தத்தினாலும் சோர்வடைந்து
இந்தக் காரியம் தொடர்ந்து கொண்டிருக்கிறது. ஆனால் நாம் அவ்வாறு அதிக சோர்வடை-
யாமல் நாம் இப்போது அனுபவிக்கும் வேதனைகளையும் துயரங்களையும் கடந்து செல்ல
முடியாத நிலையில், நாம் நமது பழைய சரீரத்தை விட்டொழிந்து, பரலோகத்தில் நம் வீட்-
டைச் சேர்வதான உணர்வைப் பெற்றுக் கொள்ள முடியாது. நாம் முன்னேறிச் செல்வதற்கு
தேவன் நம்மை ஆயத்தப்படுத்தும் ஒரு வழி இதுவாகும்.

நமது சந்ததியாருக்கு ஆசீர்வாதமும் வாக்குத்தத்தமும் அருளப்பட்டுள்ளது இது வேத
வாக்கு

'இதுவே நான் அவர்களோடு செய்யும் உடன்படிக்கை' என்று கர்த்தர் சொல்லுகி-
றார்'.உன் மேலிருக்கிற என் ஆவியும், நான் உன் வாயில் அருளிய என் வார்த்தைகளும்
இது முதல் என்றென்றைக்கும் உன் வாயிலிருந்தும் உன் சந்ததியின் வாயிலிருந்தும் உன்
சந்ததியினுடைய சந்ததியின் வாயிலிருந்தும் நீங்குவதில்லை என்று கர்த்தர் சொல்லுகி-

றார்.....' ஏசாயா 59 : 21.

சில வருடங்களுக்குப் பின் அபுதாபியிலுள்ள எங்கள் நண்பர் ஒருவர் இறச்சகுளம் வந்-திருந்தார். அவர் என் மகள்களைத் தனியாக அழைத்து, இந்தப் புதிய சூழலில் அவர்களது அனுபவம் எவ்வாறு உள்ளது என்றும், அவர்களுக்கு இரண்டாவதாக மற்றொரு வாய்ப்பு கொடுக்கப்பட்டால் அதற்கு விருப்பமா என்பதான கேள்விகளைக் கேட்டார். இந்தச் சின்ன வயதில் எல்லா வசதிகளையும் துறந்து, இந்தியாவில் தனிமைச் சூழலில் வாழ்வது எவ்வா-றுள்ளது என்றும் விசாரித்தார். அதற்கு இருவரும் இங்கேயே தொடர்ந்து வாழ விரும்புவ-தாகவும், இந்தக் கிராமத்தில் இந்தப் பள்ளியில் தொடர்ந்து, இங்குள்ள வாய்ப்புகள் மறுக்கப் பட்டுள்ள குழந்தைகளுக்கு சேவைசெய்ய விரும்பு வதாகவும் கூறினார்கள். உண்மையா-கவே அவர்கள் இந்த இடத்திற்கு வந்து இந்த மக்களுக்காக வாழ்வதில் மகிழ்ச்சியாகக் காணப்பட்டார்கள். பெற்றோராகிய நாங்கள் எங்கள் பிள்ளைகளை அவர்கள் வாலிப வயதில் அவர்கள் மூன்றாவதான ஒரு கலாச்சார முறையில் வாழ்ந்து வந்த நிலையில் அவர்களை இந்த இடத்திற்கு அழைத்து வந்து தனிமையான சூழலில் வாழவிட்டது ஒரு 'கலாச்சார அதிர்வு' என்றே சொல்லலாம். அவர்கள் அடையாளம் ஒரு கேள்விக்குறியாகவே காணப்-பட்டது. ஆனாலும் அவர்கள் தங்கள் வாழ்வின் நிலைகளில் தேவனிடம் தாங்கள் வைத்-துள்ள பற்றை வெளிப்படுத்துவது சாத்தியமாயிற்று. பல போராட்டங்கள் எங்களைச் சுற்றிக் காணப்பட்டாலும் நாங்கள் அவைகளை மேற்கொள்ள முடிந்தது. தேவன் என் பிள்ளைகளின் ஆவல்களை நிறைவேற்றுகிறார். அவர்கள் வளர்ந்து வந்தபோது அவருடைய ராஜ்ஜியத்தின் விரிவாக்கத்திற்காக அவர்களைப் பத்திரமாகப் பயன்படுத்துகிறார்.

71

ஒரு பெரிய சுகவீனத்தின் பயங்கரத்திலிருந்து என் கணவர் பிழைத்தெழும்பினார் - ஏசாயா, 53 : 5

'நம்முடைய மீறுதல்களினிமித்தம்அவர் காயப்பட்டார். நம்முடைய அக்கிரமங்களினிமித்தம் அவர் நொறுக்கப்பட்டார்'.

2008 ஜனவரி மாதத்தில் எனது கணவர் திரு. டேவிட் எங்கள் வீட்டிலிருந்து தூரமான ஒரு இடத்தில் ஊழியத்திற்கான அழைப்பைப் பெற்றிருந்தார். அதற்காக அவர் 10 நாட்-கள் எங்களை விட்டுச்செல்ல வேண்டியதாயிருந்தது. இந்த இடமும் கூட மார்க்க நம்பிக்கை நிறைந்த ஒரு கிராமமாகும். அங்கு சென்றடைய அவர் பல சின்னச் சின்ன கிராமங்களைக் கடந்து பயணிக்க வேண்டியதாயிருந்தது. சரியானப் போக்குவரத்து வசதியும் போதுமான அடிப்படை வசதிகளும் இல்லாத சூழல் அது. அவர் நற்செய்தியைப் பிரசங்கித்து, ஆலோ-சனைகள் வழங்கி. நோயாளிகளுக்காக ஜெபித்து தம்மாலான ஊழியத்தை நிறைவேற்றினார் அநேகர் இரட்சிக்கப்பட்டு, ஞானஸ்நானம் பெற்று, நமது கர்த்தரின் விசுவாசத்தில் இணைந்து கொண்டார்கள். பிப்ரவரி 1அன்று காலையில் அவர் இரயிலில் திரும்பிக் கொண்டிருந்த-போது அவருக்கு நெஞ்சில் திடிரென்று வலி ஏற்பட்டது. அவர் அது வாயுப்பிடிப்பினால் ஏற்பட்டது என்று எண்ணி அதிகமாக அதைப்பற்றிக் கவலைப்படவில்லை. அன்று மாலை வலி அதிகமானபோது அவர் டாக்டரிடம் செல்லவேண்டும் என்று கூறினார். நாங்கள் அரு-காமையிலுள்ள காதரீன் பூத் மருத்துவமனைக்கு சென்று ECG பரிசோதனை செய்யப்பட்டது. அப்போது மருத்துவர்கள் உறைந்து போனார்கள். அவர்கள் என்னிடம் எதுவும் சொல்லாமல்

உடனே அவரை ICU விற்குக் கொண்டு சென்றார்கள். அனைவர் முகங்களும் திகைத்துக் காணப்பட்டதை உணர முடிந்தது. இரவு 11 மணியளவில் டாக்டர் என்னிடம் டேவிட்டுக்கு பயங்கர மாரடைப்பு ஏற்பட்டிருப்பதாகவும் மேலும் சில பரிசோதனைகளின் பின்னரே அதைக் குறித்து எதுவும் சொல்ல முடியும் என்றும் கூறினார்கள். இந்த மருத்துவமனையில் இருதய நோயாளிகளுக்குத் தேவையான போதுமான சிகிட்சை வசதிகள் இல்லாமலிருந்தது. உதவி- யும் ஆறுதலும் வேண்டி நான் இயேசு நாதரையே நோக்கினேன். தேவன் என் கணவர் மேல் மனதுருகி அவரைக் காப்பாற்றினார். எங்கள் இரு பெண்மக்களும் சென்னையில் கல்- லூரியில் படித்துக் கொண்டிருந்தார்கள். மகன் ஜாஷ்வா வீட்டில் 12-ம் வகுப்பு தேர்வுக்காகப் படித்துக் கொண்டிருந்தான். இவ்வாறான ஒரு சூழலில் துக்கத்தோடும் தவிப்போடும் காணப்- படுவதை விட்டு, நான் இயேசுவையே பற்றிப் பிடித்துக் கொண்டு, அவரின் உதவியையும் பலத்தையும் நாடிக் காத்திருந்தேன். நான் ஆஸ்பத்திரி நடைபாதையில் அமர்ந்திருந்தபோது நடு இரவு ஆகியிருந்தது.

அவருக்கு முதலுதவி அளிக்கப்பட்டு எல்லா மருத்துவ உபகரணங்களும் அவருக்குப் பொருத்தப்பட்டன. அவருக்கு மிக மோசமான நிலையில் மாரடைப்பு ஏற்பட்டிருந்தபடியால் அந்த மருத்துவமனையின் மருத்துவர்கள் 35 கி.மீ தூரமான மற்றொரு மருத்துவமனைக்கு அவரை அனுப்பி இருப்பார்களானால் மிகவும் விலைமதிப்பேறிய காலத்தை நாங்கள் இழந்- திருப்போம். என் கணவரின் உயிரும் ஆபத்திற்குள்ளாயிருக்கும். ஆனால் இரக்கம் நிறைந்த நமது ஆண்டவர் நாங்கள் தக்க சமயத்தில் அதே ஆஸ்பத்திரியில் உதவி பெற்றுக்கொள்ளக் கிருபை செய்தபடியால் அருகிலுள்ள மற்றொரு மருத்துவமனையிலிருந்து இருதய சிகிட்சை நிபுணர் வரும்வரை அவரால் ஆரம்ப சிகிட்சை பெற்றுக் கொள்ள முடிந்தது. மருத்துவர் எல்லா விபரங்களையும் சோதித்துப் பார்த்துக் கொண்டிருக்கும் போது நான் மருத்துவரின் ஆலோசனைக்காகக் காத்திருந்தேன். இப்போது நாங்கள் இங்கு வந்து 6 மணி நேரமாயிற்று. டேவிட்டின் நிலையைக் குறித்து நான் அவரிடம் விசாரித்தபோது அவர் சொன்னது, 'இப்- போது எதுவும் செல்ல முடியாது. அவருக்குப் பலமான மாரடைப்பு ஏற்பட்டிருக்கிறது. நாம் 48 மணிநேரம் காத்திருக்க வேண்டும்'.

இந்த வேளையில் நான் எவ்வளவாக உதவியற்றிருந்தேன் என்பதை என்னால் விவ- ரித்துச் சொல்ல முடியாது. என்ன நடந்தது என்பதைக் குறித்து பிள்ளைகளுக்குச் செய்தி அனுப்பவும் என்னால் முடியவில்லை. என் நிலைமை மிகவும் பரிதாபத்திற்குரியதாகக் காணப்பட்டது. நான் நம் கர்த்தரின் வாக்குத்தத்தங்களையே பற்றிப் பிடித்துக் கொண்டிருந்- தேன். மெதுவாக நான் என் உள்ளான பலத்தைச் சேர்த்துக் கொண்டு. கடைசியில் என் இரண்டு மகள்களுக்கும் மகனுக்கும் செய்தி அனுப்பினேன். அவர்கள் சீக்கிரமாக ஆஸ்- பத்திரிக்கு வந்து சேர்ந்துவிட்டார்கள். கர்த்தருக்கு ஸ்தோத்திரம்! என் கணவர் 48 மணி நேரத்திற்குப் பிறகு முன்னேற்றம் பெற்றார். நமது நல்ல இரக்கம் நிறைந்த தேவன் அவரை கிருபையாகக் காத்துக் கொண்டு. அவர் குணமடைந்து நாங்கள் 10 நாட்களுக்குப் பிறகு வீடு வந்து சேர்ந்தோம். கர்த்தரின் அற்புதமான காயம்பட்ட கரங்கள் என் கணவரின் உயிரைப் பத்திரமாக மீட்டெடுத்தன. இந்நாளும் கூட அவர் இந்த ஊரிலும் இந்தப் பள்ளியிலுள்ள பிள்ளைகளுக்கும் கர்த்தரின் குணமளிக்கும் வல்லமைக்கும் சாட்சியாக நிற்கிறார். எங்கள் நண்பர்கள், குடும்பத்தார். சபையார் யாவரும் ஜெபித்தபோது தேவன் எங்கள் ஜெபங்களைக்

கேட்டருளினார். அவர் அற்புத நாமத்திற்கு மகிமையுண்டாவதாக!

DR. MRS. ஆனி டேவிட்

கேட்டருளினார். அவர் அற்புத நாமத்திற்கு மகிமையுண்டாவதாக!

72

தெய்வீக இடைபடுதலால் எங்கள் மகனுக்குப் பொறியியல் கல்லூரியில் இடம் கிடைக்கப் பெற்றது

என் மகன் பள்ளி இறுதித் தேர்வில் பங்கெடுக்கும் நேரம் வந்தபோதுதான் மாரடைப்பினால் இருதய சிகிட்சைக்காக டேவிட் அவர்களை மருத்துவமனையில் சேர்க்க வேண்டியதாயிருந்தது. என் மகன் ஜாஷ்வா தேர்வை எதிர்கொண்டான். ஆனால் பரீட்சை ரிசல்ட் வந்தபோது அவனுக்கு மதிப்பெண்கள் மிகக் குறைவாகவே கிடைத்திருந்தது. அதனால் அவன் பட்டப்படிப்பை மேற்கொள்ள விரும்பியிருந்த சில கல்லூரிகளில் அவனுக்கு இடம் கிடைக்கவில்லை. பெரும்பாலான கல்லூரிகளில் வகுப்புகள் ஆரம்பித்து விட்டன. ஒரு குறிப்பிட்ட கிறிஸ்தவப் பல்கலைக் கழகத்தில் இணைந்துள்ள பொறியியல் கல்லூரி அட்மிஷன் அலுவலகரிடம் ஜாஷ்வாவின் சேர்க்கைக்காக எனது கணவர் தனது வேண்டுதலைத் தெரிவித்திருந்தார். இப்போது அங்கு இடம் இல்லாதிருந்தது. அந்த வருட சேர்க்கை முடிந்து போய்விட்ட நிலையில் நாங்கள் ஜாஷ்வாவுக்கு அட்மிஷன் கிடைக்கும் என்ற நம்பிக்கையை இழந்து போயிருந்தோம். ஒருநாள் மாலை 6 மணியளவில் எங்களுக்குத் தொலைபேசியில் அழைப்பு வந்தது அது ஜாஷ்வாவுக்கு நாங்கள் அட்மிஷன் நாடியிருந்த அந்தப் பிரசித்தி பெற்ற கல்லூரியிலிருந்து வந்த அழைப்பு எனத் தெரியவந்தது. அவர்கள் டேவிட்டிடம் நாங்கள் சீக்கிரமாகச் சென்று ஜாஷ்வாவின் அட்மிஷனைச் செய்யும்படியாகக் கூறினார்கள். நாங்கள் 15 மணி நேரத்திற்கு முன்பாக அட்மிஷனைச் செய்து முடிக்கும்படியும் அவர்கள் அறிவுறுத்தினார்கள். 750 கி.மீ தூரத்தைக் கடந்து செல்வதற்கு நேரம் குறைவாக இருந்தபடியால் நாங்கள் விமானத்தில் செல்வதற்கு விமானக்கட்டணத்தையும் கூடவே கொடுத்துதவுவதாகச் சொன்னார்கள்.இந்த நல்லசெய்தியை கேட்ட நாங்கள் மிக்க மகிழ்ச்சியடைந்தோம். என் கணவரின் இருதயத்தின் நிலை அவ்வளவாக சரியாக இல்லாததால் டிக்கெட் பதிவு செய்து

நானும், பிள்ளைகள் மூவர் மாத்திரமே சென்னை புறப்பட்டுச் சென்று, அடுத்தநாள் காலை 10 மணிக்கே அங்கு போய்ச்சேர்ந்து விட்டோம். இது ஒரு விந்தையான சாட்சி. ஜாஷ்வா-வுக்கு அட்மிஷன் தர மறுத்த அந்த அதிகாரி தான் அட்மிஷன் தர மறுத்த அன்று இரவு அவருக்கு உறக்கம் வராமல் தவித்ததாகவும், அற்புதமாக இவ்வாறு அட்மிஷனுக்கு ஒரு வழி ஏற்பட்டதாகவும் கூறினார். இறுதியில் ஜாஷ்வாவுக்கு அந்தக் கல்லூரியில் அட்மிஷன் கிடைக்கப் பெற்றது. கர்த்தரின் அற்புத நடத்துதலால் அந்தக் கல்லூரியில் ஒரே ஒரு இடம் காலியாகி, இந்தக் காரியம் சாத்தியமானது. தேவன்தாமே மறைவிலிருந்து செயல்படுகிறார் என்பதை நாங்கள் உணர்ந்து கண்டோம். இது தெய்வச் செயல் அல்லவா?

Aerospace என்ற துறையில் ஒரு அதிக இடத்தை உருவாக்கி கர்த்தர் அற்புதத்தை நடப்பித்தார்.இப்போது எங்கள் மகன் அந்த Aerospace Engineering-ல் முதல் வகுப்பில் தேர்ச்சி பெற்று, முதுநிலை பட்டப்படிப்பையும் மேற்கொண்டுள்ளான். அதில் Distinction -ல் தேறியுள்ளான். இது உண்மையிலேயே பலத்தினாலும் அல்ல, பராக்கிரமத்தினாலும் அல்ல, கர்த்தரின் ஆவியினாலேயே ஆனது ஆகும். அவன் பள்ளியில் நல்ல மதிப்பெண்-கள் பெற முடியாவிட்டாலும். சில சந்தர்ப்பச் சூழல்கள் அவனுக்கெதிராகக் காணப்பட்டாலும் தேவன் தமது கிருபையினால் அவனுக்குப் பரிவு காட்டி, அவரின் அற்புதக் கரங்களின் கிரியையை அவனில் நடப்பித்துள்ளார். நாங்கள் இந்தக் கிராமத்தில் எந்த உதவியும் அற்ற நிலையில் காணப்பட்ட வேளையிலும் கர்த்தர்தாமே எங்களை விடுவிப்பதற்காக 'ஒரு மூத்த சகோதரனாக' வந்திறங்கினார். அவரே நம்மை வெற்றி காணச் செய்பவர்!

73

எங்கள் பெண்மக்களின் பதிவு செய்யப்பட்ட வேண்டுதல்கள்

எங்கள் பெண்மக்கள் இருவரும் அவர்கள் படிப்புகளை முடித்து வேலையில் அமர்ந்தபோது, அவர்கள் தங்கள் எதிர்காலத்தைக் குறித்த சிந்தனைகளிலும். நினைவுகளிலும் ஆழ்ந்தார்கள். எங்கள் மகள்கள் இருவரும் 20 வயது பருவ துவக்கத்தில் இருந்தார்கள். நாங்கள் அவர்கள் வாழ்க்கைத் துணைகளுக்காக ஜெபித்து வந்ததையும்,தேவபயமுள்ள வாழ்க்கைத்துணைவர்களை அவர்கள் பெறவேண்டும் என்றும் நாங்கள் வேண்டி நின்றதையும் அவர்கள் அறிந்திருந்தார்கள். இப்போது இருவரும் அவர்கள் விரும்பிய மாதிரியான கணவர்களின் விபரங்களைப் பட்டியலிட்டு, எங்கள் ஜெபவேளையில் அவைகளைக் கொண்டு வந்தார்கள். தெளிவற்ற ஜெபங்களைக் தேவன் விரும்புவதில்லை என்பதை நன்கு அறிந்திருந்த அவர்கள் விரும்பின மாதிரியான சுபாவ ஆளுமை கொண்ட மனிதரை தேவன் அவர்களுக்கு வாழ்க்கைத் துணையாக வழங்குவார் என்று நம்பினபடியால் நாங்கள் எங்கள் குடும்ப ஜெபத்தில் அதை முக்கியமாக வைத்துக் கொண்டோம். இந்தக் காரியத்திற்காக என் மகள்கள் ஜெபித்துக் கொண்டிருந்தபோது தங்கள் எதிர்பார்ப்புகளைக் கர்த்தர் வழங்குவார் என்று விசுவாசித்து, அதை உருவகப்படுத்தி ஜெபத்தில் அதை வைத்தார்கள். ஏற்ற சமயத்தில் தேவன் அவர்கள் விரும்பினபடியே அவர்கள் வாழ்க்கைத் துணைவர்களை அருளுவார் என்று அவர்கள் நம்பிக்கைக் கொண்டிருந்தார்கள். தேவன் அவர்கள் ஜெபத்தைக்கேட்டு. அவர்கள் விரும்பின மாதிரியில் அவர்களுக்கு அமைந்து, அது மெய்மையாயிற்று.

74

எனது வீட்டு அங்கத்தினர்களைப் பற்றிய சில சிந்தனைக் குறிப்புகள் :

என் பாசத்திற்குரிய பேரக்குழந்தைகளுக்கு பாட்டியிடமிருந்து சில அறிவுரைகள் :

உங்கள் அனைவரையும் பேரப்பிள்ளைகளாகப் பெற்றுள்ளதை நான் பாக்கியமாகக் கரு-துகிறேன். உங்கள் பாட்டியாகிய நான் எழுதிய இந்த வரிகளைக் குழந்தைகளாகிய நீங்கள் வாசிக்க முடியும் என்பதில் நான் பெருமிதம் அடைகிறேன். நீங்கள் பிறக்கும் முன்பாகவே நீங்கள் உங்கள் தாயின் வயிற்றில் இருக்கும்போது நான் உங்களுக்காக ஜெபித்தேன். நான் உங்களைத் தொட்டு, கண்டுகளித்த பின்னரும் உங்களுக்காக ஜெபிப்பதைத் தொடர்கிறேன். நீங்கள் இதை நன்கு அறிந்து கொள்ள வேண்டும். சங்.139 : 16-ல் சொல்லியுள்ளபடி 'என் கருவை உம்முடைய கண்கள் கண்டது....'. இது வேதாகம பரிசுத்தவாக்கு. குழந்தைகளாகிய உங்களுக்குச் சொல்ல வேண்டியது, நீங்கள் தானாகவே தோன்றவில்லை உங்களின் பின்-னால் வலிமையான வேர்கள் உள்ளன. அவை வலிமையும் திடமுமானவை. நீங்கள் மிக-வும் சிறப்பானவர்கள், முக்கியமானவர்கள். இருளைத்தாண்டி அதை வெளிச்சமாக்குகிறதற்கு வேளை வந்து விட்டது. இயேசுவின் ஒளியை நீங்கள் ஒவ்வொரு நாளும் அதிகமதிகமா-கப் பிரகாசிக்கச் செய்யவேண்டும். இந்தப் பின்னணி அறிவைக் கொண்டிருந்து நீங்கள் யார் என்பதையும் தெரிந்து கொள்ளும்போது உங்கள் முன்னாலுள்ள பல கதவுகளைத் திறக்க உங்களால் முடியும். இந்த அறிவு குறைவுபடுகிற நிலையில் நீங்கள் இருளிலும் அடிமைத்-தனத்திலும் கட்டப்படுவீர்கள்.

நீங்கள் யார் என்பதைத் தெரிந்துகொள்ளும் நன்மையான தருணமே உங்களுக்கு பெலன், திறன், அச்சமின்மை போன்றவைகளை அளிக்கும். நீங்கள் உங்களை அறிந்து கொள்வதற்கு எந்த நேரத்தையும் வீணாகச் செலவழிக்க வேண்டியதில்லை. நீங்கள் ஒருபோதும் உங்களைப்

பிறருடன் ஒப்பிட்டுப்பார்க்கும் செயலைத் தெரிந்துகொள்ள வேண்டாம். ஒப்பிடும் போது அது ஒரு முடிவில்லாத, சுற்றி வளைந்து வரும் வட்டமாகும். முடிவில்லாத உலகம் உண்டாவதற்கு முன்னமே சர்வவல்ல கர்த்தர் உங்களில் வைத்துள்ள ஞானம், அறிவு என்பதான ஐசுவரியத்தை நீங்கள் நம்பியிருக்க வேண்டும். ஆகவே நீங்கள் தொடர்ந்து பெருக வேண்டும். வெகு விரைவிலேயே அது தொடர்ந்து பெருகுவதையும் காண்பீர்கள். இனி வரும் நாட்களில் மேலும் அதிகக் காரியங்களை எழுத முடியும் என நான் ஆசிக்கிறேன்.

என் அன்பு கணவராகிய டேவிட், நீங்கள் என் வாழ்க்கை முழுவதும் ஓர் வீரராகத் திகழ்ந்தீர்கள். உங்கள் வாழ்வின் மாதிரியிலிருந்து நான் அதிகமானவைகளைக் கற்றுக் கொண்டிருக்கிறேன். உங்களின் துணிவு, தைரியம் இவைகளைக் கண்டு நான் அதிசயிக்-கிறேன். தேவனுக்கு பிரியமானவன் என்று அழைக்கப்படும் அந்தத் தாவீது இடையனைப் போன்றே நீங்களும் நல்ல எண்ணத்தோடு போராடுபவராக உள்ளீர்கள். எனது மாமிசப் பிர-காரமான பலவீனத்தை நீங்கள் பலவேளைகளில் சகித்துக் கொண்டதை நினைத்து நான் நன்றியுள்ளவளாக உள்ளேன். நான் உதாரகுணத்தைத் தரித்து, உங்களிடம் கற்றுக் கொள்-ளவும், விட்டுக் கொடுக்கவும் நீங்கள் எனக்குக் கற்றுத் தந்தீர்கள். 1977 ம் வருடம் பணி முடிந்த பிறகு நீங்கள் துபாயில் பேரீட்சை மரத்தின் கீழ் அமர்ந்து ஜெபித்தது, அரேபியாவின் பயங்கரமான வெப்பத்தில் உங்கள் முழங்கால்கள் மண்ணில் புதையவிட்டு முதல்முறையாக தமிழ் சபையை, மத்திய கிழக்கு நாடுகளில் ஆரம்பித்ததும், அந்த நாட்களை மக்கள் மறந்து போகலாம், காலங்கள் கடந்து போகலாம். ஆனால் கர்த்தர் ஒருபோதும் மறப்பதில்லை. நாம் அவருக்காக உண்மையான இருதயத்தோடு செய்பவைகளை அவர் தமது ஞாபக புத்தகத்-தில் எழுதி வைத்துள்ளார்.

நீங்கள் குழந்தைகளிடம் கொண்ட உங்கள் அன்பும் பாசமும் பிரத்யேகமாக நீங்கள் குழந்தைகளுக்கான தொட்டில், படுக்கைகள். படிப்பதற்கான மேஜைகள். வயலின் முதலான-வைகளைச் செய்தீர்கள். பிள்ளைகள் வளர்ந்த பின்னரும்கூட நீங்கள் உங்கள் ஆக்க பூர்வ-மான பணிகளை விட்டோயவில்லை.

நீங்கள் மாரடைப்பினால் மருத்துவமனையில் அனுமதிக்கப் பட்டிருந்த வேளையில் மூன்-றாவது நாளில் ICU - ல் டாக்டர் வலம் (ரௌண்ட்ஸ்) வந்து உங்கள் படுக்கையினருகில் நின்றபோது உங்களைக் காணவில்லை. அப்போது நீங்கள் குளித்து முடித்து உங்கள் படுக்-கையினருகில் ஈரமான முடிகளோடு நின்றீர்கள். டாக்டர் உங்களை வியப்போடு நோக்கி, நீங்கள் தவறு செய்துவிட்டீர்கள் என்று கூறினார். எந்த உதவியும் இன்றி நீங்கள் இவ்வாறு செய்ததைக் கடிந்து கொண்டார். ஒரு தடவை உங்களுக்கு இருதயத்தில் திறந்த அறுவை சிகிட்சை செய்ய வேண்டும் என்று சொல்லப்பட்டபோது, நீங்கள் அதற்கு சம்மதிக்காமல் எந்த அறுவை சிகிட்சையும் வேண்டாம் என்று மறுத்தீர்கள். அந்த மாதங்களில் நானும் நமது பிள்ளைகளும் By Pass Surgery செய்து கொள்ள உங்களை இரந்து கெஞ்சி-னோம். ஆனால் நீங்கள் அதற்கு ஒத்துக்கொள்ளவில்லை. கடைசியில் சில நாட்களுக்குப்-பினபு அதற்கு ஒத்துக்கொண்டு, Angioplasty செய்ய நீங்கள் உள்ளே கொண்டு செல்லப்-பட்டபோது stent சிகிச்சையை மேற்கொள்ள முடியாத நிலை ஏற்பட்டு, நீங்கள் திரும்பவும் இந்த மாதிரியான எந்த அறுவை சிகிட்சையும் வேண்டாம் என்று சொல்லிவிட்டீர்கள்.

இந்த மருத்துவமனையில் நாம் தொடர்ந்து 10 நாட்கள் சிகிட்சை மேற்கொண்டோம். நீங்கள் அனுபவித்த ஒரு அற்புத தேவசெயல் அந்த நாட்களின் போது ஒருநாள் ஆஸ்-பத்திரி படுக்கையிலிருக்கும்போது தரிசனம் மூலமாகஒரு அனுபவம் ஏற்பட்டது. அதாவது உங்கள் இருதயத்தின் வழியாக திடிரென இரத்தம் பாய்ந்து, நீரோடையில் தண்ணீர் பாய்வது போல இரத்த நாளங்களினூடே சென்று, அது ஒரு இலகுவாக்கும் ஊடகமாகக் காணப்பட்-டது. அன்றிலிருந்து ஒரு தெய்வீகத் தொடுதல் உங்களில் ஏற்பட்டதாக நீங்கள் உணரவும் நம்பினபடியாலும் உங்களுக்கு நல்ல தெய்வீக சுகம் கிடைக்கப் பெற்றது.

டேவிட், உங்கள் வாழ்க்கையை இந்த கிராமத்திலேயே தொடர்ந்து, உங்கள் பெரிய சேவையைச் செய்ய அர்ப்பணித்தீர்கள். ஒரு தடவை உங்களுக்கு மருத்துவப் பரிசோதனை செய்தபோது தேவனின் அற்புத சிருஷ்டிப்பின் அழகை நாம் கண்டு கொண்டோம். அதன்படி உங்கள் இருதயத்தில் ஏற்கெனவே அமைக்கப்பட்ட ஒரு ஊட்டு சக்தி உருவாகியிருந்தது —Collateral Circulation எனப்படும், இதன் மூலம் இருதயத்திற்குச் செல்லும் இரத்-தத்தில் பெருக்கம் ஏற்பட்டு சாதாரண நிலையில் திறந்து காணப்படாத இரத்த நாளங்களின் வலைப்பின்னல் இருதயத்தில் வெளிபுறத்தில் உருவாகியிருந்ததை காணமுடிந்தது. இவ்வா-றான ஒரு சூழலில், உங்களது இருதயம் திரும்பவும் தன்னிலைக்கு வந்து, துடிக்கத் தொடங்-கியதை அறிந்தோம். எத்தனை ஆச்சர்யம்.

மேலும் சில வருடங்களுக்குப் பிறகு 2014-ல் ஆட்லினின் திருமணமாகாதவர் (Single Status) சான்றிதழ் Ministry of External Affairs -லிருந்து கிடைக்கும் தருவாயில் அவள் தனது வருங்கால கணவர் தொபியாஸ் மார்க்கோஸ்-ஐ (சுவிட்சர்லாந்து) திருமணம் புரிந்து கொள்வதில் சற்றுக் கடினம் ஏற்பட்டது. இந்த முயற்சி சற்று அதிக நேரம் எடுத்தப-டியால் அவள் ஒரு வருடம் காத்திருக்க வேண்டியதாயிற்று. இந்த இடைவெளியில் டேவிட் நீங்கள் அதிகாரிகளை பல தடவைகள் சந்தித்து, ஒரு இடத்திலிருந்து இன்னொரு அலு-வலகத்திற்கு அலைந்து திரிந்து, எல்லா முயற்சிகளையும் மேற்கொண்டீர்கள். இந்த இடை-வெளியின் நாட்கள் என்ன நடக்குமோ என்று அனைவரும் பதட்டத்தோடு செலவிட்ட நாட்களாகும். ஏனெனில் உங்கள் இருதயத்திற்கு அது அதிகபாரத்தைக் கொடுத்தது. தேவையில்லாமல் நாட்கள் நீண்டு கொண்டிருந்தன. ஆனாலும் நீங்கள் விடாமுயற்சியாக சம்பந்தப்பட்ட எல்லாஆவணங்களையும் (Documents) கையில் எடுத்துக் கொண்டு, காலையில் தயாராகி அந்த வேலைக்குச் சென்று விடுவீர்கள். கடைசியாக ஒரு நாள் அற்புதப்பிரகாரமாக அந்த முத்திரையிடப்பட்ட சான்றிதழ் கிடைக்கப் பெற்றது. அதைத் தொடர்ந்து ஆட்லினும் தொபியாசும் திருமணம் புரிந்துகொள்ளும் நாள் நெருங்கியது. இந்தக் கடினப்பாதைகளின் மத்தியிலும் நீங்கள் யாவற்றையும் சிறப்பாகச் செய்து முடித்தீர்கள்.

என் கணவரின் குரலைப்பற்றி ஒரு சின்னக் குறிப்பு வரைய விரும்புகிறேன். அவர் பிர-சங்கம் செய்யும்போதும் பேசும்போதும் அது வல்லமையோடும் அதிகாரத்தோடும் காணப்பட்-டது. தேவன் அவருக்கு இந்தத் திறனையும் வரத்தையும் அருளியுள்ளார். அவரது முந்தின UAE பணியின் அலுவலகத்திலும் அவர் தொலைபேசியில் உரையாடும்போது மறு பக்கத்-திலிருக்கிறவர் அவரை நேருக்கு நேர் காண விரும்புவர். அவரது தொனி மிகவும் ஈர்ப்பு-டையதாகவும் வலிமை உடையதாகவும் காணப்பட்டது.

என் கணவரின் அரிய கனவுகளைப்பற்றிக் கூறும்போது, அவர் அவரது 20 வயதில் வேலைதேடி சென்னையில் அலைந்து கொண்டிருந்தபோது சில சமயங்களில் சரியான உணவின்றி தவித்த நாட்கள் உண்டு. அவ்வாறான ஒரு சந்தர்ப்பத்தில் அவர் ஜெபித்து படுக்கச்சென்றுவிட்டார். அதே இரவில் அவருடைய கனவில்ஒரு ஏணி அவர் படுக்கையி- லிருந்து பரலோகத்துக்கு இணைக்கப்பட்டிருந்ததைக் கண்டார். அழகான தேவதூதர்கள் தங்- கள் கைகளில் ருசிகரமான உணவு வகைகள் வைத்திருந்த ஒரு தட்டை ஏந்திக் கொண்டு, பரலோகத்திலிருந்து இறங்கி வந்து கொண்டிருந்தார்கள். அவர்கள் எல்லோருமே டேவிட்டை இடது கைகளில் பிடித்துக் கொண்டு டேவிட்டுக்கு அந்த விதவிதமான உணவு வகை- களை ஊட்டினார்கள். டேவிட் வயிறு நிரம்பி விட்டது என்று கூறிய போது அந்தக் கனவு முடிந்து போயிற்று. அதன் பின்னர் ஒருபோதும் இந்த மாதிரியான நிலை அவருக்கு ஏற்- பட்டதில்லை. அவர் UAE-யில் ஒரு கம்பெனியில் அவருடைய முதல் பணிக்காக அமர்த்- தப்பட்டபோது அவர் Chicken pox-யினால் பாதிக்கப்பட்டு, காய்ச்சலினால் வருத்தம- டைந்து தனது அறையில் படுத்திருந்தார். இந்த சமயத்தில் ஒருநாள் அவருக்கு மோசமான உடம்பு வலி ஏற்பட்டு, உறங்குவதற்கு முயற்சித்தார். திடிரென்று குளிர்ந்த காற்று அவர்மேல் வீசியதாகக் காணப்பட்டு, அற்புதப் பிரகாரமாக அவர்மேல் படிந்திருந்த செதில்கள் உலரத் தொடங்கி, அவர் கொஞ்சம் கொஞ்சமாகத் தான் குணமடைவதை உணர்ந்தார். அந்தக் கடும் காய்ச்சல் அகன்று போய் அவர் எழும்பி அந்தச் செதில் படுக்கையிலும் தரையிலும் விழுந்து கிடப்பதைக் கண்டார். அவர் பின்னர் அந்த இடத்தைப் பெருக்கி சுத்தம் செய்தார். அவர் அற்புத அடையாளங்களோடு சுகம் பெற்றார். தன் பணியைத் தொடர்ந்தார்.

என் முதல் பிறப்பான மகள் ஏஞ்சலின், நீ மிகவும் மென்மையானவள் அவளுக்கு சீக்கி- ரத்தில் கண்ணீர் வந்து விடும். தரையில் ஒரு கரப்பான் பூச்சி செத்துக் கிடப்பதைக் காணும்- போதும் நீ பயந்து போய் நாற்காலியின் மேல் ஏறி நின்று கொண்டு எல்லோரையும் சத்த- மிட்டு அழைப்பாய்.

ஆனால் ஒரு தடவை ஒரு மலைப்பாம்பு எங்கள் முயல்களைப் பிடித்துத் தின்றுவிட்- டபடியால் நான் சோர்ந்துபோய் அமர்ந்திருந்த வேளையில் நீ எனக்கு ஆறுதலான வார்த்- தைகளைக் கூறினாய். மிகவும் அர்த்தம் கொண்ட ஆழமான அந்த வார்த்தைகள் : அம்மா அவைகள் நம் நிலப்பகுதிக்கு வரவில்லை, நாம் தான் அவைகளின் நிலப்பகுதிக்கு வந்து விட்டோம். ஓ, எத்தனை ஆழமான எண்ணம்! அந்த நாளிலிருந்து எனது சுற்றுப்புறக் காரியங்களில் ஒருவித வித்தியாசமான அணுகுமுறையை நான் பெற்றுக்கொண்டேன். நான் உன்னிடம் தலைமைத்துவத்துக்கான பல தகுதிகளைக் காண்கிறேன். நீ உனது படிப்பில் சிறந்து விளங்கினாய். உனது சகோதரியும் சகோதரனும் நீ எதிர்பார்த்த அளவுக்கு நல்ல மதிப்பெண்கள் பெறவில்லையே என்று நீ சோர்ந்து போவதை நான் பார்த்திருக்கிறேன். பாடல் போட்டி, பேச்சுப் போட்டி முதலானவைகளில் நீ பல பரிசுகளைப் பெற்றாய். நீ உனது பள்ளி இறுதி வகுப்பை முடித்த போது பெற்றோராகிய எங்களிடம் வந்து சென்னையில் YWAM-DTS படிப்பைத் தொடர அனுமதி வேண்டினாய். எனக்கு அதைப்பற்றி எதுவுமே தெரியாது. ஆனால் நீ அதைப் பற்றி நன்கு ஆராய்ச்சி செய்து, அந்தப் படிப்பைத் தொட- ரவும் அதிலேயே பணி செய்யவும் விருப்பம் கொண்டாய். மருத்துவம், பொறியியல் என்ற படிப்புகளை விட வேதாகமக் கல்வியை அதிகமாக விரும்பினாய். தேவனுக்கு நன்றியாக

இந்தப்படிப்பில் முனைந்து தொடர விரும்பினாய். பின்னர் நீ வெளிநாடு சென்று சிங்கப்பூரில் உயர்கல்வி பெற்று உளவியல் நிபுணராக பணி மேற்கொண்டாய். அங்குள்ள விசுவாசிக-ளோடு இணைந்து கொண்டு, உனக்கு சில நண்பர்கள் கிடைக்கப் பெற்று தேவ அன்பை எடுத்துச் சொல்லும் சாட்சியாக பலருக்கு உதவினாய்.

கோஷி மேத்யூவைத் திருமணம் செய்து கொள்வதற்காக நீ ஒரு நல்லவேலையை ராஜி-னாமா செய்தாய். அவர் உனது மனதுக்குப் பிடித்தமான ஒரு இனிய நண்பர். நீங்கள் இருவரும் ஒருவருக்கு ஒருவர் இணையாக மிகையாக உள்ளீர்கள். தேவன் தமது வார்த்-தையைக் காத்துக் கொள்ளும் வழிகளைக் கண்டு நான் அதிசயப்படுகிறேன். அவரே உங்-கள் இருவரையும் இணைத்தார். அவர் நாமத்திற்கே துதியுண்டாவதாக! திருமணத்திற்குப் பின் மூன்று வருடங்களில் நீங்கள் இருவரும் எங்கள் பள்ளிக் காரியங்களில் இணைந்து பணி செய்யும் விருப்பத்தைத் தெரிவித்த போது, அதன் பொறுப்புகளை சுமக்கத் தயாரா-னபோது, கோஷியின் நல்ல இருதயத்தை, அவர் இந்தப் பள்ளி மற்றும் பள்ளிப் பிள்ளை-களின் பாரத்தைத் தன்மேல் ஏற்றுக் கொள்ள விரும்பினதை நான் பாராட்டுகிறேன். அவர் எங்களோடு இணைந்து எங்களின் சுமையைப் பகிர்ந்து கொண்டு, நல்ல விசுவாசத்தோ-டும் பலமான கரங்களோடும் எங்களுக்குத் துணைநின்றார். நீங்கள் இருவரும் நல்முயற்சி செய்தீர்கள். தேவன் ஒருபோதும் கடனாளியாக இருப்பதில்லை. அவர் நிச்சயமாக நீங்கள் அவர் ராஜ்ஜியத்திற்காகச் செய்த முயற்சிகளுக்கு, முதலீடாக வழங்கிய உழைப்புக்கு ஏற்-றதாக வெகுமானம் அருளுவார். மூன்று அருமையான பிள்ளைகளைக் கொடுத்து தேவன் உங்களை ஆசீர்வதித்துள்ளார். இவர்கள் பரத்திலிருந்து உங்களுக்கு அருளப்பட்ட அரிய பொக்கிஷங்களாகும். அவர்கள் மூவரும் நல்ல ஆரோக்கியமான அருமையான சிறப்பான குழந்தைச்செல்வங்கள். நான் அவர்களோடு உறவாடி சில நேரங்களை அவர்களோடு கழிக்-கும் போதெல்லாம் அவர்கள் தங்களது நம்பிக்கையைக் குறித்தும் வாழ்வின் காரியங்களைக் குறித்தும் பேசுவார்கள். அவர்களின் வளர்ச்சியைக் கண்டு நான் வியந்து நிற்கிறேன்.

அவிதான் சாதுவானவன். அமைதலானவன். படிப்பில் சிறந்தவன். அவன் முன்னேறிச் செல்கிறான். சூரியல், உறுதியான சித்தமும் தைரிய நெஞ்சும் கொண்டவன். இரக்கக்குணம் கொண்டு எல்லோரையும் நேசிப்பவன். லியம், இப்போது உங்கள் குடும்பத்தின் அன்பான குழந்தை. உனது சிறுவயதை நான் திரும்பிப் பார்க்கும்போது லியம், உனது நகலாகவே உள்ளான். சரித்திரம் திரும்பத் திரும்பத் நிகழ்கிறது என்பது மெய்மையாகிறது.

கோஷி மேத்யூ, நீங்கள் அன்பு மகள் ஜெபித்தப்படியே தேவனுக்கு பயந்து நன்கு கற்ற-றிந்த, ஒரு முழுநேர ஊழியக்காரப் பெற்றோருக்கு மகனாய் பிறந்து வளர்ந்து தடயவியலில் முதுகலைப்பட்டம் பெற்று எந்த ஒரு எதிர்பார்ப்பும் இன்றி எனது மகளைத் திருமணம் செய்து எங்கள் குடும்பத்தின் மூத்த மகனாய்த் திகழ்கிறீர்கள். பள்ளி பணிகளிலும் தியாக மனப்பான்-மையுடன் உறுதுணையாக நின்று எந்த பிரதிபலனையும் எதிர்பாராமல் மூன்று ஆண்டுகள் கல்விப்பணி செய்து இந்த கிராம மக்களோடும் குடும்பங்களோடும் அரும்பணியாற்றினீர்-கள். உங்கள் பெற்றோருடைய தரிசனத்தை நிறைவேற்றி தேவ பணியையும் செய்து பள்ளி-யில் பயின்ற மாணவர்களுக்கு கால்பந்து விளையாட்டில் பயிற்சி அளிப்பதில் முக்கிய பங்கு வகித்தீர்கள். ஏழைகளுக்கு இரங்குகிறவன் கர்த்தருக்கு கடன் கொடுக்கிறான். உங்களுடைய சேவையை ஒருநாளும் என்னால் மறக்கமுடியாது. இவைகள் அனைத்தும் எதிர்காலத்தில்

உங்களுக்கும் உங்கள் சந்ததிக்கும் ஆசீர்வாதத்தை கொண்டு வரும் என வாழ்த்துகிறேன்.

ஆட்லின், நீ வெற்றி சிறக்கும் பெண். நீ வளர்ந்து வந்த நாட்களில் பல கடினங்களை எதிர் கொண்டாய். நீ ஒரு போராளியாகக் காணப்பட்டாய். கர்த்தர் இயேசு சிந்தின இரத்தத்தால் நீ ஒவ்வொரு நாளும் குணமடையும் வல்லமையைப் பெற்றுக் கொண்டாய். உன் வாழ்வில் நீ பல கனவுகளைக் கண்டாய். நீ உறுதியான உள்ளம் படைத்தவள். ஆக்கபூர்வ திறமை பெற்றவள். நீ உனது நம்பிக்கையில் உறுதியாக நிற்பதை நான் பாராட்டுகிறேன். நீ வளர்ந்து வந்த நாட்களில் பல போர்களைச் சந்திக்க வேண்டியிருந்ததை நான் கண்டேன். நண்பர்கள், எதிரிகள் மத்தியில், படிப்பிலும் உன் முன்னாலுள்ள எதிர்காலக் கனவுகளிலிருந்து எதுவும் உன்னை அசைக்கவில்லை. நீ உனது கனவுகளின் உச்சத்தை அடையும் நாட்களை நான் எதிர்நோக்கி நிற்கிறேன்.

உன் பிள்ளைகள் காலேப், அமையா இருவரும் நிச்சயமாக உனக்கு ஆறுதல் தருவார்கள். பெற்றோராகிய நீங்கள் இருவரும் காணும் கனவுகள் நிறைவேறும் என்பதில் நான் நிச்சயமாக உள்ளேன். காலேப் ஞானத்திலும் கர்த்தரை அறிகிற அறிவிலும் வளருவான். தன் பெயருக்கு ஏற்ப ஒரு வித்தியாசமான பிள்ளையாக அவன் காணப்படுவான். இவ்வுலகின் ஓட்டத்திற்கு இசைந்து செல்லும் பலரைப்போல அல்லாமல் பெரிய காரியங்களை அவன் திடமனதோடு செய்து காண்பிப்பான். காலேப் அன்பு குணம் கொண்ட, சாதுவான உணர்ச்சி மிகுந்த, பரிவும் பாசமும் கொண்ட, அறிவு மிகுந்த ஒரு குழந்தை. அமையா இப்போது ஒரு குழந்தை. பலமான குரலில் பின்னாட்களில் அவள் அவரது ராஜ்ஜியத்தின் ஒரு அதிர்வு கொண்ட பேச்சாளராக செயலாற்றுவாள் என்பது தெரிகிறது. அவள் அழகிய முகம் கொண்டு எப்போதும் நிறைவான குணம் படைத்தவள். அவள் வளர்ந்து வருவதை நாம் கண்டு மகிழத்தான் போகிறோம். நம் தேவன் இப்போதும் சிங்காசனத்தில் வீற்றிருக்கிறார். நம் ஒவ்வொருவரையும் அவரின் திட்டங்களுக்கும் நோக்கங்களுக்கும் ஏற்றவாறு ஆயத்தம் செய்து கொண்டிருக்கிறார்.

ஆட்லின், நொய்டாவுக்குச் சென்றபோது அங்கு காணப்பட்ட மோசமான வெப்பத்தையும் குளிரையும் தாங்கிக்கொள்ள வேண்டியதாயிருந்தது. அங்கு பிற தேசங்களிலிருந்து வந்தவர்களுக்கு ஆங்கிலம் கற்றுக் கொடுத்தாய். பின்பு நீ லண்டன் சென்று உன் முதுநிலைப்படிப்பைத் தொடர்ந்தாய். பின் வேலை தேடி ஏற்ற வாய்ப்பு உனக்குக் கிடைக்கப் பெறாததால் சென்னை SAE கல்லூரியில் விரிவுரையாளராகப் பணி மேற்கொண்டாய். அப்போதுதான் உன் விவாகம் நடந்தேறி நீ சுவிட்சர்லாந்து சென்றாய். இப்போது நீ வெளிநாட்டு மொழிகளில் தேறி, உன் அழைப்புக்கு ஏற்பப் பணி செய்கிறாய்.

தொபியாஸ் மார்க்கோஸ் உன் கணவர். அவர் தன் சுயதேசத்திலிருந்து உன்னைத் தேடி வந்து, உன்னைத் தன் வீட்டிற்கு அழைத்துச் சென்றார். தேவனுடைய வழிகள் நாம் நினைத்திராதபடி அமைந்துள்ளன (ஏசாயா.55:9). வானங்கள் எவ்வளவு உயரமாக உள்ளதோ அவ்வளவாகக் தேவனின் வழிகளும் நம் வழிகளைவிட உயரமாக உள்ளன. சுவிட்சர்லாந்தில் எண்ணிலடங்கா ஏரிகளும் கிராமங்களும், ஆல்ப்சின் உயர்ந்த சிகரங்களும் உள்ளன. இந்தப் பகுதியின் காற்று உனக்கு நல்ல சுகத்தைத் தந்தது. அதை 28 வருடங்களுக்குப் பிறகு நீ அனுபவிக்கிறாய். இது ஆண்டவரின் அற்புதக்கரமே அல்லாமல் வேறல்ல. இது உண்மையாகவே ஒரு மெய்யான கனவு. நீ தேவனிடமிருந்து பெற்றுக் கொண்ட, உன்

ஜெபத்திற்கான பதில். அவர் உன் காரியத்தை தன் சொந்தக் காரியமாகக் கையாண்டார். எந்தத் தடைகள் காணப்பட்டாலும் எந்த வல்லமையும் எந்த அதிகாரமும் அவருடைய திட்-டங்களை நிறுத்தி வைக்க முடியாது. அவரே இறுதிவாக்கைக் கூறுவார். அவரிடமே எல்லா நிச்சயங்களும் உண்டு. தொபி ஒரு சிறப்பான மனிதர். அவர் எங்கள் குடும்பத்தின் ஒரு அங்கமாக இணைந்துள்ளார். நாங்கள் கிராமத்தில் செய்த ஊழியத்தின் ஒரு பங்காளராகவும் அவர் செயல்பட்டு, பள்ளியின் நிதிகளிலும் ஒரு பங்காளராகத் தமது பங்கை நிறைவேற்றி-னார். பல விதங்களில் அவர் தமது பங்கை இந்தப் பள்ளியில் அளித்துள்ளார். சுவிட்சர்-லாந்திலிருந்து வந்து நம்மைச் சந்தித்து பின்பு எல்லோரையும் அங்கு அழைத்துச் சென்று, எல்லா இடங்களையும் சுற்றிக்காட்டி, மிகுந்த பரிவோடும் பாசத்தோடும் உண்மையோடும் நம்மைக் கவனித்துக் கொண்டார். தேவன் அவரை ஆசீர்வதிப்பார்.

ஜோஷ்வா, நீ ஒரு வீரன் நீ வீரதீரமாக, புத்திசாலியாகச் செயல்படுபவன். நீ ஒரு கடின உழைப்பாளி பல தடைகள் ஏற்பட்டபோதும் Aerospace-ல் முதுநிலை படிப்பைத் தொடர்ந்து செய்து உன் கனவை நினைவாக்கினாய். நீ UAE-யை விட்டு வந்த 10 வயதிலிருந்தே உனக்குப் பல தடைகள் ஏற்படத் தொடங்கின. நீ வேதாகமத்தில் குறிப்பிடப்பட்ட ஜோஷ்-வாவைப் போன்றவன். அவர் தனது விசுவாசத்தினாலே பல தடைகளையும் யுத்தங்களை-யும் மேற்கொண்டார். நீ தொடர்ந்து பல படிகளைத் தாண்டி, பல்கலைக்கழகத்தில் நுழைந்து. உனது சரீர ஆரோக்கியம் சவாலாக காணப்பட்ட சமயத்திலும் அவைகளை மேற்கொண்-டாய். நீ எதிர் நீச்சல் போடவேண்டியிருந்தது. ஆனாலும் தைரிய நெஞ்சுடையவனாக அவைகளைக் கடந்து வந்தாய். உனது கல்லூரியிலுள்ள சில உடன் மாணவர்கள் சிலர் சோர்வடைந்து பின்னடைந்து போய்விட்ட சூழலிலும் நீ விடாப்பிடியாக அதைத் தொடர்ந்-தாய். நீ வெற்றி காண்பவன், நாங்கள் உன்னைப்பற்றிப் பெருமிதம் கொள்கிறோம். ஒரு தடவை கல்லூரியில் ஒரு வருடம் இடைவெளி விட்டுப் பயிலும் வாய்ப்பு அளிக்கப்பட்ட-போதும் நீ படிப்பைத் தொடர்ந்து உண்மையில் உன் ஊக்கத்தை நிரூபித்தாய். புயல்காற்று வீசிய போதும், நீ சற்றுப் பின்னடைந்து விட்டபோதும், நீ உனது சமநிலையில் உறுதியாக நின்றாய். பல்கலைக்கழக இறுதித்தேர்வில் நீ சிறப்பான மதிப்பெண்களைப் பெற்று, முதல் வகுப்பில் தேர்ச்சியடைந்தாய். Aerospace-ல் முதுநிலைப் பட்டப்படிப்பைத் தொடர உனக்கு எந்தப் பிரச்சினையும் காணப்படவில்லை. நீ கடினமாக உழைக்க வேண்டியதிருந்தது. அதன் மத்தியிலும் நீ முன்னேறி Distinction-ல் தேர்ச்சி பெற்றாய். நன்றாகச் செய்தாய் மகனே. உனது இந்தத் துறையில் வேலை வாய்ப்பு குறைவாகவே காணப்பட்டு, இந்தியாவின் பல நகரங்களிலும் வேலை தேடி அலைந்த பின்னரும் எந்த வழியும் திறக்காதபடியால் திரும்பி வந்தாய். சுவிட்சர்லாந்து YWAM Centre-ல் Basil -ல் DTS படிக்கும் வாய்ப்பினைப் பெற்றாய். கிராமப்புற ஊழியமாக, திறந்த வெளிக்கூட்டத்தை நடத்தி சில மத்திய ஐரோப்பிய நாடுகளில் சுவிசேஷத்தை எடுத்துச் சென்றாய். இது ஒரு அரிய வாய்ப்பாகும். அங்கிருந்து வந்த பிறகு Mt. Sinai பள்ளியில் ஆசிரியராகவும் பணியாற்றினாய். மாணவர்களுக்கு கணிதம் மற்றும் சில பொதுப்பாடங்களைக் கற்றுக் கொடுத்து, அவர்களுக்கு நம்பிக்கையூட்டி அறநெறி மதிப்பீடுகளையும் அவர்களுக்குச் சொல்லிக் கொடுத்தாய். நீ எந்த நிலையிலும் எங்கு வைக்கப்பட்டாலும் அங்கு உன்னை வெற்றியாக நிறுத்திக் கொள்வாய் என்று நான் நிச்சயமாக நம்புகிறேன்.

ஜாஷ்வா உனக்கு ஒரு பெரிய எதிர்காலம் உள்ளது. நீ ஆசீர்வாதத்தைச் சுதந்தரித்துக் கொள்ளவும் உனது எதிர்பார்ப்புக்கு மேலான பல வெற்றிகளைக் காணவும் நான் ஆவலா-யிருக்கிறேன். நான் கீழே விழுந்து எனது வலது காலில் முறிவு ஏற்பட்டு நகர முடியாத நிலையிலும் நீ எனக்கு முதலுதவிகளைச் செய்யத் தயாராயிருந்தாய். எனது காயத்தை மருந்து வைத்துக்கட்டும் ஒவ்வொரு வேளையிலும் நமது பரம வைத்தியரான இயேசு கிறிஸ்-துவின் மெல்லிய தொடுதலை நான் உணர முடிந்தது. உனது கனவுகளும் திட்டங்களும் மலர்ந்து செழிக்கும். இப்போது எல்லாம் வறட்சியாகக் காணப்பட்டாலும், எந்த மாற்றங்களோ அசைவோ இன்றிக் காணப்பட்டாலும். நான் சொல்வதைக் கவனித்துக் கொள். 'பெரிய காலங்கள் உன் முன்னால் உள்ளன'.

அன்பு மகள் கிரேஷ்யா, நாங்கள் எதிர்பார்த்தது போல நீ எங்கள் மகனுக்கு ஏற்ற மணவாட்டி. பெயருக்கு ஏற்றதுபோல கருணை உள்ளம் கொண்ட ஒரு திறமைசாலியான நீ. மேற்படிப்பிலும் சிறந்து விளங்கினாய். புத்தியுள்ள ஸ்திரீயாய், குடும்பத்திற்கு ஒரு முன்மா-திரியாய் வாழ்ந்து குடும்பத்தை கட்டியெழுப்ப உன்னை நான் ஆசீர்வதிக்கிறேன். தேவன் தாமே இரட்டிப்பான நன்மைகளால் உன்னை நிரப்புவாராக!.

75

என் உடன்பிறந்த சகோதர சகோதரிகள்

நாங்கள் எங்கள் பெற்றோருக்கு நான்கு பெண்பிள்ளைகளும் ஒரு ஆண்மகனும் பிறந்திருந்-தாலும் வாழ்க்கைப் பயணத்தின்போது எங்கள் இளைய சகோதரி ஜிஜியை நாங்கள் சிறு-வயதில் இழந்து விட்டோம். எனது அடுத்த இளைய சகோதரி சுஜி எதிர்பாராத முறையில் ஒரு நோயினால் தாக்கப்பட்டு திடீரென்று மரித்துப் போனாள்.

என் சகோதரி சுஜி என் கணவரின் இளைய சகோதரன் ராபின்சனுக்கு வாழ்க்கைப்பட்-டிருந்தாள். அவர்களுக்கு பெரில், ஆடம் என்று இரண்டு குழந்தைகள் உண்டு. சுஜி 40 வயதான போது இந்தப் பூவுலகை விட்டு, சிறுபருவத்திலிருந்த மகளையும் சின்ன மகனையும் விட்டு மறுமைக்குச் சென்றுவிட்டாள். என் தங்கை சுஜி மிகவும் இனிமையான ஆளுமை குணம் கொண்டவள். அவள் தனது எண்ணத்தில் எப்போதும் உறுதியாகக் காணப்படுவாள். அவள் தான் சொல்வதைத் தீர்க்கமாகக் கூறி தனது கருத்துகளை நிலை நாட்டுவாள். என் தந்தையிடமும் அவ்வாறே அவள் தெளிவாகப் பேசுவாள். என் தந்தைக்கு அந்தப் பெரிய விபத்து ஏற்பட்டு அவர் மருத்துவ மனையில் இருந்த நாட்களில் அவள் வீட்டில் தனியாக இருந்து கொண்டு,வயல் தோட்டம் முதலானவைகளையும், பண்ணையையும் மற்-றும் வேலையாட்களையும் எல்லாவீட்டு வேலைகளையும் கவனித்துக் கொண்டாள். எனது அடுத்த தங்கை ஜீனாவுடன் அவள் தனிமையாக விடப்பட்டிருந்தாள். என் தந்தை சிகிட்சை பெற்றுக் கொண்டிருந்த மருத்துவமனை எங்கள் வீட்டிலிருந்து 250 கி.மீ தூரத்தில் இருந்தது.

என் தங்கை சுஜி கர்த்தருக்குள் நித்திரை அடைந்த பின்பு குழந்தைகளின் நலனுக்காக எனது மைத்துனர் மறுமணம் செய்யும் சூழ்நிலை உருவானது. தேவ சித்தத்தின்படி கர்த்-தருக்கு பயந்த சித்ரா என்ற சகோதரியை அன்புப் பிள்ளைகள் பெரில், ஆடம்-க்கு ஒரு தாயாக கர்த்தர் அனுப்பினார். இந்நாள் வரையிலும் நல்ல தாயாக, முன்மாதிரியாக சித்ரா செயல்பட்டு வருகிறார்கள். தேவனுக்கே நன்றி!.

பெரில், நீ எனது அன்பான தங்கை சுஜியின் மூத்த மகள். உன் தாய் உன்னோடு மிகக் குறைந்த நாட்களே வாழ முடிந்தது. ஆனால் அது மிகவும் மதிப்பு கொண்ட நாட்களாகும் அவள் ஒரு அன்பு நிறைந்த தாயார். அவள் தனது குறுகிய வாழ்வில் தன்னால் இயன்-

றதை உங்களுக்காகச் செய்திருந்தாள். அவள் உன்னைப் பாசத்தோடு அழைக்கும் குரலை (பெரில்.....) நான் நினைக்கிறேன். அவள் குரல் இப்போதும் என் காதுகளில் தொனிக்கிறது. சுஜி உனக்காக அநேகக் கனவுகளைக் கொண்டிருந்தாள். பெரில் நீ ஒரு அழகிய பெண். அருமையான பெண். நீ ஓய்வு நாள் பாடசாலையில் ஒரு அங்கமாகத் திகழ்ந்தாய். Awana-வும் நீயும் நீங்கள் பங்கெடுத்த எல்லாத் துறைகளிலும் முன்னேறிச் சென்றாய் என் அன்பான குழந்தையே, நான் உன்னைப்பற்றிப் பெருமிதம் கொள்கிறேன். நீ உனது பள்ளி நாட்களில் நீச்சல் வீரராகத் திகழ்ந்தாய். ஓட்டம் மற்றும் எல்லா விளையாட்டுப் போட்டிகளிலும் நீ பங்குபெற்று பல மெடல்களையும் விருதுகளையும் பெற்றுள்ளாய். நீ வாழ்க்கையில் சாதிக்க வேண்டிய காரியங்கள் மேலும் அநேகமுண்டு. இப்போது நீ திருமணம் ஆகியுள்ளாய். சுபித்தும், நீயும் ஆசீர்வாதமான வாழ்வைப் பெற்றுக் கொள்ள உங்களை வாழ்த்துகிறேன். நீங்கள் நீடூழி வாழ்ந்து அன்பு நிறைந்த நீங்கா மகிழ்ச்சியைப் பெற்றுக் கொள்ள உங்களை வாழ்த்துகிறேன். உன் தம்பி ஆடம் சிறுவயதிலிருந்தே உன்னோடு சேர்ந்தே வளருகிறான்.

ஆடம், நீ ஆசீர்வதிக்கப்படவும் வெற்றி வாழ்க்கை வாழவும் நான் வாழ்த்துகிறேன். பெரில் உனக்கு மிகச் சிறந்த சிநேகிதியாக உள்ளாள். உன் தந்தை உன்னை மிகவும் அன்பாக நேசிக்கிறார். வாழ்வின் பல கடினங்களின் மத்தியிலும் நீ திறமை பெற்ற வாலிபனாக வளர்ந்து வருகிறாய். நீ ஒரு ஆக்கபூர்வ திறமை கொண்டவன். Visual Communication துறையில் நீ சிறந்து விளங்குகிறாய்.உனது சிறந்த எதிர்காலத்துக்காக நான் உன்னை வாழ்த்துகிறேன். நீ உன் வாழ்வில் சிறந்து விளங்குவாய். பெரிய காரியங்களைச் செய்வாய். வெற்றி வீரனாகத் திகழ்வாய். ஆடம், நீ திறமைகள் பல பெற்று அறிவில் சிறந்தவன். உன் முகத்தை நான் நோக்கும்போதே உனக்கு நல்ல எதிர்காலம் உள்ளது என்பதைக் காண்கிறேன்.

ஐசக் எனது ஒரே சகோதரன். எனது தந்தை வழி பாட்டனாரின் பெயரைக் கொண்டிருக்கிறான். என் பெருமைக்கும் மகிழ்ச்சிக்கும் உரித்தானவன். என் பெற்றோர் அவனை சுரேஷ் என்று அழைப்பார்கள். நாங்கள் ஒன்றாக எங்கள் குடும்ப வீட்டில் வாழ்ந்து வந்த நாட்களை நான் நினைத்துப் பார்க்கிறேன். நம் தாத்தா பாட்டி இருவருமே நீ பிறக்கும் முன்னேரே இவ்வுலக வாழ்வை நீத்தனர். ஆகையால் அவர்களைப் பற்றி உனக்கு அதிகமாக எதுவும் தெரியாது. உனது பள்ளிப்பாடங்களிலும் வேத வசன பாடத்திலும் உனக்கு உதவி செய்யும் வாய்ப்பு எனக்குக் கிடைத்தது. உன் பள்ளியில் பாடல் போட்டிகளுக்காகவும் நான் உனக்குப் பயிற்சி அளித்திருக்கிறேன். நம் அருமையான சகோதரி சுஜியோடு நீ விளையாடித் திரிவதை நான் பார்த்திருக்கிறேன். நீங்கள் ஒன்றரை வயது வித்தியாசத்தில் காணப்பட்டபடியால் பள்ளிக்குச் செல்லும்போது ஒன்றாகச் செல்வீர்கள். ஓய்வு நாள் பாடசாலையிலும் ஒன்றாகப் பங்கெடுப்பீர்கள். அவள் சீக்கிரமாக நம்மை விட்டுப் பரலோக வீட்டிற்குச் சென்று விட்டாள். அது இப்போதும் துக்ககரமான ஒன்றாகவே காணப்படுகிறது. அவர்கள் எல்லாரைப்பற்றிய நினைவுகளும் என்னைச் சுற்றிச் சுற்றி வந்து கொண்டிருக்கின்றன. நீ மருத்துவராவதற்காக மருத்துவப் படிப்பை மேற்கொண்டபோது நம் தந்தை மிகவும் மகிழ்சியடைந்தார். அவரது கனவுத் திட்டம் நிறைவு அடைந்ததை நான் கண்டேன். 1980 -ம் ஆண்டின் ஆரம்ப நாட்களில் நீ கடினமாக உழைத்து உனது MBBS படிப்பிற்கான நுழைவுத் தேர்வுக்குத் தயாரானதை நான் நினைக்கிறேன். வாழ்க்கை எனும் ஏணியில் மேலே

ஏறிச் செல்வதற்கு பல போராட்டங்களை சந்திக்க வேண்டிதாயிருக்கிறது. அதன் ஒவ்வொரு படியிலும் அதிக விலையைக் கொடுக்க வேண்டும். அவ்வாறே கடந்து சென்று நீ உன் MBBS படிப்பை முடித்தாய். ஒவ்வொரு தடைகளையும் தாண்டி உச்சியை அடைவதற்கு நான் உன்னை உளமார வாழ்த்துகிறேன். சுரேஷ், நீ உன் அன்பான பிள்ளைகளுக்கு நல்ல மாதிரியாகக் காணப்படுகிறாய். வாழ்வின் ஓட்டத்தில் அதற்கான வழியை நீ அமைத்துக் கொடுத்தாய்.

இவைகள் எல்லாவற்றோடும் நாம் சந்திக்க நேர்ந்த இடையூறு என்னவென்றால் நம் தந்தை ஒரு பயங்கர சாலை விபத்திற்குள்ளானதாகும். அது நம் வீட்டிலிருந்து மிக தூரமான இடத்தில் நடந்த, நீ அந்த நிலையில் தனியாக நின்று அதை எதிர் கொண்டாய். அவரை மருத்துவமனைக்குக் கொண்டு செல்லவும் அதோடு உன் படிப்பில் கவனம் செலுத்தவும் பல பாடுகளினூடே கடந்து செல்ல வேண்டிதாயிற்று. அப்பாவின் நொறுக்கப்பட்ட நம்பிக்கை- யற்ற நிலை ஒரு சவாலாக, பிரச்சினையாகக் காணப்பட்டும் நீ உனது முனைப்பிலிருந்தும், இலக்குகளிலிருந்தும் தகர்ந்து விடவில்லை. நம் தந்தையின் எலும்பு முறிவு சார்ந்த சிகிட்- சைகளையும் கடினங்களையும் கண்டபோதே ஒரு எலும்பு சிகிட்சை நிபுணராக வேண்டும் என்று நீ தீர்மானம் எடுத்துக்கொண்டதாக நான் உணருகிறேன். அப்பாவின் எலும்புகளும் தசைகளும் கூடி பழைய நிலைக்குத் திரும்புவதற்கு ஒரு வருடத்திற்கு மேலானது. இந்த வருடத்திலேதான் நீயும் இந்தக் குறிப்பிட்ட துறையில் பணி செய்யும் ஆவலை வளர்த்துக் கொண்டாய். அந்த நேரத்தில் நம் தந்தைக்கு எதுவும் பெரிதாகச் செய்ய முடியாத போதும் .இது போன்ற எலும்பு முறிவுகளை அனுபவிக்கும் பலருக்கும் உதவி செய்ய நீ ஆவலயி- ருந்தாய். 200 க்கும் மேலான எலும்புகள் தசைகள் முதலானவைகளைக் கண்காணிக்கும் மருத்துவத்தின் இந்தத் துறை மிக முக்கியமானதும் தேவை நிறைந்ததுமாகும். இது நம்மை வியப்பிலாழ்த்துகிறது.

நீ உன் மேல் ஏடுத்துக் கொண்ட பெரிய பொறுப்பு என்னவென்றால் நம் பெற்றோர் இருவரையும் அன்போடும் பரிவோடும் பராமரித்ததே. நான் உண்மையாகவே உன் மனைவி ஷீபாவுக்கு மிகவும் நன்றியுள்ளவளாக இருக்கிறேன். அவள் நம் பெற்றோரிடம் பாராட்டிய அர்ப்பணிப்பைக் குறித்து நான் பெருமைப்படுகிறேன். நம் தாயாரை மருத்துவ சோதனை- களுக்காகவும் சிகிட்சைகளுக்காகவும் கூட்டிச் சென்று, மருத்துவ மனையில் உள்ள தன் பொறுப்புகளை மாற்றி விட்டு, இவ்வாறு பல விதங்களில் தன் ஒத்துழைப்பைத் தந்து உதவி- யதை நான் பாராட்டுகிறேன். அவர் நல்ல திடமான ஆளுமை கொண்டவர். நம் தேவன் அவள் தன் வாழ்நாள் முழுவதும் ஆரோக்கியமும் மகிழ்ச்சியும் பெற்று வாழ ஆசீர்வதிப்பா- ராக! என் அன்பான சகோதரனே, நீயும் கூட நம் பெற்றோருக்கு அன்பான சிறந்த பணியை நிறைவேற்றியுள்ளாய். பரலோகத்திலிருந்து தேவதூதர்கள் உன்பணியை நோக்கிக் கொண்டி- ருக்கிறார்கள். நீ நம் பெற்றோருக்காகச் செய்த பெரிய காரியங்களுக்கு மனிதரின் பாராட்- டுதல் ஒரு போதும் ஈடாக முடியாது. அவர்கள் வாழ்வின் இறுதி நாட்களில் உதவியற்ற நிலையில் காணப்பட்ட போது நீ அவர்களுக்கு ஆதரவு அளித்துப் பராமரித்ததைச் சொல்- லிப் பாராட்ட எந்த வார்த்தைகளுமில்லை.

சமீபகாலத்தில் நம்மை அருகாமையில் கொண்டு வந்த சம்பவம் எனது காலில் ஏற்பட்ட முறிவே. எனது கால் எலும்புகளுக்கு நீ அறுவை சிகிட்சை செய்தாய். மிகவும் சிறந்த

முறையில் அதைச் செய்து முடித்தாய். நான் உன் மருத்துவமனையில் ஒரு வாரம் தங்-
கியிருந்த போது உனது மருத்துவமனையைப் பற்றிய தகவல்களைப் பெற்றுக் கொண்டேன்.
நீ உனது இலக்கை எட்டிவிட்டாய். உன் மருத்துவப் பணியால் பல வாலிபரையும் முதி-
யோரையும் அவர்களது கடினமான நிலையிலிருந்து விடுவித்து அவர்கள் தங்கள் பழைய
நிலைக்குத் திரும்ப அவர்களுக்கு உதவியுள்ளாய். இதை நீ தொடர்ந்து நிறைவேற்று. வாழ்-
வின் சிறந்த நிலையை அடைய கர்த்தர் தாமே உனக்கு வழிகாட்டுவாராக! உன் எல்லாக்
கனவுகளும் ஆவல்களும் நிறைவேறுவதாக! உன் பிள்ளைகள் ஆஷ்லி, அரீன் மூலம்உன்
வாழ்வை மகிழ்ச்சி ஆசீர்வாதங்களின் நீரூற்றுகளால் நிரப்புவாராக.

ஷீபா, நீ என்னுடைய சகோதரனுக்கு ஏற்ற மனைவியாய், குடும்பத்திற்கு ஒரு எடுத்-
துக்காட்டாய் விளங்குகிறாய். என்னுடைய சகோதரரின் மருத்துவ சேவையில் முக்கிய பங்கு
வகிக்கிறாய். ஜெப ஜீவியத்திலும் பிள்ளைகளை வழி நடத்துவதிலும் முன்மாதிரியாக இருந்து
பிள்ளைகளை உயர்நிலைக்குக் கொண்டு வந்துள்ளாய். என் தாய் தந்தையை கடைசி வரை-
யிலும் உடனிருந்து கவனித்துக் கொண்டாய். நன்றி கூற வார்த்தைகள் இல்லை. உன் பணி
ஓங்க வாழ்த்துகிறேன். ஜெபிக்கிறேன்.

ஆஷ்லி, உன் இளிமையான புன்னகையும், உன் இணக்கமான சுபாவமும் உன்னில்
காணும் சிறப்பான விசேஷமான குணம் என்பதில் பெருமிதம் அடைகிறேன். மேலும் உன்னு-
டைய அக்கறை கொண்ட மனப்பான்மை எளிதில் கவர்ந்திழுக்கும் ஒரு தனி திறன் ஆகும்.
மேலும் உன் இயல்பான தாலந்துகளையும் தனித் திறன்களையும் பொறுத்த வரையில் நான்
வியக்கும் விதத்தில் மிக்க ஆர்வத்துடன் கிட்டார் பயிற்சியில் விடாமுயற்சியினாலும் ஒழுங்-
கான பயிற்சினாலும் மட்டுமே நீ இந்த நிலைமையை எட்டியிருக்கக்கூடும் என நம்புகி-
றேன். ஓய்வு நேரங்களிலும் உன் அயராத உழைப்பால் இன்று பல குழுக்களுடன் சேர்ந்து
மிக சிறப்பாய் கிட்டார் மீட்டுவது உனக்கு சாத்தியமாயிற்று. இசையில் உனக்குரிய தனி-
பட்ட திறனை நான் பாராட்டுகிறேன். தனித்திருந்து வீட்டில் இசைப்பது மிக எளிது ஆனால்
பொது இடங்களில் இசைப்பதற்கு பலமணி நேரங்கள் செலவு செய்திருந்தால் மாத்திரமே
உன்னால் இந்த நிலையை எட்டியிருக்க முடியும் என்பது புலனாகிறது. உன் மருத்துவப்
படிப்புகளின் இடையேயும் நீ செயல்பட்டு கொண்டிருக்கிறாய் என்பது எத்தனை வியப்புக்-
குரிய காரியம். தற்சமயம் மருத்துவ முதுகலைப்படிப்பிற்காக உன்னைத் தயார் செய்து தேர்-
வுக்காக ஆயத்தப்பட்டுக்கொண்டிருக்கிறாய். நீ தேர்வில் வெற்றி சிறக்க தேவன் ஞானத்தை
தந்தருளுவாராக!

ஆஷ்லி, நீ என்னுடன் மிக நெருங்கி பழகிய இரண்டு சந்தர்ப்பங்களை உனக்கு
நினைப்பூட்டுகிறேன். இரு முறைகளுமே கால் முறிவு அடைந்து குணமாகி வரும் ஆரம்ப
நாட்களில் என்னை விசாரித்த அத்தருணங்களில் உன் மருத்துவ குணாதிசயத்தோடு உன்-
னில் நான் கண்ட ஒரு சிறப்பான குணம், அன்பும், பரிவும் கொண்டு வேதனையுற்ற
வெளிக்காயங்களை மட்டுமின்றி மனவேதனையையும் மாற்ற வேண்டிய ஊக்கமும், ஆக்க-
பூர்வமான ஆலோசனையையும் உன்னிடம் நான் உணர முடிந்தது.

உண்மையிலேயே தேவாதி தேவன் உன்னில் இயல்பாகவும், இயற்கையாகவும், உன்
பணிக்கு வேண்டிய சகல கிருபைகளையும் பிரத்தியேகமான அருளையும் இயற்கையாகவே
உன்னில் அமைத்துள்ளார். எனவே உன் மருத்துவ பணியில் தேவன் உன்னில் எதிர்பார்க்கிற

வண்ணமே நொந்த உடல்களையும் உள்ளங்களையும் குணமாக்கும் ஒரு மருத்துவராக உரு-
வாக்குவார் என்பதில் எவ்வித சந்தேகமும் இல்லை. அன்புடன் வாழ்த்துகிறேன்.

அரீன், குடும்பத்தில் ஒரு அருமைப் பிள்ளையாய் நீ எல்லோருக்கும் காணப்படுகிறாய்.
உன் பிறந்த நாளை உன் அப்பாவுடன் பகிர்ந்து கொள்வதுமின்றி அவரின் உள்ளத்தையும்
இருதயத்தையும் கவர்ந்து கொண்டாய் என்பதில் எந்த ஐயமுமில்லை. உண்மையாய் என்
சிறு வயதின் கனவுகளை நீ நனவாக்கிவிட்டாய். என்னேஅதிசயம்! என் தகப்பனைப்
போலவே நானும் ஒரு மருத்துவராகி குறிப்பாகப் பெண்களுக்கும் குழந்தைகளுக்கும் சமுதா-
யத்தில் சேவை செய்ய வேண்டும் என்று வாஞ்சையாயிருந்தேன். அது போகட்டும்,இந்தக்
காலக்கட்டத்தில் எல்லாவித தடைகளையும் சவால்களையும் தாண்டி நீ மருத்துவக் கல்லூரி-
யில் சேர்ந்து முதலாம் ஆண்டு பயின்று வருகிறாய். வாழ்த்துக்கள்! இது மட்டுமின்றி பாடு-
வதிலும் மிகச் சிறப்பான ஒரு இடத்தை நீ பெற்றிருக்கிறாய். தேவனே உன் திறமைகளை
தேவராஜ்ஜியத்திற்கென்று உடைந்த உள்ளங்களைத் தேற்றிப் பலப்படுத்திடதவி செய்வாராக.
உன் தனிப்பட்ட தாலந்துகளையும் திறமைகளையும் மென்மேலும் வலுப்படுத்த அவரேஎனக்கு
உதவி செய்வாராக. மேலும் நீ தங்கியிருக்கும் இடத்திலும் பயிலும் மருத்துவ கல்லூரியிலும்
அதிகாரிகள் கண்களில் தயவும் கிருபையும் கிடைக்க நான் ஜெபிக்கிறேன். சில ஆண்டு-
களில் உன் கனவுகளை தேவன் முழுமையாக நிறைவேற்றி ஒரு தலைசிறந்த மருத்துவப்
பெண்மணியாக உருவாக்குவாராக.

ஜிஜி இவ்வுலகில் வாழும் என் ஒரே சகோதரி. ஒரு மூத்த சகோதரியாக நான் உன்
அன்பில் மகிழ்கிறேன். கர்த்தரின் கிருபையால் வாழ்வின் மதிப்பீடுகளைச் சொல்லித் தர
எனக்கு வாய்ப்பு கிடைத்தது. நீ ஆறுமாதக் குழந்தையாயிருந்தபோது நம் சகோதரி நம்மை
விட்டுச் சென்று விட்ட நிலையில் நாங்கள் உன்னை ஜிஜி என்று அழைத்து வருகிறோம்.
அம்மா உன்னை அன்போடு 'லூசி' என்று அழைப்பார்கள். நீ வீட்டில் எல்லோருக்கும்
இளையவளாயிருந்தபடியால் பல முன்னுரிமைகளையும் அதே சமயம் சில குறைகளையும்
கண்டாய். நீ சிறியவளாக இருந்த போது பல பாடல்களைப் பாடி வேத வசனங்களையும்
கற்றுக் கொண்டாய். ஹார்மோனியத்தை இசைக்கத் தானாகவே நீ பழகிக் கொண்டாய்.
உன்குரல் மிகவும் இனிமையானது. மாலை 6 மணிக்கு நாம் எல்லோரும் சேர்ந்து குடும்ப
ஜெபத்தை ஏறெடுப்போம். அவரது பிரசன்னத்தில் பாதுகாப்பாகக் காணப்படுவது எத்தனை
இன்பமான அனுபவம்! உனது குரலும் பாடல் தொனியும் என் காதுகளில் தொனித்துக்
கொண்டேயிருக்கிறது. உன் அன்பை எவ்வாறு நான் மறக்க முடியும்? நான் திரும்பிப் பார்க்-
கும் போது உனது இலகுவான வாழ்க்கை முறையைக் கண்டு நான் அதிசயித்துள்ளேன். நீ
அயல் வீட்டு பிள்ளைகளிடம் சேர்ந்து சைக்கிள் ஓட்டக் கற்றுக்கொண்டாய்.

நம் தந்தை பல கண்டிப்பான சட்ட திட்டங்களையும் கட்டுப்பாடுகளையும் உனக்காகத்
தளர விட்டிருந்தார். நாங்கள் அபுதாபியிலிருந்து ஊருக்கு வரும்போது நீ எங்களை மிக
அன்பாகக் கவனித்துக் கொண்டாய். எங்கள் பிள்ளைகள் மூவரும் உன்னிடமும் உன் சகோ-
தரி சுஜியிடமும் மிகவும் பாசமாக இருந்தார்கள். நீங்கள் இருவரும் எங்கள் விடுமுறை
நாட்களில் சந்தோஷப்படுத்தினீர்கள். உனது திருமணத்தில் கலந்துகொள்ள எனக்கு முடியா-
மல் போனதற்கு நான் வருந்துகிறேன். அவைகள் நாங்கள் உங்களோடு கழித்த மிகச் சிறந்த
நாட்களாகும். உன் கணவர் சார்லஸ் டில்லிக்கு அருகிலுள்ள குர்காமில் Automobile

Engineer ஆக Maruthi Udyog Ltd-யில் பணியிலிருந்தார். நீங்கள் திருமணம் முடிந்து அங்கே சென்றபோது அங்கே உனக்குப் பள்ளியில் வேலையும் கிடைத்தது. சார்லஸ்-யின் வயதான பெற்றோரைக் கவனித்துக் கொள்வதற்காக நீங்கள் இருவரும் உங்கள் பணியிலிருந்து விடுப்பு பெற்றுக் கொண்டு தென் இந்தியாவுக்கு வந்தீர்கள். டில்லியில் சர்வதேசப் பள்ளியில் ஆசிரியராக அனுபவம் பெற்றிருந்தபடியால் உனக்கு கன்னியாகுமரி மாவட்டத்தில் ஒரு பள்ளியில் Co-Ordinator ஆகவும் பின்னர் தலைமை ஆசிரியராகவும் பணி செய்ய வாய்ப்பு கிடைத்தது. சார்லஸ்-ம் TVS-யில் Dealership எடுத்து வணிகத்தில் முதலீடு செய்துள்ளார்.

ஜிஜி, நம் பெற்றோர் நமக்கு வழங்கிய கல்வியை நான் நன்றியோடு நினைவு கூருகிறேன். அந்நாட்களில் நாம் நமது எதிர்காலத்தைக் குறித்த எந்த அறிவும் இல்லாதிருந்தோம். இந்தக் கல்வி நம் வாழ்நாள் முழுவதும் நிலைக்கும் ஒரு பொக்கிஷமாகும். நாங்கள் வெளிநாடு செல்லவும் அங்கு பணியில் அமரவும் அது எங்களுக்கு உதவியது. தற்போது ஜிஜி மாலத் தீவில் ஓர் பள்ளியில் மூத்த ஆசிரியராகப் பணியாற்றுகிறாள்.

ஜிக்சன், நீ அன்பு மிகுந்த சாதுவான தேவபயமுள்ள ஒருபிள்ளை. நீ நான்கு சக்கர வாகனங்களிலும் அதன் தொழில்நுட்பத்திலும் அதிக ஆர்வம் காண்பிப்பதை நான் கண்டிருக்கிறேன். உனக்கான எனது ஆசிகள் என்னவென்றால் நீ நல்ல கனவுகளைக்கண்டு அவைகளைத் நிறைவு செய்வது ஆகும். கடின உழைப்புக்கு ஈடானது எதுவுமில்லை என்பதை நீ அறிவாய். இப்போது நீ பொறியியல் படிப்பை மேற்கொண்டுள்ளாய். உனது அறிவாலும் புத்திசாலித்தனமான திட்டமிடுதலாலும் கால மேலாண்மையைத் தெளிவாகச் செய்வதாலும் நீ உயர் நிலையை எட்டி, குடும்பத்தினருக்கு பெருமை சேர்ப்பாய். நாங்கள் உன் பின்னாலிருந்து ஜெபித்து உனக்கு ஆதரவு அளிப்போம். உனக்குப் பிரகாசமான எதிர்காலம் உள்ளது. உனது ஜெபங்களும் உன் ஆழமான ஆவல்களும் நிச்சயமாக நிறைவேறும். உன் கனவுகளும் ஆசைகளும் நிச்சயமாகவே நிறைவேறி உனக்கு நிறைவைத் தரும்.

ருனால்டு, நீ புத்திசாலியான மகன். உன் சிறு வயதிலேயே நீ கல்வியில் அதிக ஆர்வம் கொண்டு படிப்பில் சிறந்து விளங்கினாய். பள்ளி இறுதி வகுப்பில் கணிதத்தில் 100 மதிப்பெண்கள் பெற்றிருந்தாய். நீ வளர்ந்து வந்தபோது கணினி பாடத்தில் அதிக ஆர்வம் கொண்டிருந்தபடியால் இப்போது Computer Science(B.E.CSE) படித்து வருகிறாய். உனது விருப்பக் கல்வியிலும் நீ தொடர்ந்து பல வெற்றிகளைக் காண நான் வாழ்த்துகிறேன். நீ கணினி உலகில் பல கண்டுபிடிப்புகளை கண்டிருக்கிறதைக் கண்டு நான் வியந்து நிற்கிறேன். ஏனெனில் என்னைப் போன்ற மக்கள் பலர் இந்தத் துறையில் அறிவு பெற்றிருப்பது மிகக் குறைவே.

நான் பேசியபோது அவன் சில காரியங்களைக் குறித்து நல்ல அறிவு பெற்றுள்ளதைக் கண்டேன். எங்களோடு விடுமுறையை கழிக்க வரும் நாட்களை அவன் நினைவு கூர்ந்து அவைகளைப்பற்றிச் சொல்லிக் கொண்டிருந்தான். "விடுமுறையில் நாங்கள் ஒன்றாகக் கூடி மகிழ்வோம். எல்லாவற்றிற்கும் மேலாக எங்கள் நினைவில் நிற்பது உங்கள் குடும்ப ஜெபமே. ஏஞ்சல் அக்கா ஆர்கன் வாசிக்க, ஆட்லியன் அக்கா வயலின் இசைப்பார்கள். ஜாஷ்வா அண்ணனோடு விளையாடுவது எனக்கு மிகப் பிரியம். நான் உங்கள் வீட்டில் செலவிட்ட நாட்கள் மிகவும் அருமையானவை. உங்கள் வீட்டின் முன்னாலுள்ள மைதானம் ஓடி

விளையாடுவதற்கு மிக அருமையாக உள்ளது. ஜிக்சி என்ற நாயும் எங்களோடு சேர்ந்து ஓடும். நாங்கள் விடுமுறை முடிந்து பிரிந்து செல்லும்போது எங்களுக்குப் பரிசுகளை வழங்-குவார்கள். ஒரு தடவை எனக்கு Geometry box கிடைத்தது. அதில் இருந்த அழிப்-பான் (eraser) வாசனை இன்றும் என் நினைவில் தெரிகிறது"என்பதே. நீ Kung fu வில் blackbelt பெற்றுக் கொண்டது மிக மதிப்பு கொடுப்பதாகும். மாவட்ட கிரிக்கெட் குழுவில் அங்கம் வகிப்பதும் பெருமை சேர்ப்பதாகும். நன்றாகச் செய்தாய். இதைக் காத்துக்கொள். வாழ்க்கைப் பயணத்தில் சாதிப்பதற்கு இன்னும் அநேக காரியங்கள் உள்ளன.

என் இரத்த உறவான அன்பான மக்களிடம் நான் பகிர்ந்து கொள்ளும் வார்த்தைகள் இவைகளே!

இறுதியாக மவுண்ட் சீனாய் பள்ளி தொடங்கிய நாள் முதல் இந்நாள் வரைக்கும் எங்-களோடு கரங்கோர்த்து அயராது உழைத்த ஆசிரியைகள் மற்றும் இதரப் பணியாளர்கள். ஒவ்வொருவருக்கும் நான் நன்றி கூறுகிறேன். எந்தப் பிரதிபலனையும் எதிர்பாராமல் பள்-ளியில் குறிப்பாக பள்ளி ஆண்டுவிழா, கிறிஸ்மஸ் கொண்டாட்டம் மற்றும் சுதந்திர தினம், குடியரசு தினம் போன்ற அரசு விழாக்களின் போது சிறப்பு நிகழ்ச்சிகளை நடத்தி, பள்ளிக்கு பெயரையும் புகழையும் பெற்றுத் தந்தீர்கள். இதற்காக நீங்கள் எடுத்த பிரயாசங்கள் விருதா-வாகப் போகாது. 1 கொரிந்தியர் 15 : 58-ன் படி 'கர்த்தருடைய கிருபையிலே எப்பொழுதும் பெருகுகிறவர்களாய் இருப்பீர்களாக' என்னிடம் உங்களுக்குக் கைமாறு கொடுப்பதற்கு எது-வும் இல்லை. இப்பள்ளியின் மூலமாக நீங்கள் அநேக காரியங்களை பெற்றுள்ளீர்கள். மத்-தேயு 25 : 40-ன் படி "இந்த சிறியரில் ஒருவருக்கு எதை செய்தீர்களோ அதை எனக்கே செய்தீர்கள்."நிச்சயம் பரலோகத்தில் உங்கள் பலன் மிகுதியாய் இருக்கும். தேவன் உங்களை ஆசீர்வதித்து பலப்படுத்துவாராக!.

இறுதியுரை

நான் என் வாழ்க்கையில் ஏற்பட்ட அநேக நிகழ்வுகளை எண்ணிப்பார்க்-கிறேன். அவைகளை ஒவ்வொன்றாக நான் நினைவுகூரும்பொழுது, என் வாழ்க்கைப் பாதையில் பல கஷ்டங்களும் கேள்விகளும், வேதனையான அனுபவங்களும் சூழ்ந்தபோதிலும், பல இழப்புகளை சந்தித்தநேரத்திலும் அவை எனக்கு ஆசீர்வாதமாகவே அமைந்ததை நான் உணருகிறேன். இதோ தமது உள்ளங்கைகளில் என்னை வரைந்து, ஒவ்வொரு நிமிடமும் என்னை வழிநடத்திகொண்டிருக்கிறார். என் வாழ்வில் ஒருபோதும் தேவன் என்னைக் கைவிட்டதில்லை. என் பாவங்களுக்காக நான் மன்னிப்பை வேண்டியபொ-ழுது அவர் என் பாவங்களை மன்னித்தது மட்டுமல்லாமல் எனக்கு ஒரு நல்ல எதிர்காலத்திற்கான நம்பிக்கையை அருளி என் இரட்சகராக அருள்புரிகிறார்.

தேவனுடைய அன்பைப் பிறரிடம் பகிர்ந்துகொண்டு அவருக்கு சாட்சி-யாய் வாழ்ந்து அவருடைய பணியை நிறைவேற்றுவதைவிட மேலானது இவ்-வுலகில் ஒன்றுமில்லை. நம் ஜீவிய காலமெல்லாம் நமக்கென்றே வாழ்ந்து, தேவனுடைய அன்பை நாம் இழந்து போகாதபடி நம் ஆவி, ஆத்துமா, சரீ-ரத்தைக் காத்துக்கொண்டு, பரிசுத்தமாக வாழ்ந்து மாசற்றவர்களாய் பரலோ-கராஜ்யத்தை சுதந்தரித்துக்கொள்ள நம்மை நாமே ஆயத்தப்படுத்திக்கொள்-வோம். பரலோக ராஜ்யம் சமீபமாயிருக்கிறது. சிங்காசனத்தில் வீற்றிருக்கும் தேவன் என்னைக் கட்டியணைத்து பரலோகத்தில் எணிணய்ச் சேர்த்தணைக்-கும் அந்த நாளை நான் எதிர்நோக்கிக் கொண்டிருக்கிறேன். எனக்காக பரலோகத்தில் வைக்கப்பட்டிருக்கும் அற்புதமான காரியங்களை மிகச் சிறப்-பாக நாம் அனுபவிக்கப் போகும் அந்த அன்பு மிகப் பரிசுத்தமானதும், ஆழமானதும் ஐசுவரியம் நிறைந்ததுமாக காணப்படுகிறது. வாழ்வில் நான் கண்ட எல்லா அனுபவங்களுக்கும் ஈடாக, இரட்டிப்பான நன்மையை பரலோக ராஜ்யத்தில் ஆட்டுக்குட்டியானவரோடு அனுபவிக்கும் அந்த நாள் எவ்வளவு பாக்கியமானது.

தேவனின் அமைதியான பணி

என் வாழ்வின் நாட்கள் முழுவதுமே தேவனின் அமைதியான ஒருபணி நடந்து கொண்டிருக்கின்றது. என் பெலன் ஒடுங்கி மாம்சம் செயலிழந்து வந்தாலும் இவைகள் நான் தேவனோடு செலவிடும் நேரமாகும். தேவன் என்னில் அமைதியாகப் பணி செய்து கொண்டிருக்கிறார். நமது பலமும், மாம்சமும் மறைந்து போய், ஆவியின் பெலன் பூத்துப் பெருகும் வருடங்கள் இவைகளே. நான் என்னில் பிரதிபலித்து தியானத்தில் மூழ்கிக் காணப்படும் சிறப்பான நேரம் இதுவே. தற்காலிகத் தேவைகளினால் நெருக்கப்படுவதற்கு இந்த நேரம் இடம் கொடுக்காது.

கர்த்தராகிய தேவனோடு நான் ஒன்றுபட்டு வாழும் இந்தச் சிறப்பான நேரம், எனது சரீரத்தில் காணப்படும் சோர்வுகளையும் பெலவீனங்களையும் குறித்து நான் புலம்பிக்கொண்டிருக்கும்போது, அதற்கு அப்பால் எனது ஆவி கர்த்தரோடு இன்னும் நெருங்கிச் சேரும் அற்புத அனுபவத்தைக் காட்டுகிறது. வாழ்க்கையின் வேகம் குறைந்து காணப்படும்போது நான் என் கர்த்தரோடு தெளிவாகப் பேச முடிகிறது. கர்த்தர் என் கேள்விகளுக்குப் பதிலளிக்கவும் எனது காயங்களைக் குணப்படுத்தவும் விரும்புகிறார். அடுத்த வாழ்விற்காக என்னை ஆயத்தப்படுத்தும் திட்டத்தின் ஒரு பகுதியே இந்தக் காலங்களாகும்.

நாம் நமது அடுத்த வாழ்விற்குச் செல்லும்போது நமது இவ்வுலகப் பொருட்களை நம்மோடு எடுத்துச் செல்லமுடியாது என்பதை நாம் அறிவோம். ஆனால் நீங்கள் இந்த வாழ்வில் சேகரித்துக் கொண்ட ஆத்துமாக்களைக் கொண்டு செல்ல முடியும்.

இந்த உலகம் செல்லும் போக்கைக் காணும்போது முன்னெப்போதும் இல்லாதபடி ஜெபத்தின் தேவை அதிகமாகக் காணப்படுவதை நம்மால் உணர முடிகிறது. ஆயினும் ஜெபவீரர்கள் கர்த்தரின் சேனை என்பதை உணர முடிகிறது.

பல சந்தர்ப்பங்களில் ஜெபக்குறைவினால் தாழ்ச்சி ஏற்படுவதைக் காணும்போது அது நமது இருதயத்தைச் சோர்வடையச் செய்கிறது. தேவன் எல்லாம் செய்ய வல்லவர். ஆனாலும் அந்த வல்லமையைச் செயலில் கொண்டுவர மனிதரின் ஜெபம் அவசியமானதாகும். இழந்துபோன மக்கள் மேய்ப்பனில்லாத ஆட்டைப்போல அலைந்து திரிகிறார்கள். தேவகாரியத்தை வேண்டி நிற்க ஒருவரையும் காணோம். தேவனுக்காகப் பணி செய்பவர்கள் ஜெபத்தின் வல்லமையினால் பெரிய காரியங்களைச் செய்யமுடியும். நாம் அந்த ஜெபவீரர்களாக முடியுமா, நாம் தொடர்ந்து ஊக்கமாக ஜெபிக்க முடியுமா? ஜெபத்தின் வல்லமையினால் நாம் ஆயிரக்கணக்கான மக்களுக்கு உதவி செய்யமுடியும். இந்த சவாலை எதிர் கொள்ள நீங்கள் எழும்பும்போது,

இன்னொருவரின் உலகத்தை நீங்கள் மாற்றியமைக்க முடியும். ஜெப ஊழியம் நமது சாதனைகளின் உச்சமாகும்.

இவ்வுலகில் பூரணமடைந்தவர்கள் என்று ஒருவருமே இல்லை. உங்கள் தவறுகளைக் குறித்து நீங்கள் குற்ற உணர்வு கொள்ள வேண்டாம். எந்தத் தவறும் செய்யாதவர் எவரேனும் உண்டோ? இல்லவே இல்லை. வேத வசனம் சொல்கிறது:"எல்லோரும் பாவம் செய்து தேவ மகிமையற்ற வர்களானார்-கள்"(ரோமர். 3:23). கர்த்தர் ஒருபோதும் நமது தவறுகளையும் தோல்-விகளையும் நோக்கிக் கொண்டிருப்பதில்லை. தேவன் நமது இருதயத்தைக் காண்கிறார். நாம் இன்னும் நன்றாகச் செய்திருக்கலாம் என்று நாம் எண்-ணின வேளைகள் அநேகமுண்டு. ஆனால் தேவன் ஒரு போதும் நம்மைப் பாவி என்று ஒதுக்கி விடுவதில்லை. நமது நம்பிக்கை தொய்வடையும்போது அதைத் திரும்பப் புதுப்பிக்க தேவன் ஆவலாயிருக்கிறார்.

நாம் கர்த்தரை மேலும் மேலும் நெருங்கிச் சேர்வோம். தேவனை நம்பிச் சார்ந்திருக்கும் நம் ஒவ்வொருவருக்கும் இதுவே வெகுமதியாகும். காலங்கள் இவ்வாறு கடந்து செல்லும்போது நாம் கர்த்தரை இன்னும் நெருங்கிச் சேர்-வோம். அப்போது நாம் மேலும் இனியவர்களாக, அதிக அன்பு கொண்ட-வர்களாக மாறிவிடுவோம். நமது ஆவியில் நாம் மேலான சமாதானத்தைக் கண்டு கொள்வோம். நாம் அமைதலை சுதந்தரித்துக் கொள்வோம். நமது ஆத்துமா பரலோகத்தைக் கிட்டிச் சேர்வதை நாம் கண்டுகொள்வோம். அங்கு நமக்காகக் காத்திருக்கும் மகிமையை எதிர் நோக்கி நிற்போம். நாம் அவரை நோக்கி நம் கண்களை ஏறெடுக்கும் போது தேவனின் அன்பை அறிந்து கொள்வதின் பூரணத்தை உணர்ந்து கொள்வோம். தேவன் நம்மைத் தப்புவிக்க எப்போதும் துணை நிற்கிறார். நம்மை நமது பிரச்சினைகளிலிருந்து மாற்றி விடாமலிருந்தாலும் நம்மைக் கூடவே நிறுத்தி நாம் தொடர்ந்து முன்னேறிச் செல்லக் கிருபை அளிக்கிறார்.

அவர் நமது போராட்டங்களைக் காண்கிறார். நாம் உதவி வேண்டிக் கதறுவதைக் கேட்கிறார். அவர் நமது இருதய வேதனைகளை உணருகிறார். நாம் ஜெபத்தில் அவரைக் கிட்டிச் சேர்வதற்காக அவர் காத்திருக்கிறார். நாம் அவர் சமூகத்தை நெருங்கிச் சேரும்போது நானும் நீங்களும் ஒரு-வரோடொருவர் பகிர்ந்து கொள்ளும் இடத்தில் சேருவோம். அங்கு அவர் நமது கவலைகளை நீக்கி, தவிப்புகளையும் குழப்பங்களையும் மாற்றி விடு-வார். நமது குறிக்கோள்களைப் பெற்றுத் தருவார். நாம் தொடர்ந்து முன்-னேறிச் செல்ல பெலன் தருவார். வாழ்க்கை, போராட்டம் நிறைந்ததே, ஆனாலும் நம் தொடர்ந்து போராட வேண்டியதில்லை. அநேக சமயங்களில் தேவன் நம் வாழ்வில் சில பாரங்களையும் சுமைகளையும் வைத்துள்ளார். அவைகள் மலைகள் போன்று தோற்றமளித்து நமது ஆவியைத் தொய்வ-டையச்செய்கின்றன . அது ஏன் என்று நாம் திகைத்து நிற்கிறோம் நாம் அவரை இன்னும் அதிகமாகக் கிட்டிச்சேரவே தேவன் இதை அனுமதிக்கி-

றார். வேறெவரும் அறிந்து கொள்ள முடிகிறதை விட அதிகமாக தேவன் நமது இருதயத்தை நன்கு அறிகிறார். அவர் நம்மை மிக அதிகமாக நேசிக்-கிறார். அவர் நம் வாழ்வில் அனுமதித்துள்ள பிரச்சினைகளையும் தடை-களையும் இரண்டு விதத்தில் அர்த்தப்படுத்திக் கொள்ளலாம். அவைகள் கசப்பையோ இனிமையையோ விளைவிக்கலாம். நாம் சமாதானத்தைக் கண்-டடைந்து கொள்ளும்போது மட்டுமே நாம் பிறருக்கு ஆறுதல் தரும் கருவி-களாகக் தேவன் நம்மைப் பயன்படுத்த முடியும்.

வாழ்வின் பல காரியங்கள் நியாயமற்றதாகவும் அன்பற்றதாகவும் காணப்-படலாம். ஆனாலும் 'யாவும் நன்மைக்கேதுவாக நடக்கிறது'என்ற தேவனின் வார்த்தைகளை நாம் நினைவுகூரும்போது அவைகள் வாழ்க்கை ஓட்டத்திற்-குப் புதிய அர்த்தத்தைத் தருகின்றன. அந்த வாக்குத்தத்தமானது எல்லா இருதய வேதனைகளையும் பிரச்சினைகளையும் பயத்தையும் மாற்றி விடுவ-தற்கான திறவுகோலைத் தன்னில் வைத்துள்ளது. அவர் நம்மைத் தம் சொந்-தப் பிள்ளைகளாக அன்பு பாராட்டுகிறார், எப்போதும் அவ்வாறே அவர் அன்பு பாராட்டுவார். அவர் இருதயத்தில் வேறொருவரும் நிரப்ப முடியாத ஒரு சிறப்பான இடம் நமக்கு உண்டு.

ஆமென், அல்லேலூயா!

நன்றியுரை -1

முதலாவதாக, இந்தப் புத்தகத்தை எழுதுவதற்குக் கிருபை பாராட்டிய என் தேவாதி தேவனுக்கு எனது துதிகளை செலுத்துகிறேன்.

இப்புத்தகத்திற்கு அணிந்துரை, வாழ்த்துரை, பின்னுரை எழுதிய என் அன்பிற்குரியவர்களுக்கும், எனக்கு ஆலோசனை வழங்கி ஊக்குவித்தவர்களுக்கும் எனது நன்றிகளைத் தெரிவிக்கிறேன். இப்புத்தகத்தை தமிழாக்கம் செய்ய உதவிய நல் உள்ளங்களுக்கும், ஜெபத்தில் தாங்கியவர்களுக்கும், இப்புத்தகத்தை வடிவமைத்து அச்சிட்டோருக்கும், என்னோடு இணைந்து பணியாற்றி, ஒத்துழைப்பு அளித்த அனைவருக்கும் மனதார நன்றி கூறிக் கொள்கிறேன்.

Dr. Mrs. Annie David
8/72-1Dawn Villa, Thatheyspuram,
Erachakulam, Kanyakumari District

நன்றியுரை -2

கிறிஸ்துவுக்குள் பிரியமான வாசகர்களே,

நேற்றும் இன்றும் என்றும் மாறாத இயேசுகிறிஸ்துவின் இனிதான நாமத்-தில் உங்கள் அனைவருக்கும் என் அன்பின் நல் வாழ்த்துக்கள்.

Dr. திருமதி ஆனி டேவிட் அவர்கள் எழுதிய 'நான் ஏன் தேவனே?' என்ற இப்புத்தகத்திற்கு நன்றி உரை எழுதும் வாய்ப்பு இவர்களின் ஊழியத்-தின் மூலமாய் தேவனுடைய அன்பை ருசி பார்த்து, ஊழியக்காரனாய் மாறிய எனக்கு கிடைத்தமைக்காய் தேவனுக்கு நன்றி செலுத்துகிறேன்.

2001-ம் இண்டு நான் 12 வயது நிரம்பிய சிறுவனாய் இருக்கும்பொழுது இக்கிராமத்தில் (இறச்சகுளம்) மவுண்ட் சீனாய் மழலையர் தொடக்கப்பள்ளி இவர்கள் மூலமாய் நிறுவப்பட்டது. இப்பள்ளியில் கற்கும் வாய்ப்பு எனக்கு கிடைக்கப் பெறாததை குறித்து வருத்தமடைந்த நாட்கள் உண்டு. இருப்பினும் இப்புத்தகத்தில் ஆசிரியராக திருமதி டாக்டர் ஆனி டேவிட் அவர்களோடு பழகும் ஒரு அரிய வாய்ப்பு அவர்கள் நடத்திய Spoken English Class மூலமாக எனக்கு கிடைத்தது. இவர்களின் ஊழியம் மற்றும் குடும்பத்தின் ஈடுபாடு எங்கள் கிராமத்திற்கு இருள் என்ற அடிமைதனத்திலிருந்து வெளிச்-சம் என்ற விடுதலையை பெற்றுத் தந்தது. இவர்கள் அபுதாபியில் இருந்த-போது தேவனின் அழைப்பை ஏற்று நாகர்கோவிலுக்கு அருகாமையிலுள்ள இறச்சகுளம் என்ற பகுதிக்கு வந்து தேவனுடைய ஊழியத்தையும், கல்வி பணியையும் செய்து வந்தார்கள். இக்கிராமத்திற்காக பாரத்தோடு ஜெபித்த-வர்கள். அநேக ஆத்துமாக்களை இயேசுவினண்டை கொண்டு வந்தவர்கள். நானும் அவர்களில் ஒருவன். நான் ISRO வில் Technical Assistant ஆக பணிபுரிந்தேன். இருளில் இருந்த என்னை 15 ஆண்டுகளுக்குப்-பின் தேவ ஊழியத்திற்கென்று தேவன் இக்கிராமத்திலிருந்து பிரித்தெடுத்தார். மூன்று ஆண்டுகள் AG வேதாகம கல்லூரியில் பயின்று கொண்டிருக்கும்-போது அநேக ஆலோசனைகளை வழங்கி எனக்கு உதவி செய்தார்கள். அதற்காக தேவனுக்கு நான் நன்றி செலுத்துகிறேன்.

இவர்களின் வாழ்க்கைச் சம்பவங்களை அடிப்படையாகக் கொண்டு எழு-தப்பட்ட இப்புத்தகம் உங்களுக்குப் பிரயோஜனம் உள்ளதாக அமையும் என விசுவாசிக்கிறேன். தேவன் தாமே இவர்களையும் குடும்பத்தினரையும் ஆசீர்-வதிப்பாராக.

Pastor Manex Deepa Prabhu, DME, B.TH.
VISHNUPURAM COLONY, ERACHAKULAM,
KANYAKUMARI DIST.

பின்னுரை -1

'நான் ஏன் தேவனே?' என்னும் இந்தப் புத்தகத்திற்குப் பரிந்துரை எழுதுவதில் நான் மிக்க மகிழ்வடைகிறேன். இந்த ஒரு சிறப்புரிமையை மிக்க விலை-யேறிய தருணம் என கருதுகிறேன். இப்புத்தகத்தின் ஆசிரியர் என் அன்-பிற்குரிய மனைவி திருமதி ஆனி டேவிட் எங்கள் இருவரையும் ஒன்றாக இணைத்த தேவனுக்கு நன்றி சொல்கிறேன். தேவன் செய்த ஒரு மகத்துவம். என் வாழ்வை ஒரு பெரிய நிறைவுபெறும் வாழ்வாக மாற கனிதரும் ஒரு திராட்சை கொடியாகவும், பந்தியைச் சுற்றிலும் பிள்ளைகள் ஒலிவக்கன்றுகள் போல் காட்சி தருவதும், என் மனைவி 39 ஆண்டுகளுக்கு முன் தேவ சமூ-கத்தில் கரம்கோர்த்து வாக்குகொடுத்து தொடங்கிய வாழ்வு இன்றுவரையும், பூத்துக் குலுங்கி கனிதரும் வாழ்வாக செழித்தோங்குவதும் தேவ கிருபையே. வாழ்வென்னும் பயணத்தில் பல சோதனைகள் சோர்புகள், கேள்விகள் வந்து மோதியடித்தாலும் கண்ணீர் சிந்தும் நேரங்கள் எதிர்கொண்ட போதும் தேவன் எங்களுடன் கூடவே இருந்து வருகிறார்.

இனி தன்னுடைய வாழ்வின் பல முன் காலங்களை பின் திரும்பிப் பார்த்து தன் வாழ்க்கை கதையையும், மேலும் தன் வருங்காலத்தையும் கண்-முன் கொண்டு வந்து எழுதும் இப்புத்தகம் மிகச் சிறந்த ஒரு சாதனை என்று வியப்புடன் கூறுகிறேன். கடந்த 39 ஆண்டுகள் ஆனியுடன் கூட வாழ அருள் செய்த தேவனுக்கு நன்றி கூறுகிறேன். மேலும் ஆனியின் பணி ஓங்க, அநேகம் பெண்களுக்கு ஒரு முன்மாதிரியாய் திகழ அநேகரை இயே-சுவண்டை வழி திருப்ப வேண்டுமென்றும் ஆசி கூறுகிறேன்.

Mr. David Lucas, B.Com., B.Th,
8/72-1Dawn Villa, Thatheyspuram,
Erachakulam, Kanyakumari District

பின்னுரை -2

Dr. திருமதி ஆனி டேவிட் அவர்களின் " நான் ஏன் தேவனே" என்ற புத்தகத்திற்கு ஒரு அணிந்துரை எழுதுவதில் மிக்க மகிழ்ச்சி அடைகிறேன். இது ஒரு அரிய தருணம் எனவும் கருதுகிறேன்.

இதனை வாசிக்கும் ஒவ்வொருவரையும் இப்புத்தகம் ஊக்க மூட்டுவது-டன்,நற்பணியில் ஆக்கப்பூர்வமாக வெற்றியுடன் ஈடுபட்டு செயலபட அறி-வூட்டுவதாக அமையும் என ஆழமாக நம்புகிறேன்.

அற்பமான ஆரம்பத்தின் நாளை யார் அசட்டை பண்ணலாம்? (சகரியா 4:10) யை நினைப்பூட்டுவதுடன் மேலும் (உங்களின்) சகோதரியின் உள்-ளான மனிதனை பெலப்படுத்துவதுடன் யோவான் 1:50 இதிலும் பெரிதான-வைகளைக் காண்பாய் என்னும் வசனத்தின்படியே தேவாதிதேவன் மேலும் உங்களை கனப்படுத்தி அரிய பெரிய காரியங்களை எழுத உதவி செய்வா-ராக.

அன்பு வாசகர்களே, இப்புத்தகத்தை வாசிக்கும் போதே தேவன் ஒவ்வொருவரையும் உருவாக்கி மேன்மைபடுத்துவாராக. நீங்கள் கடந்துபோ-கும் சோதனைகளையும், கண்ணீர் வருத்தங் களையும், இப்புத்தக ஆசிரியர் குறிப்பிடுவது போன்றே உங்கள் ஒவ்வொருவரையும் பயனுள்ள சாட்சியாக தினமும் மருரூபப்படுத்துவராக.

இப்புத்தக வாயிலாக வெளிப்படும் முக்கிய செய்திகளையும் சாரம்சத்தை-யும் இழந்துவிடாது யாவரும் உள்ளத்தின் அடி ஆழத்தில் புரிந்து செயல்பட வேண்டும் என வாஞ்சித்து ஜெபிக்கிறேன்.

S. Galeb Jeyakumar, Pastor & President,
BETHEL MISSION CHURCH PRAYER HOUSE,
KATTATHURAI, KANYAKUMARI DISTRICT

பின்னுரை -3

Dr. ஐசக் சுந்தர் சென்-யிடமிருந்து சில வார்த்தைகள்....

என் அன்பு சகோதரி Dr. திருமதி ஆனி டேவிட் எழுதும் 'நான் ஏன் தேவனே?' என்ற இப்புத்தகத்திற்கு பரிந்துரை எழுதும்போது, தேவ பிள்ளைகளாகிய நாம் அவருடைய ராஜ்யத்தை சுதந்தரித்து கொள்ளவேண்டும் என்று வலியுறுத்துவதை அறிந்து என் உள்ளம் உணர்ச்சிகளால் பொங்கி எழுகிறது. நமது ஆதியும் அந்தமுமாயிருக்கிற இயேசு கிறிஸ்துவிடம் என் சகோதரி கொண்டிருந்த தன்னலமற்ற அன்பையும், கீழ்ப்படிதலையும், தியாகத்தையும் அவர்களுடைய வாழ்விலே நான் அனுபவப்பூர்வமாக கண்டிருக்கிறேன்.

என் சிறுவயதில் ஒரு தாயைப்போல என்னிடம் கொண்டிருந்த தனிப்-பட்ட அன்பையும், அக்கறையையும் கவனிப்பையும் நான் நினைவில் கொள்-கிறேன். நான் ஆரம்பக்கல்வி கற்கும் போது எனது பள்ளிப் பாடங்களை கற்பதற்கும் என்னோடு அருகில் அமர்ந்து வீட்டுப்பாட செயல் திட்டங்களைச் செய்வதற்கும், பாடல்களையும், கணித வாய்ப்பாடுகளையும் மனப்பாடம் செய்வதற்கு பயிற்சி அளித்து உதவினதையும் செய்ததையும் நான் நினைவு கூருகிறேன்.

நன்றாக பயிலும் மாணவர்கள் கூட தமிழில் எழுதுவதிலும் உச்சரிப்பதி-லும் தவறு செய்வது உண்டு.

தலை சிறந்த நினைவுகளில் ஒன்றாய் அவர்கள் எனக்குத் தமிழில் உள்ள உயிர் மற்றும் மெய்யெழுத்துக்களையும், குறில், நெடில் இவற்றை அடையாளங்கள் மூலமாக வேறுபடுத்தி தவறின்றி எழுதவும் வாசிக்கவும் கற்-றுத்தந்தது என் கண் முன் நிற்கிறது. இதைக் குறித்து நான் பெருமையடை-கிறேன்.

இது என் வாழ்வில் நான் செய்த ஒரு அறுவடை ஆகும். இதைத் தவிர, வேத வசனங்களை ஒழுங்காக வாசிக்கவும், மனப்பாடம் செய்யவும் பயிற்சி-யளித்தவர் என் சகோதரி திருமதி ஆனி டேவிட் அவர்களே.

நான் உயர்நிலை வகுப்பு படிக்கும்பொழுது, அவர்கள் எனக்கு அளித்த பாடல் பயிற்சிகளை என்னால் மறக்க முடியாது. குறிப்பிட்ட பாடல்களை தேர்ந்தெடுத்து, பயிற்சியளித்து ஆலயத்திலும் பள்ளியிலும் பாடல்போட்டிக-ளிலும் பங்கேற்கச் செய்ததையும், அதற்காக எடுத்துக்கொண்ட முயற்சியை-யும் நான் பாராட்டுகிறேன். அதன் காரணமாக நான் பங்கெடுத்த எல்லா போட்டிகளிலும் அதிகமாக முதல் பரிசுகளையே பெற்றுள்ளேன். ஒருமுறை அவர்கள் எனக்கு பயிற்சியளித்து கற்றுக்கொடுத்த 'பொங்கி வரும் அருள் மனிதரை மாற்றிடுதே'என்ற பாடல் ஒன்று போட்டிக்கு வந்த ஆசிரியர்க-ளையும் நீதிபதிகளையும் கவர்ந்ததை ஞாபகத்திற்குக் கொண்டு வருகிறேன். அதே பாடலை பல நிகழ்ச்சிகளில் மீண்டும் மீண்டும் என்னை பாட வைத்-

தைத நினைத்து உங்களுக்கு நன்றி கூறுகிறேன்.

நான் மருத்துவக் கல்லூரில் MBBS படிக்கும்போது நீங்கள் பண உதவி செய்து என் தேவைகளை சந்தித்தீர்கள். இதை இன்றைக்கும் என் ஞாப-கத்தில் கொண்டுள்ளேன். நீங்கள் அபுதாபியிலிருக்கும் பொழுது என்னை நினைத்து எனக்காக ஒரு வெகுமதியை கொடுத்தனுப்பினீர்கள். மிகச்சிறந்த வெகுமதியாக நீங்கள் 80 - base கொண்ட Yamaha Accordian ஒன்றை கொடுத்து என்னை ஆசீர்வதித்தீர்கள். நான் பயிற்சியடையவும், பழகவும் வாய்ப்புப் பெற்றேன். மேலும் என் இசைவாழ்வில் ஒரு புரட்சி ஏற்பட்டது. பல இசை அமைப்பாளர்களோடு தேவ பணிக்காய், மகிமைக்காய், பல இடங்க-ளில் இசைக்கும் போது மகிழ்ச்சி அடைகிறேன். தேவன்தாமே இந்தப்புத்த-கத்தை வாசிக்கின்ற ஒவ்வொருவருடைய வாழ்விலும் மாற்றங்களைத் தரு-வார் என்று நிச்சயமாய் நம்புகிறேன்.

இப்பணி மேலும் தொடர நான் மனதார வாழ்த்துகிறேன்.

Dr. W.H. ISSAC SUNDER SEN, M.S (ortho), M.C.H. (ortho), D.N.B. (ortho),

Fellow Joint Replacement (Germany), Fellow Joint Replacement (U.K),

Fellow AO Spine, Hip & Knee and Spine Surgery, Main Road, Marthandam.

பின்னுரை -4

எனது மூத்த சகோதரி Dr. திருமதி ஆனி டேவிட் அவர்களின் சுயசரிதை-யான 'நான் ஏன் தேவனே?' என்ற புத்தகத்திற்கு பின்னுரை எழுதும் வாய்ப்பு எனக்கு கிடைத்ததில் நான் பெருமிதம் அடைகிறேன். இப்புத்தகத்தில் ஒவ்-வொரு பக்கத்தையும் நான் புரட்டியபொழுது கன்னியாகுமரி மாவட்டம் விள-வங்கோடு தாலுகா பாலூரிலுள்ள எங்கள் மூதாதையர் வீட்டில் 1970 முதல் 1980 வரை வாழ்ந்த அந்த இனிமையான நினைவுகளுக்குத் திரும்பினேன்.

இந்நூலாசிரியர் எங்கள் குடும்பத்தின் ஐந்து தலைமுறைகளைக் கண்-டவர். அவர் பல்வேறு காலங்களில் கண்ட நிகழ்வுகளையும், கேட்ட செய்-திகளையும் தொகுத்து தன் சுயசரிதையாகத் தந்துள்ளார். தாய்வழி மற்றும் தந்தை வழி தொடர்பான நிகழ்வுகளையும் மறுகட்டமைக்க முயற்சிப்பதுமல்-லாமல் ஆசிரியரின் பேரக்குழந்தைகள் மற்றும் பின் சந்ததிக்கும் ஒரு அடித்-தளமாகவும், நம்பிக்கை, சந்தோஷம், சமாதானம், அன்பு, இவற்றை அவர்-களுடைய வாழ்வில் நிறைவடைய ஊக்கமளிக்கிறது.

இந்நூலின் ஆசிரியர் பல துறைகளில் அனுபவம் கொண்டவரும், கல்-வித்தகுதிபெற்ற, பல்வேறு திறமைகளையும் கொண்டவர் ஆவார். இந்தி-யாவிலும், வெளிநாட்டிலும் பல்வேறு உயர் கல்வி நிறுவனங்களில் அறி-வியல் மற்றும் ஆங்கில ஆசிரியையாகவும், உடற்கல்வி இயக்குநராகவும் பணியாற்றியவர். நல்ல ஆளுமை குணம் கொண்டவர். கருணை உள்ளத்-தோடு ஏழைகளுக்கும், உதவியற்றோருக்கும் உதவி கரம் நீட்டுபவர். மனி-தர்களிடம் மட்டுமின்றி விலங்குகளிடமும் பாசம் காட்டுபவர். சிறு வயதில் தெரு நாய்களுக்குக் கூட உணவைப் பகிர்ந்து கொடுத்ததாகவும், சில நேரங்-களில் அவற்றை வீட்டிற்குக் கொண்டு வந்து உணவளித்ததாகவும் என் தாயார் என்னிடம் பகிர்ந்து கொண்டதை நான் நினைவு கூருகிறேன். ஓவி-யம், தையல், எம்பிராய்டரி, இசை இவற்றிலும் என் சகோதரி தேர்ச்சிப் பெற்-றவர். அதே கலைகளை தன்னுடைய குழந்தைகளுக்கும் கற்றுக்கொடுத்தவர்.

வீட்டில் என் பெற்றோருக்கு கடைசி குழந்தை மற்றும் கடைசி உடன்-பிறப்பாக இருந்தபடியால் அனைவராலும் மிகவும் செல்லமாக அன்போடு வளர்க்கப்பட்டேன். என் சகோதரியும் என்மீது ஒரு தாயைப் போல அன்பு, பாசமும், அக்கறையும் காட்டினார்கள். அந்த பசுமையான நினைவுகள் என மனதில் என்றும் துளிர்த்துக்கொண்டு இருக்கிறது. நான் நடுநிலை வகுப்பு படித்துக்கொண்டிருக்கும்போது என் சகோதரி அபுதாபிக்கு சென்றுவிட்டபடி-யால் அவர்களோடு அதிக நாட்கள் செலவிடும் வாய்ப்பு எனக்கு கிடைக்க-வில்லை. விடுமுறைக்காக இந்தியா வரும்போது மாத்திரமே சில நாட்களை அவர்களுடன் செலவளித்திருக்கிறேன். இப்புத்தகம் எங்கள் குடும்பத்திற்கு அவர் ஆற்றிய மாபெரும் பங்களிப்பாக இருக்கிறது. இந்தத் தலைமுறை

மாத்திரமல்ல, இனி வரப்போகின்ற பின் சந்ததிக்கும் கூட இந்நூல் தன் பங்-களிப்பைச் செய்யும்.

இப்புத்தகவாயிலாக என் சகோதரியின் வாழ்க்கை சம்பவங்கள், சந்தித்த இன்னல்கள், இருள் சூழ்ந்த நேரங்களில் எப்படி தேவனின் பாதங்களைத் தேடினார்கள் என்பதையும், வாழ்க்கை பாதையில் எங்ஙனம் தேவனால் பாது-காக்கப்படுகிறார்கள் என்பதையும் வாசகர்களாகிய உங்களுக்கு எடுத்துரைக்-கிறார்கள். இதை வாசிக்கும்பொழுது உங்கள் வாழ்விலும் வெளிச்சத்தை-யும், விசுவாசத்தில் நிலை நிற்கவும் உதவும் என நம்புகிறேன். கன்னியாகுமரி மாவட்டத்தின் மேற்கு பகுதியில் வசிக்கும் வாசகர்களாகிய உங்களின் கடந்த கால சம்பவங்களையும் இப்புத்தகம் நினைப்பூட்டும். மாத்திரமல்ல,எங்கள் குடும்பத்தினர் ஒவ்வொருக்கும் இது ஒரு ஆவணமாக, இனி வரவிருக்கும் தலைமுறையினருக்கு ஒரு சிறந்த வழிகாட்டியாகவும் அமையும் என விசு-வாசிக்கிறேன்.

என் சகோதரி பூரண நலத்துடனும், மகிமையின் ஆசீர்வாதங்களைப் பெற்றுக்கொள்ளவும். நான் வாழ்த்துகிறேன். அவர்களுடைய இலக்கியப் பணி தொடரவும், பின் சந்ததிக்காக அவர்கள் கண்ட கனவுகள் நனவாகவும் நான் மனதார வாழ்த்துகிறேன்.

தேவனுக்கே மகிமை.

W.H. Jiji Malar Christabel, M.Sc., M.Ed.,
Teacher, Ministry of Education,
The Republic of Maldives

பின்னுரை -5

அன்பு சகோதரி Dr. திருமதி ஆனி டேவிட் அவர்கள் எழுதும் 'நான் ஏன் தேவனே?' என்ற இப்புத்தகத்திற்குப் பரிந்துரை எழுத அவர்கள் என்னை கேட்டபோது உண்மையாகவே நான் வியப்பில் ஆழ்ந்து போனேன். பரிந்துரை எழுத தகுதியற்றவனாக நான் காணப்பட்டாலும் இப்புத்தகம் மூலமாக நான் அந்த வாய்ப்பினைப் பெற்றதை ஒரு பாக்கியமாக கருதுகிறேன்.

இப்புத்தகமானது, இப்புத்தக ஆசிரியரின் வாழ்க்கை அனுபவங்களை மிக எளிமையான மொழியில், எல்லோரும் வாசித்து அவர்களுடைய கருத்துக்களைஃ=ப் புரிந்துகொள்ளும் வகையில் அமைந்துள்ளது. அவர்களுடைய குழந்தைப் பருவ வாழ்க்கை முறையை இப்புத்தகத்தில் வாசித்தபொழுது அவர்கள் சந்தித்த இன்னல்கள், பலவீனங்கள் ஏமாற்றங்கள் மத்தியில் கர்த்தராகிய இயேசு கிறிஸ்துவில் கொண்ட விசுவாசத்தையும் தனிப்பட்ட உறவையும் பிரதிபலிப்பதாகவும், கிறிஸ்தவின் அன்பை ஆரம்ப முதல் இறுதி வரைக்கும் எடுத்துச்செல்லும் விதமாகவும் இப்புத்தகம் அமைந்துள்ளது.

இப்புத்தகத்தை வாசிக்கும்பொழுது உண்மையாகவே நான் ஆவியில் உற்சாகமடைந்து பலனடைந்தேன். வாசகர்களாகிய உங்களுக்கும் இது பயனுள்ளதாக ஆசீர்வாதமாக இருக்குமென கிறிஸ்துவுக்குள் நம்புகிறேன்.

Mr. John Mathew, B.TH.,
Bagayam CMC Collage Campus, Vellore

என் அன்பு அம்மா எனக்கு உருவாக்கி தந்த அதிசயமான, அன்பின் பிரதிபலிப்பான இப்பணியை ஒரு முக்கியமான தருணமாகக் கருதுகிறேன். அவர்களுக்கு மகளாக பிறந்து வளர்த்து, தேவ அன்பிலும் பயத்திலும் வளர்க்கப்பட்டதை பெரிய ஆசீர்வாதமாகக் கருதுகிறேன். நித்திய ஒளியின் மகத்துவங்கள் விலையேறப்பெற்றது என்பதனை நான் என் அம்மாவிடம் கண்டுகொண்டேன். நான் வளர்த்து வரும் பருவத்தில் தாயன்பின் முன் மாதிரியை அவர்களிடம் கண்டு உணர்ந்திருக்கிறேன். என்னிடம் அந்த சில நினைவுகள் இன்னும் துளிர்விட்டு கொண்டிருக்கின்றன.

ஒரு ஆவிக்குரிய தாயின் முன் மாதிரியாய் அம்மாவே எனக்கு ஒரு சிறந்த தோழியாய், இப்பொழுதும் நான் நாடிச்செல்கிற ஒருவர் என்றால் அது என் அம்மாவாகத்தான் இருக்கமுடியும். எனக்காக நேரத்தை ஒதுக்கி வாழ்வின் பல காரியங்களை எனக்கு முன்கூட்டியே கற்றுக் கொடுத்திருக்-கிறார்கள். பிறருக்கு உதவி செய்யவும், பெரியவர்களை மதிக்கவும், அவர்-களுக்காக ஜெபிக்கவும் கற்றுக்கொண்டது என் அன்பு அம்மாவிடமிருந்தே. இது இன்னும் என்னிடமுள்ள மறக்க முடியாத ஒரு பண்பு. நாங்கள் செய்-கின்ற எலலாச் செயல்களிலும் தேவனுடைய சித்தத்தைக் கேட்கவும், ஒவ்-வொரு நாளின் முடிவிலும் நாங்கள் நினைத்த, பேசிய செய்த செயல்கள் யாவும் இயேசுவுக்கு பிரியமானதா எனக் கேட்கவும் சொல்லித் தந்தவர்கள் என் அம்மாதான். அவர்களிடமிருந்து நான் கற்றுகொண்டது, நமக்கென்று ஒரே ஒரு வாழ்வு உண்டு. அந்த வாழ்வில் இயேசுவை காண வேண்டும். அவரை மதித்து வாழ வேண்டும் என்பதாக.

33 வருடங்களை நான் பின்னோக்கி பார்க்கிறேன். என் அம்மா மேற்-கொண்டுள்ள இந்த அரும்பணியை குறித்து நான் வியப்படைகிறேன். இது ஒரு தலைசிறந்த படைப்பு. வாசகர்களாகிய நீங்களும் இப்பயணத்தில் இணைந்து இரட்சகரின் அன்பை புரிந்து கொள்ளமுடியும்.

உங்கள் வாழ்க்கைப் பயணத்திலும் இயேசுவின் அன்பிலும் விசுவாசத்தி-லும் ஒவ்வொரு நாளும் வாழ நான் ஜெபிக்கிறேன். கிறிஸ்து இயேசுவிலும், அவருடைய அன்பிலும் நடக்க புதிய அனுபவங்களால் உங்களை நிரப்புவா-ராக.

Angelina Esther David, M.A., M.B.A.
Clinical Psychologist
PLUM Health,
United Kingdom.